ಡಾ. ಪಾರ್ವತಿ ಜಿ. ಐತಾಳ್

ಕುಂದಾಪುರದ ಭಂಡಾರ್ ಕಾರ್ಸ್ ಕಾಲೇಜಿನಲ್ಲಿ ಇಂಗ್ಲಿಷ್ ಪ್ರಾಧ್ಯಾಪಕರಾಗಿ 36 ವರ್ಷಗಳ ಸುದೀರ್ಘ ಸೇವೆ ಸಲ್ಲಿಸಿ 2017 ಜುಲೈ ತಿಂಗಳಲ್ಲಿ ಸೇವಾ ನಿವೃತ್ತಿ ಹೊಂದಿರುವ ಡಾ.ಪಾರ್ವತಿ ಜಿ. ಐತಾಳ್ ಕಾಲೇಜಿನಲ್ಲಿ ಅಧ್ಯಾಪನದ ಜತೆಗೆ ಸಾಹಿತ್ಯ ರಚನೆಯಲ್ಲಿ ತಮ್ಮನ್ನು ಸಕ್ರಿಯವಾಗಿ ಅನೇಕ ವರ್ಷಗಳಿಂದ ತೊಡಗಿಸಿಕೊಂಡಿದ್ದಾರೆ. ಕಾಸರಗೋಡು ಜಿಲ್ಲೆಗೆ ಸೇರಿದ ಧರ್ಮತ್ತಡ್ಕ ಎಂಬ ಗ್ರಾಮೀಣ ಪ್ರದೇಶದ 'ಬಾಳಿಕೆ' ಮನೆತನದಲ್ಲಿ ಜನಿಸಿದ ಇವರು ಧರ್ಮತ್ತಡ್ಕ ಎ.ಯು.ಪಿ.ಶಾಲೆ, ವಿಠಲ ಬಾಲಿಕಾ ಪ್ರೌಢ ಶಾಲೆ, ಸರಕಾರಿ ಕಾಲೇಜು ಕಾಸರಗೋಡು. ಮಾನಸಗಂಗೋತ್ರಿ, ಮೈಸೂರುಗಳಲ್ಲಿ ತಮ್ಮ ಶಿಕ್ಷಣ ಮುಗಿಸಿ ಮೂಲ್ಕಿಯ ವಿಜಯಾ ಕಾಲೇಜಿನಲ್ಲಿ ಈಂಗ್ಲಿಷ್ ಉಪನ್ಯಾಸಕಿಯಾಗಿ ಆರು ವರ್ಷಗಳ ಕಾಲ ಸೇವೆ ಸಲ್ಲಿಸಿದರು. ನಂತರ ಕುಂದಾಪುರದ ಶ್ರೀ ಗಂಗಾಧರ ಐತಾಳರನ್ನು ವಿವಾಹವಾಗಿ ಭಂಡಾರ್ ಕಾರ್ಸ್ ಕಾಲೇಜಿಗೆ ವರ್ಗವಾಗಿ ಬಂದರು.ಅದಾಗಲೇ ಅನೇಕ ಲೇಖನಗಳನ್ನೂ ಹಿಂದಿ. ಇಂಗ್ಲಿಷ್ ಮತ್ತು ಮಲಯಾಳಗಳಿಂದ ಅನೇಕ ಕಥೆಗಳನ್ನೂ ಅನುವಾದಿಸಿ ಪತ್ರಿಕೆಗಳಲ್ಲಿ ಪ್ರಕಟಿಸುತ್ತ ಬಂದಿದ್ದ ಇವರು ತಮ್ಮ ಕೌಟುಂಬಿಕ ಬದುಕಿನಲ್ಲಿ ನೆಲೆಯೂರಿದ ನಂತರ ಪುಸ್ತಕ ರಚನೆಯಲ್ಲಿ ತೊಡಗಿಕೊಂಡು ಅನೇಕ ಕೃತಿಗಳನ್ನು ರಚಿಸಿದರು. ಇವರ ಕೃತಿಗಳ ನಿರೂಪಣಾಶ್ಶೈಲಿ ಮತ್ತು ಗುಣಮಟ್ಟಗಳನ್ನು ನೋಡಿ ಕನಾಟಕದ ಮುಂಚೂಣಿಯ ಪ್ರಕಾಶಕರಾದ ನವಕರ್ನಾಟಕ, ಅಂಕಿತ, ಮನೋಹರ ಗ್ರಂಥಮಾಲಾ, ವಸಂತ ಪ್ರಕಾಶನ, ಶ್ರೀನಿವಾಸ ಪುಸ್ತಕ, ದೇಸಿ ಪುಸ್ತಕ, ಅಲ್ಲದೆ ಕೇಂದ್ರ ಸಾಹಿತ್ಯ ಅಕಾಡೆಮಿ, ಕರ್ನಾಟಕ ಸಾಹಿತ್ಯ ಅಕಾಡೆಮಿ, ಕುವೆಂಪು ಭಾಷಾ ಭಾರತಿ ಮೊದಲಾದ ಸಂಸ್ಥೆಗಳು ಅವುಗಳನ್ನು ಪ್ರಕಟಿಸಿದ್ದಾರೆ. ಅನುವಾದಿತ ಕೃತಿಗಳು ಮಾತ್ರವಲ್ಲದೆ ಇವರು ಸ್ವತಂತ್ರವಾಗಿ ಬರೆದ ಕಥೆ–ಕಾದಂಬರಿ, ನಾಟಕಗಳು, ವ್ಯಕ್ತಿಚಿತ್ರ, ವೈಚಾರಿಕ ಲೇಖನಗಳು, ಪುಸ್ತಕ ವಿಮರ್ಶೆ, ರಂಗ ವಿಮರ್ಶೆಗಳೂ ಪ್ರಕಟವಾದವು. ಇದುವರೆಗೆ ಪಾರ್ವತಿ ಐತಾಳರ 38 ಅನುವಾದಿತ ಕೃತಿಗಳೂ 26 ಸ್ವತಂತ್ರ ಕೃತಿಗಳೂ ಪ್ರಕಟವಾಗಿವೆ.

ಐದು ಭಾಷೆಗಳನ್ನು ಬಲ್ಲ ಪಾರ್ವತಿ ಐತಾಳರು ಇಂಗ್ಲಿಷ್, ಹಿಂದಿ, ತುಳು ಮತ್ತು ಮಲಯಾಳಗಳಿಂದ ಕನ್ನಡಕ್ಕೂ ಕನ್ನಡದಿಂದ ಆ ಭಾಷೆಗಳಿಗೂ ಅನುವಾದ ಮಾಡಿ ಅನುವಾದ ಕ್ಷೇತ್ರದಲ್ಲಿ ಒಳ್ಳೆಯ ಹೆಸರು ಗಳಿಸಿ ಕರ್ನಾಟಕ ಅನುವಾದ ಅಕಾಡೆಮಿಯಿಂದ(ಇವತ್ತು ಅದು ಕುವೆಂಪು ಭಾಷಾ ಭಾರತಿ) 2011ರಲ್ಲಿ ಶ್ರೇಷ್ಠ ಅನುವಾದಕಿ ಎಂಬ ನೆಲೆಯಲ್ಲಿ ಗೌರವ ಪ್ರಶಸ್ತಿ ಪಡೆದಿದ್ದಾರೆ. ಕೇರಳದಿಂದ ಕಾಳಿಯತ್ತ್ ದಾಮೋದರನ್ ಸ್ಮಾರಕ ಪ್ರಶಸ್ತಿಯನ್ನೂ ಪಡೆದಿದ್ದಾರೆ. ಅಲ್ಲದೆ ಅನುವಾದಿತ ಕೃತಿಗಳಿಗಾಗಿ

ಡಾ.ಶಿವರಾಮ ಕಾರಂತ ಸಾಹಿತ್ಯ ಪ್ರಶಸ್ತಿ, ಕರ್ನಾಟಕ ಲೇಖಕಿಯರ ಸಂಘದಿಂದ ಹೆಚ್.ವಿ.ಸಾವಿತ್ರಮ್ಮ ಪ್ರಶಸ್ತಿ, ಕನ್ನಡ ಸಾಹಿತ್ಯ ಪರಿಷತ್ತಿನಿಂದ, ಮಲ್ಲಿಕಾ ಪ್ರಶಸ್ತಿ, ವಸುದೇವ ಭೂಪಾಲಂ ಪ್ರಶಸ್ತಿ ಮತ್ತು ಸ್ವತಂತ್ರ ಕೃತಿಗಳಾದ ಒಡಲ ಬೆಂಕಿ ಕಾದಂಬರಿಗಾಗಿ ವಿಶ್ವೇಶ್ವರಯ್ಯ ರಾಷ್ಟ್ರೀಯ ಪ್ರಶಸ್ತಿ, ಮಹಿಳಾ ಚಿಂತನೆಯ ವಿಭಿನ್ನ ನೆಲೆಗಳು ಎಂಬ ವೈಚಾರಿಕ ಕೃತಿಗೆ ಕರ್ನಾಟಕ ಲೇಖಕಿಯರ ಸಂಘದ ಗೀತಾದೇಸಾಯಿ ಪ್ರಶಸ್ತಿ, ತಂತ್ರಗಾರ್ತಿ ಮಕ್ಕಳ ನಾಟಕಕ್ಕೆ ಉಡುಪಿಯ ರಥಬೀದಿ ಗೆಳೆಯರ ಮುರಾರಿ–ಕೆದ್ಲಾಯ ಪ್ರಶಸ್ತಿಗಳನ್ನು ಪಡೆದಿದ್ದಾರೆಅನೇಕ ಸಂಘ–ಸಂಸ್ಥೆಗಳಿಂದ ಪುರಸ್ಕಾರಗಳನ್ನು ಪಡೆದಿದ್ದಾರೆ. ಶಿವರಾಮ ಕಾರಂತ ಮತ್ತು ತಕಳಿ ಶಿವಶಂಕರ ಪಿಳ್ಳೆಯವರ ಕಾದಂಬರಿಗಳ ತೌಲನಿಕ ಅಧ್ಯಯನಕ್ಕಾಗಿ ಕಣ್ಣೂರು ವಿ.ವಿ.ಯಿಂದ ಡಾಕ್ಟರೇಟ್ ಪಡೆದಿದ್ದಾರೆ.ರಾಜ್ಯ ಮತ್ತು ರಾಷ್ಟ್ರ ಮಟ್ಟದ ಅನೇಕ ವಿಚಾರ ಸಂಕಿರಣಗಳಲ್ಲಿ ಸಂಪನ್ಮೂಲ ವ್ಯಕ್ತಿಯಾಗಿ ಉಪನ್ಯಾಸ ನೀಡಿ ಮತ್ತು ಸಾಹಿತ್ಯ ಅಕಾಡೆಮಿಗಳ ಪುಸ್ತಕ ಬಹುಮಾನ ಯೋಜನೆಯಲ್ಲಿ ತೀರ್ಪುಗಾರರಾಗಿ ಕೆಲಸ ಮಾಡಿ ತಮ್ಮ ವಿದ್ವತ್ತನ್ನು ಮೆರೆದಿದ್ದಾರೆ. ಬಹುಮುಖ ಪ್ರತಿಭಾವಂತಳಾಗ ಇವರು ಸಾಹಿತ್ಯ ಮಾತ್ರವಲ್ಲದೆ ಕಲೆಯಲ್ಲೂ ಆಸಕ್ತಿ ಹೊಂದಿದ ಇವರು ಆಕಾಶವಾಣಿ ನಾಟಕಗಳಲ್ಲಿ ಧ್ವನಿ ನೀಡುವ ಕಲಾವಿದೆಯೂ ಹೌದು. ಕಾಲೇಜಿನಲ್ಲಿ ಲಲಿತಕಲಾ ಸಂಘದ ಸಂಚಾಲಕಿಯಾಗಿ ತಮ್ಮ ವಿದ್ಯಾರ್ಥಿಗಳಿಗೆ ರೂಪಕ ಮತ್ತು ಲಘುಸಂಗೀತ ತರಬೇತಿಗಳನ್ನೂ ನೀಡಿದ್ದಾರೆ.

UPENDRANATH ASHKARA
AIDU NEELGATHEGALU

ಉಪೇಂದ್ರನಾಥ ಅಶ್ಕರರ
ಐದು ನೀಳ್ಗಥೆಗಳು

(ಸಣ್ಣ ಕಥೆಗಳು)

ಕನ್ನಡಕ್ಕೆ

ಪಾರ್ವತಿ ಜಿ. ಐತಾಳ್

ವಿಜಯನಗರ, ಬೆಂಗಳೂರು 560 040

ಉಪೇಂದ್ರನಾಥ ಅಶ್ಕರರ ಐದು ನೀಳ್ಗಥೆಗಳು

**UPENDRANATH ASHKARA AIDU NEELGATHEGALU -
AN ANTHOLOGY OF SHORT STORYS**

BY : UPENDRANATH ASHKU , Originally published HINDI

Kannada Translation by : Dr. Parvathi G Aithal

'Suraganga' Basruru Cross Road
Kundapura-376201, Udupi District
Ph : 9242253642 / 886799216

Published by:
SRUSHTI NAGESH
SRUSHTI PUBLICATIONS
121, 1 st Floor, 13th Main Road, M.C. Layout
Vijayanagara, Bengaluru - 560 040.
Ph : 080 - 23153558; Mob: 9845096668
E-mail: srushtinagesh@gmail.com

First Impression: 2018

Page: xvi + 88 = 104

Book Size : 1/4 Crown (23 x 15.5)

(International Standarad Book Size)

© : **Dr. Parvathi G Aithal**

Paper used: 70 Gsm Jk Book Print

ISBN: 978-93-81244-70-8

Dtp : manjula

Cover Page : **G . Arunkumar**

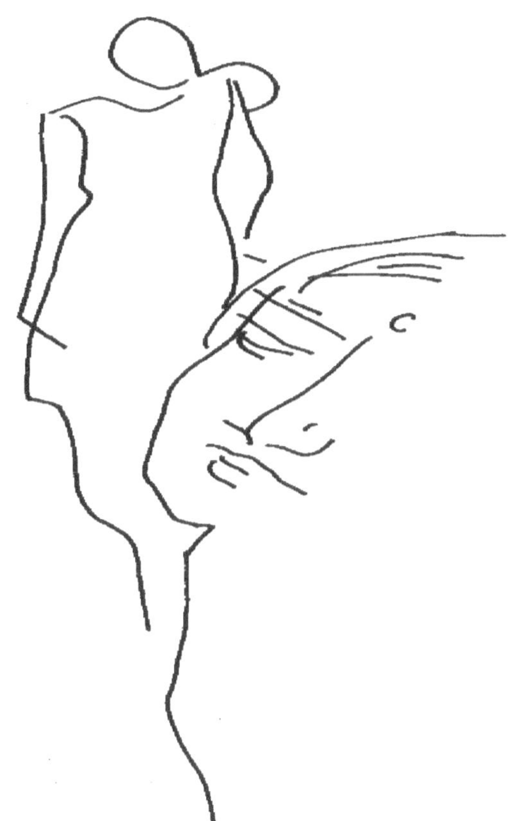

ಅರ್ಪಣೆ

ಇನ್ನಿಲ್ಲದ
ಅಪ್ಪ–ಅಮ್ಮನ
ಚರಣಾರವಿಂದಗಳಿಗೆ,
ಪ್ರೀತಿಯಿಂದ

ಮುನ್ನುಡಿ

ಹಿಂದೀ ಸಣ್ಣ ಕಥೆಗಳ ಕ್ಷೇತ್ರದಲ್ಲಿ ಯಶಪಾಲರ ಬಳಿಕ–ಮಾರ್ಕ್ಸ್‌ವಾದಿ ದೃಷ್ಟಿ ಕೋನವನ್ನು ಗಟ್ಟಿಗೊಳಿಸಿ ಮುನ್ನಡೆಸುವಲ್ಲಿ ಉಪೇಂದ್ರನಾಥ ಅಶ್ಕರಿಗೆ ಒಂದು ವಿಶಿಷ್ಟ ಸ್ಥಾನವಿದೆ. ತಮ್ಮೆಲ್ಲ ಕಥೆಗಳಲ್ಲಿ ಯಾವುದೇ ಭ್ರಮಾತ್ಮಕ ಸಂದೇಶವನ್ನಾಗಲೀ, ಘೋಷಣಾತ್ಮಕ ಸುಧಾರಣ ಯೋಜನೆಯನ್ನಾಗಲೀ ಪ್ರಕಟಿಸದೆ, ಸಮಾಜದ ವಿವಿಧ ಸ್ಥಿತಿಗತಿಗಳನ್ನು ಯಥಾರ್ಥವಾದ ಜಾಡಿನಲ್ಲಿ ಪಡಿಮೂಡಿಸುವ ಅಶ್ಕರ ಈ ದಾರಿ ಅವರದೇ ಆದ ಸ್ವತಂತ್ರ ಪಥ.

ಅಶ್ಕರ ಕಥೆಗಳ ಕೇಂದ್ರ ಬಿಂದು ಭಾರತೀಯ ಸಮಾಜದ ಮಧ್ಯಮ ವರ್ಗ. ಇವರ ಪ್ರತಿಯೊಂದು ಕಥೆಗಳು ಮಧ್ಯಮ ವರ್ಗದ ಬದುಕು–ಬವಣೆಯ ತಾಜಾ ಚಿತ್ರವನ್ನು ಪ್ರಸ್ತುತಪಡಿಸುತ್ತವೆ. ಜೀವಂತ–ಗಟ್ಟಿ ವಸ್ತು, ಸರಳ–ನೇರ ನಿರೂಪಣೆಯ ಕಥೆಗಳು ಓದುಗರನ್ನು ತಟ್ಟುತ್ತವೆ. ಜೀವನದ ಕಟು ಸತ್ಯವನ್ನ, ಯಾವುದೇ ಆವೇಗ–ಉದ್ವೇಗ ಇಲ್ಲದೇನೆ, ನಿಧಾನವಾಗಿ, ಆದರೆ ಸ್ಪಷ್ಟವಾಗಿ ತೆರೆದಿಡುವ 'ಡಾಚಿ'ಯಂತಹ ಕಥೆಯನ್ನು ಅಶ್ಕರವರು ಸ್ವಾತಂತ್ರ್ಯ ಪೂರ್ವ (1938) ದಲ್ಲಿಯೇ ಬರೆದರು. ಶೋಷಣೆಯ ಬಲೆಗೆ ಸಿಲುಕಿ ತನ್ನ ಭಗ್ನತೆಯನ್ನು ಮೌನವಾಗಿಯೇ ಸಹಿಸುವ ಒಂದು ಬಡ ಕುಟುಂಬದ ಕಥೆಯನ್ನು ಅವರು ಸುಂದರವಾಗಿ 'ಡಾಚಿ'ಯಲ್ಲಿ ನಿರೂಪಿಸಿದರು, ಶೋಷಕ–ಶೋಷಿತ ಸಂಬಂಧವನ್ನು ಪ್ರಗತಿಶೀಲ ಫಾರ್ಮುಲಾಕ್ಕೆ ನೇರವಾಗಿ ಒಳಪಡಿಸದೇ, ತಮ್ಮದೇ ಆದ ದಾರಿಯಲ್ಲಿ ನಡೆಯುತ್ತಾರೆ. ಹಾಗೆಯೇ ಉಪೇಂದ್ರನಾಥ ಅಶ್ಕರವರು ಸ್ವಾತಂತ್ರ್ಯೋತ್ತರ ಹಿಂದೀ ಕಥೆಗಾರರರಿಗಿಂತ ಭಿನ್ನವಾಗಿ ನಿಲ್ಲುತ್ತಾರೆ.

ಅಶ್ಕರವರು ಅಭಿವ್ಯಕ್ತಿಯ ಸಶಕ್ತ ಮಾಧ್ಯಮ ಕಥೆಗಳೆಂದು ಭಾವಿಸುತ್ತಾರೆ. ಯಾವುದೇ ವಿಚಾರ ಘಟನೆ ನಿರಂತರವಾಗಿ ತಲೆ ತಿನ್ನಹತ್ತಿದಾಗ ಅದಕ್ಕೆ ಮನಸ್ಸಿನ ಆವರಣದೊಳಗೆ ಕೈ ಕಾಲು ಮೂಡಿಸಿ ಲೇಖನಿಯ ಮೂಲಕ ಪ್ರಸವಿಸಿದಾಗಲೇ ಲೇಖಕನಿಗೆ ತೃಪ್ತಿ

ಎಂಬುದು ಅಶ್ಕರ ಅಭಿಪ್ರಾಯ, ಯಾವುದೇ ವಿಚಾರವಾಗಲೀ ಅದು ಒಂದು ಸಾಮಾಜಿಕ ಯಥಾರ್ಥವನ್ನು ತೆರೆದಿಡುವುದಿಲ್ಲವೋ, ಓದುಗನ ಅಂತರಾಳವನ್ನು ತಟ್ಟುವುದಿಲ್ಲವೋ, ಎಷ್ಟೇ ರೋಚಕ ಮನೋರಂಜಕವಾಗಿದ್ದರೂ, ವೃಥಾ, ಅದನ್ನು ಸ್ಪರ್ಶಿಸುವುದು ಸಮಯ–ಶಕ್ತಿ, ಎರಡರ ಅಪವ್ಯಯ ಎಂದು ಅಶ್ಕರು ನೇರವಾಗಿ ನುಡಿಯುತ್ತಾರೆ.

ಅಶ್ಕರವರ ಒಂದಿಷ್ಟು ಕಥೆಗಳನ್ನು ಓದಿ, ಅವುಗಳಲ್ಲಿನ ಮೂಲ ಜಾಡನ್ನು ಹುಡುಕುವ ನನ್ನ ಪ್ರಯತ್ನ ಕೇವಲ ಮೇಲ್ ಪದರದ್ದು. ಯಾಕೆಂದರೆ ಅಶ್ಕರವರ ಕಥೆಗಳ ಆಳ–ಹರವು ವೀಕ್ಷಿಸಿದಷ್ಟೂ ವಿಸ್ತಾರ ಇಳಿದಷ್ಟೂ ಆಳ. ಈ ಪುಸ್ತಕ ಪ್ರಕಟಗೊಳ್ಳುತ್ತಿರುವ ಸಂದರ್ಭದಲ್ಲಿ 'ಮುನ್ನುಡಿ' ಎಂಬ ಸಂಪ್ರದಾಯಕ್ಕಿಂತಲೂ ಈ ಶೀರ್ಷಿಕೆ ಅಡಿಯಲ್ಲಿ ಅಶ್ಕರ ಬಗೆಗೆ ನನ್ನ ಒಂದೆರಡು ಅನಿಸಿಕೆಗಳನ್ನು ದಾಖಲಿಸುವ ಅವಕಾಶ ಸಿಕ್ಕಿದ್ದಕ್ಕಾಗಿ ನನಗೆ ಖುಷಿ ಇದೆ. ಹಾಗಾಗಿಯೇ ಪಾರ್ವತಿ ಬಾಳಿಕೆಯವರ ಕೋರಿಕೆಯನ್ನು ಒಪ್ಪಿಕೊಂಡೆ.

ಪ್ರಸ್ತುತ ಸಂಕಲನದಲ್ಲಿ ಅಶ್ಕರವರ ಐದು ಕಥೆಗಳು, ಸೇರಿವೆ. ಪ್ರತಿಯೊಂದು ಕಥೆಗಳು ಬೇರೆ ಬೇರೆ ಆಯಾಮ ಹೊಂದಿವೆ. ಅಶ್ಕರವರು ಮೂಲತಃ ಯಥಾರ್ಥವಾದಿ ಶೈಲಿಯ ಕಥೆಗಾರರಾದರೂ ಮನೋವೈಜ್ಞಾನಿಕತೆಯ ಟಚ್ಚನ್ನು ತಮ್ಮ ಹಲವು ಕಥೆಗಳಿಗೆ ಅವರು ನೀಡಿದ್ದಾರೆ. 'ಪಲ್ಲಂಗ' ಕಥೆ ಮೇಲಿನಂಶಕ್ಕೆ ಉದಾಹರಣೆಯಾಗಿ ನಿಲ್ಲುತ್ತದೆ. ಈ ಕಥೆಯ ಕೇಶಿ ಪ್ರಥಮ ರಾತ್ರಿಯೇ ಆತನ ತಾಯಿ ತಾನು ಮಲಗುತ್ತಿದ್ದ, ಕೇಶಿಗೆ ಪ್ರಿಯವಾದ ತನ್ನದೇ ಪಲ್ಲಂಗವನ್ನು ಸಿದ್ಧಪಡಿಸಿದಾಗ, ಕೇಶಿ ತನ್ನ ವಧುವನ್ನು ಬರಸೆಳೆದು ಅಪ್ಪಿಕೊಳ್ಳುವಾಗಲೆಲ್ಲ ಎದುರಿಗೆ ಗೋಡೆಯಲ್ಲಿದ್ದ ತಾಯಿಯ ಚಿತ್ರವನ್ನು ನೋಡಿ ಬೆಚ್ಚಿ ಬೀಳುತ್ತಾನೆ. ವಧುವಿನ ಮುಖದಲ್ಲಿ ಅಮ್ಮನ ಮುಖವನ್ನು ಚಿತ್ರಿಸಿಕೊಳ್ಳುತ್ತಾನೆ. ತನ್ನನ್ನು ಕಾಡುವ ಕಾಂಪ್ಲೆಕ್ಸ್‌ನಿಂದ ಹೊರಬರಲಾಗದೇ ರಾತ್ರಿಯೆಲ್ಲಾ ಒದ್ದಾಡುತ್ತಾನೆ. ವಧುವಿಗೆ ಪ್ರಶ್ನೆಯಾಗಿ ನಿಲ್ಲುತ್ತಾನೆ. ಹೀಗೆ ವ್ಯಕ್ತಿಯೊಬ್ಬನ ಮಾನಸಿಕ ತುಮುಲ–ತೊಳಲಾಟವನ್ನು ಮಾರ್ಮಿಕವಾಗಿ ವ್ಯಕ್ತಪಡಿಸುವ ಈ ಕಥೆ ಅಶ್ಕರ ಶ್ರೇಷ್ಠ ಕಥೆಗಳಲ್ಲೊಂದು.

ಈ ಸಂಕಲನದಲ್ಲಿನ ಕಥೆಗಳಲ್ಲಿ ಸೆಕ್ಸ್‌ನ್ನು ಕಥಾವಸ್ತುವಿನ ಕೇಂದ್ರ ಬಿಂದುವಾಗಿ ಹೊಂದಿರುವ 'ಅಂಬಾಸಿಡರ್' ಹಾಗೂ 'ಅಸಹಾಯಕತೆ' ಈ ಎರಡು ಕಥೆಗಳು ಅಶ್ಕರ ವಿಚಾರಧಾರೆಯ ಮತ್ತೊಂದು ಅಂಚನ್ನು ಪ್ರಸ್ತುತಪಡಿಸುತ್ತವೆ.

'ಕಾಮಾನುಭವ ಕ್ರಿಯಾಶೀಲತೆಗೆ ದಾರಿ' ಎಂಬ ಅಂಶವನ್ನು ತೆರೆದಿಡುವ 'ಅಂಬಾಸಿಡರ್' ಒಂದು ದುರಂತ ಕಥೆ. ಅತ್ಯಂತ ಹೀನಾಯವಾಗಿ ಕಾಡುವ 'ಸೆಕ್ಸ್'ನ್ನು ತಲೆಯಲ್ಲಿ ತುಂಬಿಕೊಂಡು ಗುಪ್ತ ತೊಳಲಾಟಕ್ಕೆ ಸಿಲುಕುವ ಬದಲು ಅದಕ್ಕೊಂದು 'ಲೆಟ್ ಔಟ್', ಒಂದಲ್ಲ ಒಂದು ಸೇಫ್ಟಿವಾಲ್ವ್ ಇಟ್ಟುಕೊಂಡು ಮನಸ್ಸನ್ನು ಏಕಾಗ್ರಗೊಳಿಸುವ ಹಂಬಲದಲ್ಲಿ ಅತ್ಯಂತ ಕ್ರಿಯಾಶೀಲ, ಚುರುಕು ಯುವಕ 'ಭೋಲಾ' ಅಂಬಾಸಿಡರ್ ಆಗಬೇಕಾಗಿದ್ದವನು ಲೈಂಗಿಕ ರೋಗಿಯಾಗಿ, ಭಿಕಾರಿಯಾಗಿ

ದುರಂತದ ಅಂಚನ್ನು ತಲುಪಿರುತ್ತಾನೆ. ಕಾಮದ ರಾಯಭಾರತ್ವ ನಿವಾರಿಸುವ ಹುಚ್ಚು ಆವೇಶದಲ್ಲಿ ಬದುಕಿನ ರಾಯಭಾರತ್ವದಿಂದ ಭೋಲಾ ವಂಚಿತನಾಗುತ್ತಾನೆ; ಪ್ರಾಯಸ್ಥತೆಯಲ್ಲಿ ಕಾಮವನ್ನು ಬಲಾತ್ಕಾರವಾಗಿ ನಿಗ್ರಹಿಸಿ ಒಳಗೊಳಗೇ ತಹ ತಹಿಸುವ ವಿಕ್ಲಿಪ್ತ ಮನಸ್ಸಿನ ಯುವಜನತೆಯ ಪ್ರತಿನಿಧಿಯಾಗಿ 'ಹರಗೋಪಾಲ್' ನಿಂತರೆ ತೆರೆದಿಟ್ಟ ಪುಸ್ತಕದಂತೆ ಭೋಲಾ ಗೋಚರಿಸುತ್ತಾನೆ.

ಮನುಷ್ಯನ ಮೂಲಭೂತ ಅವಶ್ಯಕತೆಗಳಾದ ಹಸಿವು, ನೀರಡಿಕೆ, ವಸ್ತ್ರ, ವಸತಿ ಇವುಗಳ ಪ್ರಾಪ್ತಿಗಿರುವ ವ್ಯವಸ್ಥೆಯಂತೆಯೇ ಇದಕ್ಕಿಂತಲೂ ಪ್ರಬಲವಾದ 'ಕಾಮ'ದ ಹಸಿವಿಗೆ ನಮ್ಮ ಸಮಾಜದಲ್ಲಿ ಇರುವ ಮದ್ದಾದರೂ ಏನು? ಎಂದು ಅಶ್ಕರು ಪ್ರಶ್ನಿಸುತ್ತಾರೆ. ಅವರ ಈ ಪ್ರಶ್ನೆಯ ಕಾಡುವಿಕೆಯಿಂದಾಗಿ 'ಬೇಬಸಿ' (ಅಸಹಾಯಕತೆ) ಕಥೆ ಸೃಷ್ಟಿಯಾಯಿತು. 'ಅಸಹಾಯಕತೆ' ಕಾಮದ ಲಕ್ಷ್ಮಣ ರೇಖೆಯ ಪರಿಧಿಯೊಳಗೆ ಮಾನವನ ಬದುಕು ಸಾಗಿರುವ ಅದರಲ್ಲೂ ಕಾಮದ ಬಗ್ಗೆ 'ಭಾರತೀಯ ಅಭಿಪ್ರಾಯ' ವ್ಯಕ್ತಪಡಿಸುವ ಒಂದು ಯಶಸ್ಸಿಕತೆ ಎನಿಸುತ್ತದೆ. ಲಾಲ–ಆಯಾರ ಅತೃಪ್ತ ಪಾತ್ರಗಳು, ಕಾಮದ ಅಸಹಾಯಕತೆ, ಆಯಾ 'ಕುರೂಪಿ' ಎಂಬ ಕಾರಣಕ್ಕೆ ಲಾಲಾನ ಹಿಂಜರಿಕೆ ಆದರೆ ಸ್ಪರ್ಶ ಮಾತ್ರಕ್ಕೆ ತೃಪ್ತಿಪಟ್ಟುಕೊಳ್ಳುವ ಆಯಾ–ಎಲ್ಲ ಅಂಶಗಳನ್ನು ಮಿರಿದ್ದು ಕಾಮ–ಲೈಂಗಿಕತೆ ಎಂಬುದನ್ನು ಲೇಖಿಕರು ಸೂಚ್ಯವಾಗಿ ಈ ಕಥೆಯಲ್ಲಿ ನಿರೂಪಿಸಿದ್ದಾರೆ. ಈ ಕಥೆಯ ತಿರುಳು ಅಸಹಾಯಕತೆಯ ಹಂತದಲ್ಲಿ ಅಸಹಾಯಕವಾಗಿಯೇ ಉಳಿದು ಬಿಡುತ್ತದೆ. ಬಹುಶಃ 'ಸೆಕ್ಸ್' ಬಗೆಗಿನ ಅಶ್ಕರ ದೃಷ್ಟಿಕೋನವನ್ನು ಸಾಂಕೇತಿಕವಾಗಿ ತೆರೆದಿಡುವ ಇವೆರಡು ಅವರ ಉತ್ತಮ ಕಥೆಗಳೆನ್ನಬಹುದು.

ಅಶ್ಕರವರೇ ಅಂದುಕೊಂಡಿರುವಂತೆ 'ಲಲ್ಲನ್' ಸ್ವಲ್ಪ 'ಡೆಲಿಕೇಟ್' ಕಥೆ. ಅವಶ್ಯಕತೆಗಿಂತಲೂ ಹೆಚ್ಚಿಸುವಷ್ಟು ವಿವರಣಾತ್ಮಕ ಧಾಟಿಯಲ್ಲಿ ಸಾಗುವ 'ಲಲ್ಲನ್' ಕಥೆ ಕೆಳವರ್ಗದ ಬದುಕು ಹಾಗೂ ಮೇಲ್ವರ್ಗದ ಜೀವನ ಕ್ರಮದ ಮಗ್ಗಲನ್ನು ಪರಿಚಯಿಸುತ್ತದೆ. ಲಲ್ಲನ್–ಮಲ್ಟೋತ್ತರ ಧಾರಾಳ ಸಂಭಾಷಣೆಯಿಂದ ಮುಂದುವರಿಯುವ ಈ ಕಥೆ ಎರಡೂ ಮುಖ್ಯ ಪಾತ್ರಗಳ ಸಂಬಂಧ ಸೂಕ್ಷ್ಮತೆಯನ್ನು ಅಷ್ಟಾಗಿ ಪ್ರಕಟಿಸುವುದಿಲ್ಲವಾದರೂ ಲಲ್ಲನ್ ಹಾಗೂ ಮಲ್ಟೋತ್ತರ ಮುಖೇನ ನಮ್ಮ ಸಮಾಜದ ಬದುಕಿನ ಎರಡು ಹಂತಗಳ ಒಳಪದರುಗಳನ್ನು ಸಾದರಪಡಿಸುತ್ತದೆ. ಎಲ್ಲದಕ್ಕಿಂತ ಮಿಗಿಲಾಗಿ ಕಾಣಬಹುದಾದ ಅಂಶವೆಂದರೆ ಅಶ್ಕರವರ ವಸ್ತುವಿನ ಆಯ್ಕೆಯಲ್ಲಿನ ಸೂಕ್ಷ್ಮತೆ.

ಅಶ್ಕರ ಮಾರ್ಮಿಕ ಕಥೆಗಳಲ್ಲೊಂದಾದ 'ಖಾಲಿ ಡಬ್ಬಿ' ಬಂಡವಾಳಶಾಹಿ ಹಿನ್ನೆಲೆಯ ಆರ್ಥಿಕ ದರ್ಪತೆಯ ವ್ಯಕ್ತಿಯೊಬ್ಬನ 'ಅರಿಸ್ಟೋಕ್ರೆಟಿಕ್ ಮೆಂಟಾಲಿಟಿ'ಯನ್ನು ಸಾಂಕೇತಿಕವಾಗಿ ಬಿಂಬಿಸುತ್ತದೆ. ತಾನು ಪ್ರಥಮ ದರ್ಜೆಯ ಡಬ್ಬಿಯಲ್ಲಿಯೇ ಪ್ರಯಾಣಿಸಲು ಲಾಯಕ್ಕು ಎಂದು ಅಂತಸ್ತಿನ ಅಮಲಿನಲ್ಲಿ 'ಸಾಮಾನ್ಯತೆ'ಯನ್ನು ತಿರಸ್ಕರಿಸುವ ಸ್ವಯಂಘೋಷಿತ 'ಮೆಂಟಾಲಿಟಿಯ'ಯ ಲಾಲಾಜಿಯಂಥ ಹಲವಾರು

ಪಾತ್ರಗಳು ನಮ್ಮ ನಡುವೆ ಕಾಣ ಸಿಗುತ್ತವೆ. ಕೊನೆಗೂ ಪ್ರಥಮ ದರ್ಜೆಯ ಡಬ್ಬಿಯಲ್ಲಿದ್ದ ಹುಚ್ಚನನ್ನು ಹೊರ ಬರಿಸಿ ತಾನು ಸ್ವತಃ ಒಂಟಿಯಾದರೂ ಡಬ್ಬಿಯೇರಿದಾಗ ಲಾಲಾಜಿಯವರನ್ನೇ 'ಹುಚ್ಚ'ನೆಂದು ಹುಚ್ಚ ಗೇಲಿ ಮಾಡುವುದು ಅತ್ಯಂತ ಮಾರ್ಮಿಕ ಅಂಶ.

ಇಲ್ಲಿ ಸಂಕಲಿತಗೊಂಡಿರುವ ಐದೂ ಕತೆಗಳು ಅಶ್ಕರವರ ಹಲವಾರು ದೃಷ್ಟಿಕೋನಗಳ ತೆರೆದಿಡುವ ಪ್ರಾತಿನಿಧಿಕ ಕತೆಗಳೆನ್ನಬಹುದು. ಈ ದಿಸೆಯಲ್ಲಿ ಭಾರತೀಯ ಸಮಾಜ ಹಾಗೂ ವ್ಯೆಯಕ್ತಿಕ ಬದುಕಿನ ಎಲ್ಲಾ ಮಜಲುಗಳನ್ನು ಅತ್ಯಂತ ಕರಾರುವಕ್ಕಾಗಿ ನೋಡುವ–ವಿಶ್ಲೇಷಿಸುವ ಒಬ್ಬ ಸಶಕ್ತ ಹಿಂದಿ ಕಥೆಗಾರನನ್ನು ಕನ್ನಡಕ್ಕೆ ಪರಿಚಯಿಸುವ ಪಾರ್ವತಿ ಬಾಳಿಕೆಯವರ ಈ ಕಾರ್ಯ ಮಹತ್ತ್ವದ್ದೆಂದರೆ ಅತಿಶಯೋಕ್ತಿಯಾಗಲಾರದು.

ಪ್ರಸ್ತುತ ಸಂದರ್ಭದಲ್ಲಿ ಅನುವಾದ ಕಾರ್ಯಕ್ಕೆ ಹೆಚ್ಚು ಬೇಡಿಕೆಯಿದೆ, ನಮಗೆ ಭಾಷಾ ಪರಿಜ್ಞಾನದ ಮಿತಿಯಿರುವುದರಿಂದ ಅನ್ಯ ಭಾಷಾ ಸಾಹಿತ್ಯ ನಮಗೆ ಅನುವಾದದ ರೂಪದಲ್ಲಿಯೇ ದೊರೆಯಬೇಕು. ಹಾಗಾಗಿ ಸಾಹಿತ್ಯ ಸರಕಿನ ಅದಾನ–ಪ್ರದಾನಕ್ಕಾಗಿ 'ಅನುವಾದ' ಸೇತುವೆಯಾಗಿ ನಿಲ್ಲುತ್ತದೆ. ಅನುವಾದ ಕಾರ್ಯ ಅತ್ಯಂತ ಸುಲಭ ಎಂಬ ಅಭಿಪ್ರಾಯವಿದೆ, ಇದು ತಪ್ಪು ಕಲ್ಪನೆ, ಒಂದು ಸ್ವತಂತ್ರ ಕೃತಿಗೆ ವಿನಿಯೋಗಿಸಬೇಕಾದಷ್ಟೇ ಬೌದ್ಧಿಕ ಶ್ರಮ ಒಂದು ಅನುವಾದಿತ ಕೃತಿ ತರುವಾಗಲೂ ಅವಶ್ಯಕ, ಅನುವಾದಕ/ಕಿ ಎರಡೂ ಭಾಷೆಗಳ ಜಾಯಮಾನ, ಭಾಷಾ ಮಯಾ೯ದೆಯನ್ನು ಅರ್ಥ೯ಸಿಕೊಂಡು ಕಾರ್ಯ ಪ್ರವೃತ್ತರಾಗಬೇಕಾಗುತ್ತದೆ. ಬೇರೆ ಭಾಷೆಯ ರಚನೆಯನ್ನು ತನ್ನ ಭಾಷೆಯ ಸಹಜ ಚೌಕಟ್ಟಿನೊಳಗೆ ಕೂರಿಸುವ ಕೆಲಸ ಸುಲಭದ್ದೇನಲ್ಲ. ಈ ದಿಸೆಯಲ್ಲಿ ಪಾರ್ವತಿ ಬಾಳಿಕೆಯವರು ಅಶ್ಕರ ಹಿಂದಿ ಕಥೆಗಳನ್ನು ಕನ್ನಡಕ್ಕೆ ಅನುವಾದಿಸಿ ಕನ್ನಡ ಕ್ಯೆಂಕರ್ಯ ನಡೆಸಿದ್ದಾರೆ. ಮೂಲ ಹಿಂದಿ ಕಥೆಗಳನ್ನು ಓದಿ ನಂತರ ಅನುವಾದವನ್ನು ಓದುವಾಗ ಮೂಲದ ಆಶಯ ಭಂಗಗೊಂಡಿಲ್ಲವಾದರೂ ಹಿಂದಿಯಿಂದ ನೇರವಾಗಿ ಕನ್ನಡಕ್ಕೆ ತರುವ ಪ್ರಯತ್ನದಲ್ಲಿ ಕನ್ನಡದ ಸ್ಪಷ್ಟ ಸೊಗಸು ಹೆಚ್ಚಿನ ಕಡೆಗಳಲ್ಲಿ ಕಂಡು ಬರುವುದಿಲ್ಲ. ಹಾಗಾಗಿ ಅನುವಾದಿತ ಭಾಷೆ ಕೆಲವು ಸಂದರ್ಭದಲ್ಲಿ ರುಚಿಸುವುದಿಲ್ಲ. ಕನ್ನಡದ ಸಹಜ ಶ್ಯೆಲಿಯ ಕೊರತೆಯೂ ಕಂಡು ಬರುತ್ತದೆ. 'ಸ್ಪಷ್ಟತೆ' ನಿರಂತರ ಶ್ರಮದ ಫಲವಾಗಿರುವುದರಿಂದ ಇಷ್ಟರಲ್ಲೇ 'ಹೀಗೇ' ಎಂದು ನಿರ್ಧರಿಸಲಾಗದು. ಹಿಂದಿಯಿಂದ ಕನ್ನಡಕ್ಕೆ ಚೊಕ್ಕವಾಗಿ ಕಥೆಗಳನ್ನು ತರುವ ತಮ್ಮ ಕ್ರಿಯಾನ್ವಿತೆಯ ಚಿಹ್ನೆಯನ್ನು ಪಾರ್ವತಿ ಬಾಳಿಕೆಯವರು ಇಲ್ಲಿ ತೋರಿಸಿದ್ದಾರೆ. ಇವರಿಂದ ಹಿಂದಿಯ ಹೆಚ್ಚು ಕಥೆಗಳು ಕನ್ನಡ ಸಾರಸ್ವತ ಕಣಜಕ್ಕೆ ಬರಲಿ ಎಂಬುದು ನನ್ನ ಆಶಯ.

ಎಚ್.ಎಂ. ಕುಮಾರಸ್ವಾಮಿ.
ಹಿಂದಿ ಉಪನ್ಯಾಸಕ.
ನೆಹರೂ ಮೆಮೋರಿಯಲ್ ಕಾಲೇಜು
ಸುಳ್ಯ, ದ,ಕ.

13–05–87

ಅನುವಾದಿಕಿಯ ಅನಿಸಿಕೆಗಳು

ನನ್ನ ಮೊದಲ ಕೃತಿಯಾದ ಈ ಅನುವಾದಿತ ಕತೆಗಳ ಸಂಕಲನವನ್ನು ಸಹೃದಯ ಸಾಹಿತ್ಯಾಭಿಮಾನಿಗಳ ಮುಂದಿರಿಸಲು ನನಗೆ ಬಹಳ ಸಂತೋಷವಾಗುತ್ತಿದೆ. ನಾನು ಸಾಹಿತ್ಯಾಭ್ಯಾಸಕ್ಕೆ ತೊಡಗಿದಂದಿನಿಂದಲೂ ಮೌಲಿಕವಾದೊಂದು ಕೃತಿಯನ್ನು ಕನ್ನಡ ಸಾಹಿತ್ಯಕ್ಕೆ ಅರ್ಪಿಸಬೇಕೆಂಬುದು ನನ್ನ ಆಶಯವಾಗಿತ್ತು. ಅದು "ಅಶ್ಕರ ಕತೆಗಳು" ಎಂಬ ಈ ಪುಸ್ತಕದ ಮೂಲಕ ಫಲಿಸಿದೆ ಎಂದು ನನಗನ್ನಿಸುತ್ತಿದೆ.

ಈ ಸಂದರ್ಭದಲ್ಲಿ ಕನ್ನಡದ ಓದುಗರಿಗೆ ಹಿಂದಿಯ ಸುಪ್ರಸಿದ್ಧ ಸಾಹಿತಿ ಶ್ರೀ ಉಪೇಂದ್ರನಾಥ ಅಶ್ಕರ ಸಾಹಿತ್ಯದ ಸ್ಥೂಲ ಪರಿಚಯನ್ನು ನೀಡುವುದು ನನ್ನ ಕರ್ತವ್ಯವೆಂದು ನಾನು ತಿಳಿಯುತ್ತೇನೆ. ಹಿಂದಿ ಸಾಹಿತ್ಯ ಕ್ಷೇತ್ರದಲ್ಲಿ ಶ್ರೀ ಅಶ್ಕರಿಗೆ ಬಹಳ ವಿಶಿಷ್ಟ ಸ್ಥಾನವಿದೆ. ಕಾದಂಬರಿ, ಸಣ್ಣಕತೆ, ನಾಟಕ, ಕಾವ್ಯ, ಹಾಗೂ ಲಲಿತ ಪ್ರಬಂಧಗಳಂತಹ ಸಾಹಿತ್ಯದ ಎಲ್ಲಾ ಪ್ರಕಾರಗಳಲ್ಲೂ ಕೈಯಾಡಿಸಿ ತಮ್ಮ ಪ್ರತಿಭೆಯನ್ನು ಪ್ರಕಟಿಸಿ ಒಳ್ಳೆಯ ಬರಹಗಾರರೆಂಬ ಖ್ಯಾತಿ ಪಡೆದಿದ್ದಾರೆ ಶ್ರೀ ಅಶ್ಕರು, ಅವರು ಆರಿಸಿಕೊಳ್ಳುವ ವಸ್ತುಗಳ ವೈವಿಧ್ಯತೆ, ವೈಶಾಲ್ಯತೆ, ಗಂಭೀರತೆ ಹಾಗೂ ಹೊಸತನ, ಅವುಗಳಿಗೆ ಪೂರಕವೆನ್ನಿಸುವಂತಹ ಆಳ ಹಾಗೂ ಸಂಪನ್ನತೆಯಿಂದ ಕೂಡಿದ ಅವರ ನಿರೂಪಣಾ ಶೈಲಿ, ತಿಳಿ ಹಾಸ್ಯದ ಹಿಂದಿನ ವ್ಯಂಗದ ಮೊನಚು, ಮತ್ತು ಚಿತ್ರಣದ ವಾಸ್ತವಿಕತೆಗಳು ಸಾಹಿತ್ಯ ಪ್ರೇಮಿಗಳ ಗಮನ ಸೆಳೆಯುವುದರಲ್ಲಿ ಯಶಸ್ವಿಯಾಗಿವೆ.

ಗಿರ್ತೀ ದೀವಾರೆ, ಚೇತನ್, ಗರ್ಮ್ ರಾಖ್, ಸಂಘರ್ಷ್ ಕಾ ಸತ್ಯ, ಸಿತಾರೋಂ ಕೇ ಖೇಲ್, ಬಡೀ ಬಡೀ ಆಂಖೇ, ಯೇ ಆದ್ಮಿ ಯೇ ಚೂಹೇ, ರಂಗಸಾಜ್, ನಿಮಿಷಾ–ಇವುಗಳು ಅಶ್ಕರ ಕೆಲವು ಪ್ರಮುಖ ಕಾದಂಬರಿಗಳು ಸತ್ತರ್ ಶ್ರೇಷ್ಠ ಕಹಾನಿಯಾಂ, ಪಲ್ಲಂಗ್. ಜುದಾಯೀ ಕೀ ಶಾಮ್ ಕಾ ಗೀತ್, ಕಾಲೇ ಸಾಹಬ್, ಭೀಂತೇಂ, ಪಿಂಜರಾ, ಬೈಂಗನ್ ಕಾ ಪೌಧಾ, ದೋ ಧಾರಾ ಇವು ಕೆಲವು ಕಥಾ

ಸಂಕಲನಗಳು, ದೀಪ ಜಲೇಗಾ, ಚಾಂದನೀ ರಾತ್ ಔರ್ ಅಜಗರ್, ಬರಗದ್ ಕಾ ಬೇಲೇ, ಟೇರಲ್ ಪಾಖೀ–ಕವನ ಸಂಕಲನಗಳು, ಮಂಟೋ ಮೇರಾ ದುಶ್ಮನ್, ಜ್ಯಾದಾ ಅಪ್ನೀ ಕಮ್ ಪರಾಯೀ, ರೇಖಾಯೇ ಔರ್ ಚಿತ್ರ – ಸಂಸ್ಮರಣ ಗ್ರಂಥಗಳು, ಆದಿ ಮಾರ್ಗ, ಜಯ ಪರಾಜಯ, ಪ್ಯೆಂತರೇ, ಕೈದ್ ಔರ್ ಉಡಾನ್, ಆಂಚೋ ದೀದೀ, ಅಲಗ್ ಅಲಗ್ ರಾಸ್ತೇ, ಭಹಾ ಬೇಲ್, ಸ್ವರ್ಗ್ ಕೀ ಝುಲಕ್– ನಾಟಕಗಳು ದೇವತಾವೋಂ ಕೀ ಭಾಯಾ ಮೇ, ಚರ್ವಾಹೇ, ಪಕ್ಕಾ ಗಾನಾ, ಆಂಧೀ ಗಲೇ, ಪರ್ದಾ ಉಠಾವೋ ಪರ್ದಾ ಗಿರಾವೋ, ಸಾಹಬ್ ಕೋ ಜು ಕಾಮ್ ಹೇ, ಪ್ರತಿನಿಧಿ ಏಕಾಂಕಿ, ನಯೇ ರಂಗ ಏಕಾಂಕಿ–ಇವು ಏಕಾಂಕ ಸಂಗ್ರಹಗಳು.

ಎಪ್ಪತ್ತರ ದಶಕವನ್ನಾಗಲೇ ದಾಟಿರುವ ಅಕ್ಷರ ದೇಹಾರೋಗ್ಯ ದಿನೇ ದಿನೇ ಹದಗೆಡುತ್ತ ಬರುತ್ತಿದೆಯಂತೆ, ಪ್ರತಿ ಬಾರಿ ಅವರು ನನಗೆ ಪತ್ರ ಬರೆದಾಗಲೂ ತಮ್ಮ ಆರೋಗ್ಯ ಸರಿಯಿಲ್ಲದುದರಿಂದ ತಡವಾಯಿತೆಂದು ಬರೆಯುತ್ತಿದ್ದರು. ಆದರೂ ತಮ್ಮ ಸಾಹಿತ್ಯ ರಚನೆಯನ್ನು ಮಾತ್ರ ಇನ್ನೂ ಅವರು ಕೈಬಿಟ್ಟಿಲ್ಲ. ತಮ್ಮ ಅನಾರೋಗ್ಯದ ಮಧ್ಯೆಯೂ ಒಂದು ಹೊಸ ಕಾದಂಬರಿಯ ಮೊದಲ ಭಾಗ ಮುಗಿಸಿ ಎರಡನೆಯ ಭಾಗ ಶುರು ಮಾಡಿದ್ದಾರಂತೆ.

ಪುಸ್ತಕ ಹೊರಬರುತ್ತಿರುವ ಈ ಸಂದರ್ಭದಲ್ಲಿ ನನಗೆ ಸಹಕಾರ ನೀಡಿದವರಿಗೆಲ್ಲ ಹೃತ್ಪೂರ್ವಕ ಕೃತಜ್ಞತೆಗಳನ್ನು ನಾನಿಂದು ಅರ್ಪಿಸಬೇಕಾಗಿದೆ. ಮೊಟ್ಟ ಮೊದಲಾಗಿ ತಮ್ಮ ಕತೆಗಳನ್ನು ಅನುವಾದಿಸಲು ಒಪ್ಪಿಗೆಯಿತ್ತು. ಹರಿಸಿದ ಶ್ರೀ ಉಪೇಂದ್ರನಾಥ ಅಶ್ಕರಿಗೆ, ಮುನ್ನುಡಿ ಬರೆದ ಕೊಟ್ಟು ಸಹಕರಿಸಿದ ಸುಳ್ಯದ ನೆಹರೂ ಸ್ಮಾರಕ ಕಾಲೇಜಿನ ಹಿಂದಿ ಪ್ರಾಧ್ಯಾಪಕರಾದ ಶ್ರೀ ಎಚ್. ಎಂ, ಕುಮಾರಸ್ವಾಮಿಯವರಿಗೆ, ಮುದ್ದಾದ ಮುಖಚಿತ್ರ ಬರೆದುಕೊಟ್ಟ ದ್ವಿತೀಯ ಬಿ. ಎಸ್ಸಿಯಲ್ಲಿ ಓದುತ್ತಿರುವ ನನ್ನ ಪ್ರೀತಿಯ ವಿದ್ಯಾರ್ಥಿ ಶ್ರೀ. ಟಿ. ಎನ್ ಅಶೋಕ್ ಇವರಿಗೆ, ನಮ್ಮ ಕಾಲೇಜಿನ ಮುದ್ರಣಾಲಯದಲ್ಲೇ ಮುದ್ರಿಸಲು ಅವಕಾಶವಿತ್ತ ನೆಚ್ಚಿನ ಪ್ರಾಂಶುಪಾಲರಾದ ಶ್ರೀ ಎನ್. ಬಿ. ನಂಬಿಯಾರ್‌ರವರಿಗೆ, ಕ್ಲಿಷ್ಟ ಪದಗಳ ಅರ್ಥ ಬಿಡಿಸುವುದರಲ್ಲಿ ಸಹಕರಿಸಿದ ನನ್ನ ಆತ್ಮೀಯ ಸಹೋದ್ಯೋಗಿಗಳಾದ ಶ್ರೀ ಕೆ. ರಾಘವ ಭಟ್ ಮತ್ತು ಶ್ರೀ ಕೆ. ಗೋವಿಂದ ಜೋಯಿಸ ಇವರುಗಳಿಗೆ, ಶ್ರೀ ದಾಮೋದರ ಶೆಟ್ಟರಿಗೆ, ಮುದ್ರಣಾಲಯದಲ್ಲಿ ಕೆಲಸ ಮಾಡುತ್ತಿರುವ ಶ್ರೀ ಜಯ ಕುಮಾರ್ ಮತ್ತು ಕು। ಗೀತಾ ಇವರಿಗೆ, ಮತ್ತು ಇನ್ನಿತರ ಎಲ್ಲಾ ರೀತಿಯ ಪ್ರೋತ್ಸಾಹವಿತ್ತು ಹುರಿದುಂಬಿಸಿದ ಬಂಧುಗಳಿಗೆ ಹಾಗೂ ಸ್ನೇಹಿತರಿಗೆ ನಾನು ಚಿರಋಣಿಯಾಗಿದ್ದೇನೆ. ಈ ಪುಸ್ತಕ ಪ್ರಕಟಿಸಲು ನನ್ನ ಕಿರಿಯ ಮಿತ್ರರಾದ ಸೃಷ್ಟಿ ನಾಗೇಶ್ ಮುಂದೆ ಬಂದಿದ್ದಾರೆ. ನನ್ನ ಅನೇಕ ಕೃತಿಗಳನ್ನು ತುಂಬ ಸುಂದವರಾಗಿ ಮತ್ತು ಅಚ್ಚುಕಟ್ಟಾಗಿ ಮುದ್ರಿಸಿ ಪ್ರಕಟಿಸಿರುವ. ಬಹಳ ಉತ್ಸಾಹಿ ತರುಣ. ತಮ್ಮ ಪತ್ನಿ ಆಶಾ ಜತೆ ಸೇರಿ ಪುಸ್ತಕ ಪ್ರಕಾಶನ ಕ್ಷೇತ್ರದಲ್ಲಿ ಬಹಳಷ್ಟು ಚಟುವಟಿಕೆಗಳನ್ನು ನಡೆಸುತ್ತಿದ್ದಾರೆ. ಅವರಿಬ್ಬರಿಗೂ ನನ್ನ ಕೃತಜ್ಞತೆಗಳನ್ನು, ಶುಭಾಶಯಗಳನ್ನು, ಈ ಮೂಲಕ ತಿಳಿಸುತ್ತಿದ್ದೇನೆ. ಉಪೇಂದ್ರನಾಥ ಅಶ್ಕ್ ಅವರದು ಸಾರ್ವಕಾಲಿಕ ಸತ್ವವುಳ್ಳ ನಿತ್ಯ

ಹರಿದ್ವರ್ಣದ್ದು ಕಥೆಗಳು. ನಾನಿಲ್ಲಿ ಅನುವಾದಿಸಿರುವ ಅವರ ಪ್ರಾತಿನಿಧಿಕ ಇದು ಕಥೆಗಳಿಗೆ ಮೊದಲ ಪ್ರೋತ್ಸಾಹಕರ ಪ್ರತಿಕ್ರಿಯೆ ಸಿಗುವಂತಾಗಲಿ ಇದೇ ರೀತಿಯ ಪ್ರೋತ್ಸಾಹವನ್ನು ಓದುಗರೂ ನೀಡಬಹುದೆಂಬ ದೃಢ ವಿಶ್ವಾಸದೊಂದಿಗೆ ನನ್ನೆರಡು ಮಾತುಗಳನ್ನು ನಿಲ್ಲಿಸಿ ವಿರಮಿಸುತ್ತೇನೆ.

28.06.2018   –ಪಾರ್ವತಿ ಜಿ. ಐತಾಳ್

ಪರಿವಿಡಿ

ಅರಿತವರ ಮುಂದೆ ತಂಸರಿವನ್ನ ಮೆರೆಯುವುದು
ಅರಿಯದರ ಮುಂದೆ ಮೆರೆದರೆ ಹೊನ್ನಂಬ
ತೊರೆಯಲೆಟ್ಟಂತೆ ಸರ್ವಜ್ಞ

01

ಪಲ್ಲಿಂಗ

ನವವಧುವಿನ ಕಡೆಗೆ ಬಾಗಿ ಆಕೆಯ ಕಣ್ಣುಗಳಲ್ಲಿ ಕಣ್ಣಿಟ್ಟು ನೋಡುತ್ತಿದ್ದ ಕೇಶಿಯ ದೃಷ್ಟಿ ಅಕಸ್ಮಾತ್ತಾಗಿ ಮಂಚದ ಮೇಲುಗಡೆಯಿದ್ದ ತನ್ನ ಪ್ರೀತಿಯ ಅಮ್ಮನ ಮುದ್ದಾದ, ಪುಟ್ಟ ಭಾವಚಿತ್ರದ ಮೇಲೆ ಬಿತ್ತು–ಸುಂದರವಾದ ಮುಖ, ಬಟ್ಟಲುಗಣ್ಣುಗಳು, ತುಂಬುರೆಪ್ಪೆಗಳು, ತೆಳ್ಳಗೆ ನಾಜೂಕದ ಮೂಗು, ತಿದ್ದಿಟ್ಟಂತಹ ನಗು ಸೂಸುತ್ತಿದ್ದ ತುಟಿಗಳಿಂದ ಇಣುಕುತ್ತಿದ್ದ ಮೂಗು, ತಿದ್ದಿಟ್ಟಂತಹ ನಗು ಸೂಸುತ್ತಿದ್ದ ತುಟಿಗಳಿಂದ ಇಣುಕುತ್ತಿದ್ದ ಮುತ್ತಿನ ಸಾಲುಗಳು.....ಕೂಡಲೇ ಆತನಿಗೆ ತನ್ನ ವಧುವಿನ ಮುಖದಲ್ಲಿ ಅಮ್ಮನದೇ ಸುಂದರರೂಪ ಅರಳಿ ನಿಂತಂತೆನಿಸಿತು. ಇಬ್ಬರ ನಿಲುವುಗಳಲ್ಲಿ, ಎತ್ತರ–ಗಾತ್ರಗಳಲ್ಲಿ, ಮೂಗಿನ ಆಕಾರದಲ್ಲಿ ಎಂತಹ ಸಾಮ್ಯತೆ ಇತ್ತು ! ....ಕೇಶಿಯ ಬುದ್ಧಿ ಮಂಕಾಯಿತು. ಹಣೆ ಜೋರಾಗಿ ಕಂಪಿಸಿತು. ಒಮ್ಮೆ ತಲೆಯಲ್ಲಾಡಿಸಿ ತನ್ನ ತಾಯಿಯ ಚಿತ್ರವನ್ನು ಕಣ್ಣಿನಿಂದ ಮರೆಸಲು ಪ್ರಯತ್ನಿಸಿದ. ಆದರೆ ಬಾಲ್ಯದಿಂದ ತೊಡಗಿ ಇದೀಗ ಕೆಲವೇ ವರ್ಷಗಳ ಹಿಂದಿನ ತನಕ ಇದೇ ರೀತಿ ತಾಯಿಯ ಎದೆಯಲ್ಲಿ ಮುಖವಿಟ್ಟು ಎಷ್ಟು ಬಾರಿ ಮಲಗಿದ್ದನೋ ಅವನಿಗೆ ನೆನಪಿಲ್ಲ.... ಆ ಅನುಭವದ ಸವಿನೆನಪು ಆ ಕ್ಷಣದಲ್ಲೂ ಅವನನ್ನು ಮೈಮರೆಯುವಂತೆ ಮಾಡಿತು. ತನ್ನ ವಧುವಿನ ಮುಗ್ಧ, ಸುಂದರ ಕಣ್ಣುಗಳನ್ನು, ಒದ್ದೆಯಾದ ರಸಭರಿತ ತುಟಿಗಳನ್ನು ಚುಂಬಿಸುವುದಕ್ಕೆ ಬದಲಾಗಿ ಪಕ್ಕನೆ ಬಲಮಗ್ಗುಲಿಗೆ ಹೊರಳಿದ ಕೇಶಿ, ಆತನ ಮನಸ್ಸೂ ಸಹ ಏನೂ ಯೋಚಿಸಲೊಲ್ಲದೆ ಮಲಗಿತು. ಸ್ವಲ್ಪ ಹೊತ್ತು ಸೊಳ್ಳೆಪರದೆ ಮೇಲಿಂದ ಇಳಿಬಿಟ್ಟಿದ್ದ ಹೂಗಳ ಮಾಲೆಗಳನ್ನು ನೋಡುತ್ತಾ

ಮಲಗಿದ. ಆತನ ಕೈಗಳು ಹಾಸಿಗೆಯ ಮೇಲೆ ಹರಡಲ್ಪಟ್ಟಿದ್ದ ಮಲ್ಲಿಗೆಯ ಮೊಗ್ಗುಗಳ ಮೇಲೆ ಆಡತೊಡಗಿದವು. ತಾಯಿಯ ನೆನಪಿನಲ್ಲಿ ಆತ ತುಂಬ ಅಸಹಾಯಕನಾಗಿಬಿಟ್ಟ. ಆ ಕೂಡಲೇ ಭಂಗನೆ ಹಾರಿ ಆ ಘಮಘಮಿಸುತ್ತಿದ್ದ ಶಯ್ಯಾಗಾರದಿಂದ ಹೊರ ಹೋಗಿಬಿಡಲೇ ಅನ್ನಿಸಿತು ಆತನಿಗೆ.

ಆದರೆ ಆತ ಹಾಗೆ ಮಾಡಲಿಲ್ಲ. ಸುಮ್ಮನೆ ಮಲಗಿಯೇ ಇದ್ದ. ತಾನು ಎದ್ದರೆ ವಧು ಏನು ತಿಳಿದುಕೊಳ್ಳುವಳೋ ಎಂದು ಚಿಂತಿಸಿ ಆತ ಪಲ್ಲಂಗಕ್ಕೆ ಅಂಟಿಯೇ ಇದ್ದ. ಇನ್ನೊಮ್ಮೆ ಜೋರಾಗಿ ತಲೆ ಅಲ್ಲಾಡಿಸಿ ತನ್ನ ಮುಂದೆ ನಿಲ್ಲುತ್ತಿದ್ದ ತಾಯಿಯ ರೂಪವನ್ನು ಕಣ್ಣುಗಳಿಂದ ಓಡಿಸಲು ಪ್ರಯತ್ನಿಸಿದ. ಆದರೆ ಆ ಒಂದು ಚಿತ್ರದ ಬದಲಾಗಿ ಹನ್ನೊಂದು ಚಿತ್ರಗಳು ಮೇಲಿಂದ ಮೇಲೆ, ಮಳೆ ಸುರಿಸುವ ಮೋಡಗಳಂತೆ ಆತನ ನೆನಪಿನ ಪದರಗಳಿಂದ ಪ್ರವಹಿಸತೊಡಗದವು.

ಹೊರಕೋಣೆಯಲ್ಲಿ ಚಿಕ್ಕ ಮಂಚವೊಂದರಲ್ಲಿ ಅವನು ಮಲಗಿ ಅವರನ್ನು ಒಂದೇ ಸಮನೆ ನೋಡುತ್ತಿದ್ದಾನೆ. ಅಪ್ಪನ ಜೊತೆಯಲ್ಲಿ ಮಲಗಿದ ಅಮ್ಮ ಎಷ್ಟು ಚಿಕ್ಕವಳಾಗಿ ಕಾಣಿಸುತ್ತಾಳೆ ! ಎಷ್ಟೊಂದು ಮುದ್ದಾಗಿದ್ದಾಳೆ.!

ಅಮ್ಮ ಕನ್ನಡಿಯ ಮುಂದೆ ಕುಳಿತು ಅಲಂಕರಿಸಿಕೊಳ್ಳುತ್ತಿದ್ದಾಳೆ. ಅವನು ಬಾಗಿಲ ಹಿಂದೆ ನಿಂತು ಅವಳನ್ನೇ ನೋಡುತ್ತಿದ್ದಾನೆ. ದಾದಿ ಹೇಳಿದ ಕತೆಯಲ್ಲಿ ಬರುವ ಅಪ್ಸರೆಯಷ್ಟೇ ಸುಂದರಿಯಾಗಿದ್ದಾಳೆ ಅವನ ಅಮ್ಮ. ಅವಳು ಅವನನ್ನು ತನ್ನ ಹಿಂದೆ ನೋಡಿ ಪ್ರೀತಿಯಿಂದ ಕರೆಯುತ್ತಾಳೆ. ಸಂತಸದಿಂದ ಪುಲಕಿತನಾದ ಅವನು ನೆಲದ ಮೇಲೆ ಮೊಣಕಾಲೂರಿ ಆಕೆಯ ಮಡಿಲಲ್ಲಿ ಮುಖವನ್ನು ಹುದುಗಿಸುತ್ತಾನೆ. ಅಮ್ಮ ಒಂದು ಕೈಯಿಂದ ಅವನ ತಲೆಗೂದಲನ್ನು ಸವರುತ್ತ, ಇನ್ನೊಂದು ಕೈಯಿಂದ ತಲೆ ಬಾಚಿಕೊಳ್ಳುತ್ತಾಳೆ.

......ಅಪ್ಪನಿಗೆ ಏನಾಗಿದೆ? ದಿನಾಲೂ ಯಾರೋ ಒಬ್ಬ ಬರುತ್ತಿದ್ದಾನೆ: ಆತನ ಕುತ್ತಿಗೆಯ ಎರಡೂ ಬದಿಯಲ್ಲಿ ಹಾವಿನಂತಹದೇನೋ ತೂಗಾಡುತ್ತಿದೆ. ಅವರ ಒಂದೊಂದು ತುದಿಯನ್ನು ಕಿವಿಗಳಲ್ಲಿಟ್ಟುಕೊಂಡು ಅದರ ಮುಖವನ್ನು ಅಪ್ಪನ ಎದೆಯ ಮೇಲೆ ಅಲ್ಲಲ್ಲಿ ಇಡುತ್ತಾನೆ. ಅಪ್ಪನ ತೋಳುಗಳಿಗೆ ಸೂಜಿಯಿಂದ ಚುಚ್ಚುತ್ತಾನೆ. ಅಪ್ಪ ಅಳುವುದಿಲ್ಲ. ಆದರೆ ತಾನು ಭಯಗೊಂಡು ಅಳಲಾರಂಭಿಸಿದಾಗ ಅಮ್ಮ ತನ್ನನ್ನು ಬಾಚಿ ಎತ್ತಿಕೊಂಡು ಇನ್ನೊಂದು ಕೋಣೆಗೆ ಕರೆದುಕೊಂಡು ಹೋಗುತ್ತಾಳೆ.

......ಅಪ್ಪ ನೆಲದ ಮೇಲೆ ಅಂಗಾತ ಮಲಗಿದ್ದಾರೆ. ಅಲುಗಾಡುತ್ತ ಇಲ್ಲ. ಮನೆಯಲ್ಲಿ ಎಲ್ಲರೂ ಅಳುತ್ತಿದ್ದಾರೆ. ಕೇಶಿಯೂ ಅಳುತ್ತಿದ್ದಾನೆ. ಅಮ್ಮ ಒಮ್ಮೆ ಅಳುತ್ತಾಳೆ. ಇನ್ನೊಮ್ಮೆ ಅವನನ್ನು ಮುದ್ದಿಸುತ್ತಾಳೆ, ಮತ್ತೊಮ್ಮೆ ಪುನಃ ಅಳುತ್ತಾಳೆ. ಹೆಂಗಸರು ಆಕೆಯ ಕೈ ಬಳೆಗಳನ್ನು ಒಡೆದು ಹಾಕುತ್ತಾರೆ. ಹಣೆಯ ಕುಂಕುಮವನ್ನು ಅಳಿಸುತ್ತಾರೆ; ಕೇಶಿಯನ್ನು ಆಕೆಯ ಮಡಿಲಿಂದ ಎಳೆಯುತ್ತಾರೆ. ಅವನು ಅಳುತ್ತ ಕುಳಿತುಕೊಳ್ಳುತ್ತಾನೆ....ಯಾರೂ ಅವನನ್ನು ಸಮಾಧಾನ ಪಡಿಸುತ್ತಿಲ್ಲ.

.....ಅದೇ ಪಲ್ಲಂಗ, ಅವನು ತನ್ನ ಅಪ್ಪನ ಜಾಗದಲ್ಲಿ ಅಮ್ಮನ ಜೊತೆ ಮಲಗಿದ್ದಾನೆ. ಒಂದು ಸಾಧಾರಣ ಬಿಳಿ ಸೀರೆ ಉಟ್ಟಿದ್ದಾಳೆ ಅಮ್ಮ. ಬೆಳಗಿನ ಮಂದಪ್ರಕಾಶ ಕೋಣೆಯೊಳಗೆ ಇಣುಕುತ್ತಿದೆ. ಅಮ್ಮ ಇನ್ನೂ ಗಾಢ ನಿದ್ರೆಯಲ್ಲಿದ್ದಾಳೆ. ಕೇಶಿ ಅವಳನ್ನೇ ತದೇಕ ಚಿತ್ತದಿಂದ ನೋಡುತ್ತಿದ್ದಾನೆ. ಸುಂದರವಾದ, ಅಪ್ಸರೆಯಂತಹ ಮುಖ, ಮುಚ್ಚಿದ ರೆಪ್ಪೆಗಳು, ಬಿಚ್ಚಿ ಹರಡಿದ್ದ ಕೇಶರಾಶಿ–ಶಾಪಗ್ರಸ್ತಳಾಗಿ ನಿದ್ದೆ ಹೋಗಿ ಆ ನಂತರ ರಾಜಕುಮಾರನೊಬ್ಬನಿಂದ ಎಚ್ಚರಿಸಲ್ಪಟ್ಟು ಶಾಪಮುಕ್ತಳಾದ ರಾಜಕುಮಾರಿಯಂತೆ ಅವಳು ಅವನಿಗೆ ಕಾಣಿಸತ್ತಾಳೆ. ಅವನು ಕೂಡಲೇ ಮುಂದಕ್ಕೆ ಬಾಗಿ ಅವಳನ್ನು ಮೆಲ್ಲನೆ ಚುಂಬಿಸುತ್ತಾನೆ. ಅಮ್ಮ ಎಚ್ಚರಗೊಳ್ಳುತ್ತಾಳೆ. ತೋಳುಗಳನ್ನೆತ್ತಿ ಅವನನ್ನು ತಬ್ಬಿಕೊಂಡು ಹಣೆ, ಕಣ್ಣು, ತುಟಿಗಳನ್ನು ಚುಂಬಿಸುತ್ತಾಳೆ.

......ಅವನು ಅಮ್ಮನ ಎದೆಯ ಮೇಲೆ ತಲೆಯಿಟ್ಟು ಮಲಗಿದ್ದಾನೆ. ಅವಳು ಅವನಿಗೆ ರಾಜಕುಮಾರನ ಕತೆ ಹೇಳುತ್ತಿದ್ದಾಳೆ– ಸಪ್ತಸಾಗರಗಳನ್ನು ದಾಟಿ ಅಲ್ಲಿಂದ ರಾಜಕುಮಾರಿಯನ್ನು ವಿವಾಹವಾಗಿ ಕರೆದುಕೊಂಡು ಬಂದ ರಾಜಕುಮಾರ.....ಕತೆ ಮುಗಿದ ಮೇಲೆ ಅವಳು ಅವನನ್ನು ಪ್ರಶ್ನಿಸುತ್ತಾಳೆ. "ನೀನು ಸಹ ಅಂತಹ ರಾಜಕುಮಾರಿಯನ್ನು ಮದುವೆಯಾಗುತ್ತೀಯಾ?" "ನಾನು ನಿನ್ನನ್ನು ಮದುವೆಯಾಗ್ತೀನಿ."

"ಹುಚ್ಚು ಮುಂಡೇದು! ಮಗ ಎಲ್ಲಿಯಾದರೂ ತಾಯಿಯನ್ನು ಮದುವೆಯಾಗುವುದುಂಟೆ?"

ಆ ನಂತರ ಅವಳು ಅವನಿಗೆ ತನ್ನಂತೆಯೇ ಇರುವ ಹೆಣ್ಣನ್ನು ಮದುವೆ ಮಾಡುವುದಾಗಿ ಭರವಸೆ ನೀಡುತ್ತಾಳೆ.

"ಆದರೆ ಆಗ ತಿರುಗಿ ಇದೇ ಪಲ್ಲಂಗ ಬೇಕು" ಪಲ್ಲಂಗದ ಮೇಲುಗಡೆ ಇದ್ದ ಅಮ್ಮನ ಸುಂದರ ಭಾವಚಿತ್ರವನ್ನು ನೋಡುತ್ತಾ ಅವನು ಹೇಳುತ್ತಾನೆ.

"ಹೂಂ, ಖಂಡಿತವಾಗಿಯೂ ಈ ಪಲ್ಲಂಗವನ್ನು ತೆಗೆದುಕೊಳ್ಳುವಿಯಂತೆ" ಎನ್ನುತ್ತಾ ತಿರುಗಿ ಅವನನ್ನು ಬರಸೆಳೆದು ಅಪ್ಪಿಕೊಳ್ಳುತ್ತಾಳೆ ಅಮ್ಮ.

* * *

"ಏನಾಗಿದೆ ನಿಮಗೆ? ಆರೋಗ್ಯ ಸರಿ ಇಲ್ಲವೇ?" ವಧು ಮಗ್ಗುಲೂರಿ ಕುಳಿತು ಪ್ರೀತಿಯಿಂದ ಅವನ ಮುಂಗುರುಳನ್ನು ನೇವರಿಸುತ್ತ ಕೇಳಿದಳು. "ಆಂ....ಇಲ್ಲ, ಹಾಗೇನಿಲ್ಲ" ಕಕ್ಕಾಬಿಕ್ಕಿಯಾದ ಅವನು ನಗುತ್ತಾ ಉತ್ತರಿಸಲು ಪ್ರಯತ್ನಿಸಿದ–ನಿಟ್ಟುಸಿರಿನಂತಹ ನಗು!

ಅವನ ಅಮ್ಮನೂ ಹೀಗೆಯೇ ಇದ್ದಳು. ಅದೇ ಎತ್ತರವಾದ ನಿಲುವು, ಸುಂದರ ಮುಖ, ಬಟ್ಟಲುಗಣ್ಣುಗಳು, ತಿದ್ದಿ ಮಾಡಿದಂತಹ ಮೂಗು, ತುಟಿಗಳು, ಮುತ್ತಿನಂತಹ ಹಲ್ಲುಗಳು– ಹೌದು, ಅಮ್ಮ ಅವಳಿಗೆ ಸರಿ ಹೊಂದುವಂತಹ ಸೊಸೆಯನ್ನೇ ತಂದಿದ್ದಳು: ವಧುವಿನ ಕಡೆಯಿಂದ ಬಳುವಳಿಯಾಗಿ ಅಂದವಾದ ದೊಡ್ಡದೊಂದು ಪಲ್ಲಂಗವೂ ಬಂದಿತ್ತಾದರೂ

ಅಮ್ಮ ಮಾತ್ರ ಹಲವು ವರ್ಷಗಳ ಹಿಂದೆ ತಾನು ಮಗನಿಗೆ ಕೊಟ್ಟ ಮಾತಿನ ಪ್ರಕಾರ ತನ್ನದೇ ಪಲ್ಲಂಗವನ್ನು ಶಯ್ಯಾಗಾರದಲ್ಲಿ ಇಡಿಸಿದ್ದಳು. ಅಷ್ಟೇ ಅಲ್ಲದೆ, ತನ್ನ ಕೋಣೆಯನ್ನು ಅವರಿಗೆ ಬಿಟ್ಟುಕೊಟ್ಟಿದ್ದಳು.

ವಧು ಮೆಲ್ಲನೆ ಆತನೆಡೆಗೆ ಬಾಗಿ ಆತನ ಕಣ್ಣುಗಳ ಆಳಕ್ಕಿಳಿಯಲು ಪ್ರಯತ್ನಿಸಿದಳು. ಕೆಲವೇ ಕ್ಷಣಗಳ ಹಿಂದೆ ಇದ್ದ ಆತನ ಉತ್ಸಾಹ ಒಮ್ಮೆಲೆ ಹೀಗೇಕೆ ಭಂಗವಾಯಿತು ಎಂಬುದು ಆಕೆಗೆ ಬಿಡಿಸಲಾಗದ ಒಗಟಾಯಿತು. ಏನು ಮಾಡುವುದೆಂದು ಆಕೆಗೆ ತೋಚಲಿಲ್ಲ. ಸುಮ್ಮನೆ ಆತನ ಕೂದಲನ್ನು ನೇವರಿಸುತ್ತ ಕುಳಿತಳಾಕೆ.

ಸ್ವಲ್ಪ ಹೊತ್ತು ಸುಮ್ಮನೆ ಮಲಗಿದ್ದ ಕೇಶಿ. ನಂತರ ಫಕ್ಕನೆ ಇದ್ದಕ್ಕಿದ್ದ ಹಾಗೆ ವಧುವಿನ ಕೊರಳಿಗೆ ತನ್ನ ತೋಳುಗಳ ಮಾಲೆ ಹಾಕಿ ತನ್ನೆಡೆಗೆ ಸೆಳೆದುಕೊಂಡ. ಆಕೆಯ ತುಂಬು ಶರೀರದ ಬೆಚ್ಚನೆಯ ಸ್ಪರ್ಶದಿಂದ ಆತನಿಗೆ ತುಂಬಾ ಹಿತವೆನಿಸಿತು. ಆಕೆಯನ್ನು ಎದೆಗೊತ್ತಿಕೊಂಡು ಕೂದಲು, ಗಲ್ಲ, ತುಟಿಗಳನ್ನು ಮುದ್ದಿಸಿದ. ನಂತರ ಮೆಲ್ಲನೆ ಅವಳನ್ನೆತ್ತಿ ತನ್ನ ಪಕ್ಕದಲ್ಲಿ ಮಲಗಿಸಿ ಅವಳ ಮೃದುವಾದ ಎದೆಯಲ್ಲಿ ತಲೆಯಿಟ್ಟು ಮಲಗಿದ. ಒಮ್ಮೆ ತಲೆಯೆತ್ತಿ ತನ್ನ ಮಡದಿಯನ್ನು ಲಲ್ಲೆಗರೆಯಬೇಕೆಂಬ ಆಸೆ ಕ್ಷಣಕ್ಷಣಕ್ಕೂ ತೀವ್ರವಾಯಿತಾದರೂ ಅಮ್ಮನ ಚಿತ್ರವನ್ನೆದುರಿಸುವ ಧೈರ್ಯ ಮಾತ್ರ ಬರಲಿಲ್ಲ. ಹಾಗೆಯೇ ಮಲಗಿ ತನ್ನ ದಿಂಬನ್ನು ಎತ್ತಿ ಚಿತ್ರಕ್ಕೆ ಅಡ್ಡವಾಗಿಟ್ಟು ತಲೆತಿಯೆತ್ತಿದ. ಆದರೆ ಆ ಚಿತ್ರ ಮಾತ್ರ ದಿಂಬಿನ ಹಿಂದೆ ಅಡಗಿಯೂ ಇನ್ನೂ ಹೆಚ್ಚು ಸ್ಪಷ್ಟವಾಗಿ ಕಾಣುತ್ತಿರುವಂತೆ ಅನ್ನಿಸಿತು. ಕಾರಣ ಆತ ತನ್ನ ಮುಂದಿದ್ದ. ವಧುವಿನ ಮುಖದಲ್ಲಿ ಅಮ್ಮನ ಮುಖವನ್ನು ಚಿತ್ರಿಸಿಕೊಳ್ಳತೊಡಗಿದ್ದ. "...ಇಲ್ಲ.... ಇಲ್ಲ....ಇಲ್ಲ !...." ಆತ ಗಾಬರಿಯಾಗಿ ಮನಸ್ಸಿನಲ್ಲೇ ಚೀರುತ್ತ ಹಿಂದೆ ಸರಿದು ಮೊದಲಿನಂತೆಯೇ ಅಂಗಾತ ಮಲಗಿದ. ಮತ್ತೆ ಅವನ ಮನಸ್ಸಿನಲ್ಲಿ ಅಮ್ಮನ ಯೋಚನೆ ಭುಗಿಲ್ಲೆಂದಿತು. ಭಂಗನೆದ್ದು ಶಯ್ಯಾಗಾರದಿಂದ ಹೊರಗೆ ಹೊರಟ ಕೇಶಿ.

ಹೊರಗೆ ಚೈತ್ರದ ಹುಣ್ಣಿಮೆಯ ಬೆಳದಿಂಗಳು ಹಾಲಿನಂತೆ ಚೆಲ್ಲಿತ್ತು. ಸ್ವಲ್ಪ ಹೊತ್ತು ಆತ ಹೊರಜಗಲಿಯ ಬಾಗಿಲ ಬಳಿ ನಿಂತು ಬೆಳದಿಂಗಳನ್ನು ನೋಡುತ್ತ ಕಳೆದ. ಶೀತಗಾಳಿಯ ಸ್ಪರ್ಶದಿಂದ ಆತನ ಸೆಟೆದ ನರನಾಡಿಗಳಿಗೆ ಹಿತವಾದ ಅನುಭವವಾಯಿತು. ಆತ ಮೆಲ್ಲಗೆ ಹೊರಗೆ ಕಾಲಿಟ್ಟ. ಎಡಗಡೆಯಲ್ಲಿ, ಅರಳಿ ನಗುತ್ತ ನಿಂತ ಸೇವಂತಿಗೆ ಹಾಗೂ ಕನಕಾಂಬರ ಹೂಗಳ ರಾಶಿಯಿತ್ತು. ಮುಂದೆ ಡಾಹ್ಲಿಯಾ ಗಿಡಗಳು ಹೂಗಳ ಭಾರದಿಂದ ಬಗ್ಗಿ ಮಂದ ಗಾಳಿಯ ಸ್ಪರ್ಶಕ್ಕೆ ಅಲ್ಲಾಡುತ್ತಿದ್ದವು. ಗುಲಾಬಿ ಗಿಡಗಳ ಪಕ್ಕದ ಉರುಟು ಪಾತಿಗಳಲ್ಲಿ ನೆಸ್ತ್ರೀಶಿಯಂನ ಹೊದರುಗಳು ಹೂವುಗಳಂತೆಯೇ ಬೆಳದಿಂಗಳಲ್ಲಿ ಮಿಂಯುತ್ತಿದ್ದವು. ಕೇಶಿ ತನಗರಿವಿಲ್ಲದಂತೆಯೇ ಆ ಗಿಡಗಳ ಮಧ್ಯೆ ದಾರಿ ಮಾಡಿಕೊಂಡು ಅಲ್ಲಲ್ಲಿ ನಿಲ್ಲುತ್ತ. ಅಲೆದಾಡುತ್ತ. ಹೂಗಳ ಬಣ್ಣ ಯಾವುದೆಂದು ಬಗ್ಗಿ ಪರೀಕ್ಷಿಸುತ್ತ ಮುಂದುರಿಯುತ್ತಿದ್ದ. ಹಗಲಿನಲ್ಲಿ ತಮ್ಮ ಬಣ್ಣಗಳಿಂದ ಎಲ್ಲರ ಕಣ್ಣು ಕುಕ್ಕುತ್ತಿದ್ದ ಹೂಗಳೆಲ್ಲ ಶೀತಲ ಬೆಳದಿಂಗಳಲ್ಲಿ ಶಾಂತವಾಗಿ ಕಾಣುತ್ತ ನೋಡುವವರಿಗೆ ತುಂಬ ಹಿತವೆನಿಸುವಂತಿದ್ದವು. ಹಳದಿ ಮತ್ತು ಗುಲಾಬಿ ಬಣ್ಣಗಳು ಬೆಳ್ಳಗೆ ಕಾಣಿಸುತ್ತಿದ್ದವು. ಅಚ್ಚ ಕೆಂಪು ಬಣ್ಣವು ನೀಲಿ ಅಥವಾ

ನೇರಳೆಯಂತೆ ಕಾಣುತ್ತಿತ್ತು. ಕೇಶಿ ಮನೆಯ ಕೌಂಪೌಂಡು ಗೋಡೆಗೆ ಹಬ್ಬಿನಿಂತ ಅರಳಿದ ಹೂಗಳಿಂದ ತುಂಬಿದ ಮಲ್ಲಿಗೆ ಬಳ್ಳಿಯ ಬಳಿ ನಿಂತ. ಗೋಡೆಯ ಕೆಳಗಿನ ಕಪ್ಪು ಕತ್ತಲೆಯಲ್ಲಿ ಆ ಮಲ್ಲಿಗೆ ಬಳ್ಳಿಯನ್ನು ನೋಡುತ್ತಿದ್ದಂತೆ ಆತನಿಗೆ ಎಲ್ಲಿಯೋ ಓದಿದ ಅಥವಾ ಕೇಳಿದ ಕವಿತೆಯ ಒಂದು ಸಾಲು ನೆನಪಿಗೆ ಬಂತು. ತಕ್ಷಣ ಅವನು ಗುನುಗಲಾರಂಭಿಸಿದ.

ಬಹಳ ದಿನಗಳ ಮೇಲೆ ಅರಳಿರುವ ಮಲ್ಲಿಗೆಯೇ,

ತುಂಬಿಹುದು ನನ್ನಂಗಳ ನಿನ್ನ ಸೌರಭದಿಂದ,

ತುಂಬಿಹುದು ನನ್ನಂಗಳ ನಿನ್ನ ಸೌರಭದಿಂದ,

ಆದರೆ ಇಂದು ನಿಜವಾಗಿಯೂ ಆತನ ಅಂಗಳ ಸುಗಂಧಭರಿತವಾಗಿದ್ದಾಗ ಆ ಗೀತೆ ಆತನ ನೆನಪಿನಾಳದಲ್ಲೆಲ್ಲೋ ಹುದುಗಿ ಹೋಗಿತ್ತು. ಅನ್ಯಮನಸ್ಕನಾಗಿ ಕೇಶಿ ಮನೆಯಿಂದ ಗೇಟಿನರೆಗೂ, ಗೇಟಿನಿಂದ ಮನೆಯವರೆಗೂ ಶತಪಥ ತಿರುಗಲಾರಂಭಿಸಿದ. ಮನೆಯ ಕಡೆ ವಾಪಸು ಬರುತ್ತಿದ್ದಂತೆ ಆತನ ದೃಷ್ಟಿ ಪಕ್ಕದ ಕೋಣೆಯ ಗಾಜಿನ ಕಿಟಕಿಯೆಡೆಗೆ ಹೊರಳಿತು. ಅಮ್ಮ ಇನ್ನೂ ಎಚ್ಚರವಾಗಿದ್ದಳು. ಅಂಟಿಯೂ, ಉಳಿದೆಲ್ಲ ಹೆಂಗಸರೂ ಎಚ್ಚರವಾಗಿಯೇ ಇದ್ದರು. ಅವರೆಲ್ಲ ತಮ್ಮ ಬಗ್ಗೇ ಯೋಚಿಸುತ್ತಿರಬಹುದು....ಅಯ್ಯೋ ಪಾಪ ಎಷ್ಟೊಂದು ಶ್ರಮವಹಿಸಿ ಅಮ್ಮ ಆತನ ಶಯ್ಯಾಗೃಹವನ್ನು ಅಲಂಕರಿಸಿದದ್ದಳು ! ಬದಿಯ ಕೋಣೆಯಿಂದ ಪೀಠೋಪಕರಣಗಳನ್ನೆಲ್ಲ ಹೊರಜಗುಲಿಗೆ ಸಾಗಹಾಕಿ, ಅಲ್ಲಿ ಹೊಸ ಸೊಸೆಯನ್ನು ಇಳಿಸಿಕೊಂಡಿದ್ದಳು. ಇಡೀ ದಿವಸ ಅಮ್ಮ, ಅಂಟಿ ಮತ್ತು ಇತರ ಹೆಂಗಸರೆಲ್ಲ ಹಾಡುವುದು. ಬೈತಲೆಗೆ ಸಿಂಧೂರವಿಡುವುದು, ಮಡಿಲು ತುಂಬಿಸುವುದು ಮುಂತಾದ ವಿಧಿಗಳನ್ನು ನಡೆಸುವದರಲ್ಲಿ ನಿರತರಾಗಿದ್ದರು. ಪಕ್ಕದ ಡ್ರಾಯಿಂಗ್ ರೂಮಿನಲ್ಲಿ ಆತ ತನ್ನ ಗೆಳೆಯರ ಮಧ್ಯೆ ಕುಳಿತಿದ್ದ. ಆತನ ಕೋಣೆಯ ಸುಮಾರು ಮುಕ್ಕಾಲು ಭಾಗವನ್ನು ವಧುವಿನ ಜೊತೆಗೆ ಬಂದಿದ್ದ ಬಳುವಳಿಯ ಸಾಮಾನುಗಳು ಆಕ್ರಮಿಸಿಕೊಂಡಿದ್ದವು. ಈಚೆ ಬದಿಯ ಅಮ್ಮನ ಕೋಣೆಯನ್ನು ವಧೂವರರ ಶಯ್ಯೆಗಾಗಿ ಅಲಂಕರಿಸುತ್ತಿದ್ದರು. ವಿವಾಹದ ವಿಧಿಗಳು, ಅತಿಥಿಗಳ ಬಂದು ಹೋಗುವಿಕೆ ಇತ್ಯಾದಿ ಹತ್ತು ಹಲವು ರಗಳೆಗಳಡೆಯಲ್ಲಿ ಪೇಚಾಟವಾಡುತ್ತಿದ್ದ ಅಮ್ಮ, ಹಿಂದಿನ ಎಷ್ಟೋ ರಾತ್ರಿಗಳಲ್ಲಿ ಸರಿಯಾಗಿ ನಿದ್ರೆಯಿಲ್ಲದಿದ್ದರೂ ಈ ಕೋಣೆಗೆ ಮಾತ್ರ ತಪ್ಪದೆ ಹೋಗಿ ಬರುತ್ತಿದ್ದುದನ್ನು ಕೇಶಿ ನೋಡಿದ್ದ. ಆಂಟಿಯೂ, ದೂರ ಸಂಬಂಧಿ ಒಬ್ಬ ಚಿಕ್ಕಮ್ಮನೂ ಈ ಕೆಲಸದಲ್ಲಿ ಆಕೆಗೆ ನೆರವಾಗುತ್ತಿದ್ದರು. ಆಕೆಯ ಉತ್ಸಾಹಕ್ಕಂತೂ ಇತಿಮಿತಿಯೇ ಇರಲಿಲ್ಲ. ಇಷ್ಟೆಲ್ಲ ಜಾಗರಣೆ, ಓಡಾಟ, ಶ್ರಮ ಬರೆ ಶಯ್ಯಾಗೃಹದ ಅಲಂಕಾರಕ್ಕಾಗಿತ್ತು. ಎಷ್ಟೋ ಬಾರಿ ಕೇಶಿ ಸಿಗಾಗಗೂ ನೆಪ ಹಿಡಿದು, ಅಮ್ಮನೂ, ಅಂಟಿಯೂ ಏನು ಮಾಡುತ್ತಿರುವರೆಂದು ನೋಡಲು ಅಲ್ಲಿಗೆ ಹೋದರೆ ಪ್ರತಿಸಲವೂ ಅವನನ್ನು ಗದರಿಸಿ ಓಡಿಸುತ್ತಿದ್ದರು. ರಾತ್ರಿಯ ಮೊದಲು ಅವನನ್ನು ಆ ಕಡೆ ಇಣುಕಿ ನೋಡುವುದಕ್ಕೂ ಬಿಟ್ಟರಲಿಲ್ಲ.

ಗೆಳೆಯರೊಂದಿಗೆ ಮಾತನಾಡುತ್ತ, ವಿವಾಹದ ವಿಧಿಗಳನ್ನು ಪೂರೈಸಿಕೊಳ್ಳುತ್ತ, ಹೆಂಗಸರ ತಮಾಷೆ ಮಾತುಗಳಿಗೆ ಕಿವಿಗೊಡುತ್ತ ಕೇಶಿಯ ದೃಷ್ಟಿ ಆಗಾಗ ತನ್ನ ಅಮ್ಮನ

ಮುಖದ ಮೇಲೆ ಕೇಂದ್ರೀಕೃತವಾಗುತ್ತಿತ್ತು. ಆಕೆಗೆ ಸುಮಾರು, ನಲವತ್ತು ವರ್ಷ ವಯಸ್ಸಾಗಿದ್ದರೂ, ಕಳೆದ ಇಪ್ಪತ್ತೆರಡು ವರ್ಷಗಳ ವೈಧವ್ಯವು ಆಕೆಯ ಮುಖದಲ್ಲಿ ಒಂದು ರೀತಿಯ ವಿಚಿತ್ರ ಕಾಠಿಣ್ಯವನ್ನು ಮೂಡಿಸಿದ್ದರೂ, ಆಕೆಯ ಕಣ್ಣುಗಳ ಕೆಳಗೆ ನಸುಗಪ್ಪು ಛಾಯೆಯಿದ್ದರೂ, ಆ ಬಿಳಿಯ ರೇಶ್ಮೇಸೀರೆಯಲ್ಲಿ ತನ್ನ ಪ್ರೀತಿಯ ಏಕಮಾತ್ರ ಪುತ್ರನ ಮದುವೆಯ ಸಂಭ್ರಮದಲ್ಲಿ ಮುಳುಗಿದ ಆಕೆಯ ಮುಖ ಕೇಶಿಗೆ ಅಲ್ಲಿದ್ದ ಎಲ್ಲ ಹೆಂಗಸರಿಗಿಂತಲೂ ಹೆಚ್ಚು ಸುಂದರವಾಗಿ ಕಂಡಿತು. ವಿವಾಹದ ವಿಧಿಗಳ ಕಡೆಗೆ ಗಮನ ಕೊಡುತ್ತ ಅತಿಥಿಗಳನ್ನು ಉಪಚರಿಸುತ್ತಿದ್ದ ಆಕೆ, ನಡುನಡುವೆ ಎದ್ದು ಹೋಗಿ ಶಯ್ಯಾಗೃಹದ ಅಲಂಕಾರದಲ್ಲಿ ತೊಡಗುತ್ತಿದ್ದಳು, ಆಕೆಯ ಮುಖದಲ್ಲಿ ಆಯಾಸದ ಚಿಹ್ನೆಯಂತೂ ಕಾಣುತ್ತಲೇ ಇರಲಿಲ್ಲ.

ಹೀಗೆ ನಿದ್ದೆಗೆಟ್ಟು ಕೆಲಸ ಮಾಡಿದರೆ ಅಮ್ಮನ ಆರೋಗ್ಯ ಹದಗೆಡಬಹುದೆಂದು ಕೇಶಿಗೆ ತಿಳಿದಿತ್ತು. ಆದ ಕಾರಣವೇ ಪ್ರತಿ ರಾತ್ರಿ ಮಲಗಲಿಕ್ಕಿ ಹೋಗುವ ಮುನ್ನ ಆಕೆಯ ಬಳಿಸಾರಿ ಅವನು ಹೇಳುತ್ತಿದ್ದ "ಅಮ್ಮ, ಇನ್ನು ಸಾಕು, ನಿದ್ದೆಮಾಡು !" ಆದರೆ ತಾನು ನಿದ್ದೆ ಮಾಡುವ ಬದಲು ಅವನನ್ನು ಪಲ್ಲಂಗದ ಮೇಲೆ ಕುಳ್ಳಿರಿಸಿ, ಅವನ ನೆತ್ತಿಗೆ ನವುರಾಗಿ ಎಣ್ಣೆ ತಿಕ್ಕಿ ಅವನ ಮುಂಗುರುಳನ್ನು ನೇವರಿಸುತ್ತ ನಿದ್ದೆ ಮಾಡಿಸಿ, ತಾನು ತಿರುಗಿ ಕೆಲಸದಲ್ಲಿ ತೊಡಗುತ್ತಿದ್ದಳು ಅಮ್ಮ. ಬಹಳ ಮೊದಲಿನಿಂದಲೂ ತಲೆಗೆ ಹಾಗೆ ಎಣ್ಣೆ ತಿಕ್ಕಿಸಿಕೊಳ್ಳುವುದು ಕೇಶಿಗೆ ರೂಢಿಯಾಗಿಬಿಟ್ಟಿತ್ತು. ಪರೀಕ್ಷೆಯ ದಿನಗಳಲ್ಲಿ ರಾತ್ರಿಯಿಡೀ ಕುಳಿತು ಓದುತ್ತ, ಹಗಲು ಒಂದರ್ಧ ಗಂಟೆ ನಿದ್ದೆ ಮಾಡಹೋದಾಗ ನಿದ್ದೆ ಬರದೇ ಇದ್ದಲ್ಲಿ ಅಮ್ಮ ಅವನ ನೆತ್ತಿಗೆ ಎಣ್ಣೆ ಹಾಕಿ ತಿಕ್ಕುತ್ತಿದ್ದಳು. ಆದರೆ ಕೇಶಿ ನಿದ್ದೆ ಮಾಡುವುದು ಬಿಟ್ಟು ತನ್ನ ತಲೆಯ ಮೇಲೆ ಬಾಗಿ ನಿಂತ ಆಕೆಯ ಮುದ್ದು ಮುಖವನ್ನೇ ತನ್ಮಯನಾಗಿ ನೋಡುತ್ತ ಕುಳಿತು ಬಿಡುತ್ತಿದ್ದ. ಅಮ್ಮ ಪ್ರೀತಿಯಿಂದ ಅವನ ರೆಪ್ಪೆಗಳನ್ನು ಮುಚ್ಚಿ, ಮೆಲ್ಲನೆ ಚುಂಬಿಸಿ, ನೆತ್ತಿಯ ಮೇಲೆ ತನ್ನ ಶಿಥಿಲ ಬೆರಳುಗಳನ್ನು ಓಡಿಸುತ್ತಿದ್ದಳು. ಆ ಕೋಮಲ, ಸ್ನೇಹಭರಿತ ಸ್ಪರ್ಶಕ್ಕೆ ಅವನ ಕಣ್ಣಾಲಿಗಳು ಭಾರವಾಗಿ ಗಾಢ ನಿದ್ರೆ ಬಂದು ಬಿಡುತ್ತಿತ್ತು; ಈ ಕಲೆಯನ್ನು ಕೇಶಿಯೂ ಆಕೆಯಿಂದ ಕಲಿತಿದ್ದ, ಯಾವಾಗಲಾದರೂ ಅಮ್ಮನಿಗೆ ಚಿಂತೆ ಅಥವಾ ದಣಿವಿನಿಂದಾಗಿ ನಿದ್ರೆ ಬರದೇ ಇದ್ದಲ್ಲಿ ಅವನು ಆಕೆಯ ತಲೆಯ ಪಕ್ಕ ಕುಳಿತು ತುಂಬು ಸ್ನೇಹದಿಂದ ಆಕೆಯ ಹಣೆಯನ್ನು ನವುರಾಗಿ ತಿಕ್ಕಿ ನಿದ್ರೆ ಮಾಡಿಸುತ್ತಿದ್ದ. ಅವನು ಚಿಕ್ಕವನಾಗಿದ್ದಾಗ – ಹದಿಮೂರು ಹದಿನಾಲ್ಕರ ಹುಡುಗನಾಗಿದ್ದಾಗ – ಅಂತಹ ಸಂದರ್ಭಗಳಲ್ಲಿ ಅಮ್ಮ ಅವನ ತಲೆಯನ್ನು ಬಗ್ಗಿಸಿ ಮುದ್ದಿಸುತ್ತಿದ್ದಳು. ದೊಡ್ಡವನಾದ ನಂತರ – ಬಿ.ಎ., ಎಂ.ಎ. ಮಾಡಿ ವಿಶ್ವವಿದ್ಯಾಲಯದಲ್ಲಿ ಮನೋವಿಜ್ಞಾನದ ಪ್ರಾಧ್ಯಾಪಕನಾದ ನಂತರ – ಅಂತಹ ಸಂದರ್ಭಗಳಲ್ಲಿ ಅವನ ಹಣೆಯನ್ನು ಚುಂಬಿಸುತ್ತಿದ್ದಳು. ಅವನು ಪ್ರೀತಿಯಿಂದ ಆಕೆಯ ಬೆನ್ನನ್ನು ತಟ್ಟುತ್ತ ಆಕೆಯನ್ನು ನಿದ್ದೆ ಮಾಡಿಸುತ್ತಿದ್ದ. ಅವನಿಗೆ ಒಮ್ಮೆ ಅನ್ನಿಸಿತು – ಸಮಾರಂಭಕ್ಕೆ ಬಂದ ಹೆಂಗಸರಿಂದ ಸುತ್ತುವರಿಯಲ್ಪಟ್ಟ ಅಮ್ಮನನ್ನು, ಎತ್ತಿ ತನ್ನ ಕೋಣೆಗೆ ಕರೆದುಕೊಂಡು ಹೋಗಿ ಗಾಢನಿದ್ದೆ ಮಾಡಿಸಲೇ – ಎಂದು. ಆದರೆ ಅಮ್ಮ ಆಗಲೇ ಶಯ್ಯಾಗ್ರಹವನ್ನು ಅಲಂಕರಿಸಲೆಂದು ಹೋಗಿದ್ದಳು. ಹೂಗಳು ಕಡಿಮೆಯಾದದ್ದರಿಂದ ಎಷ್ಟು ಜನರನ್ನು, ಎಲ್ಲಲ್ಲಿಗೆ ಕಳಿಸಿದ್ದಳೋ, ಎಷ್ಟು ಹಣವನ್ನು ನೀರಿನಂತೆ ಖರ್ಚು

ಮಾಡಿದ್ದಲೋ ತಿಳಿಯದು. ಅವನು ಆಕೆಯಲ್ಲಿ ಹೇಳಬೇಕೆಂದಿದ್ದ, "ಅಮ್ಮ ನೀನ್ಯಾಕೆ ಇಷ್ಟೊಂದು ಕಷ್ಟಪಡ್ತಿಯಾ? ಈ ಎಲ್ಲ ವಿಧಿಗಳು, ಮೋಜುಗಳು, ಅದ್ಧೂರಿಯ ಶೃಂಗಾರಗಳು ಯಾರಿಗಾಗಿ? ನನ್ನ ಪಾಲಿಗೆ ನಿನ್ನ ಸ್ನೇಹದ ಬೆಲೆ ಇವೆಲ್ಲಕ್ಕಿಂತ ಹೆಚ್ಚಿನದು, ಆಮೇಲೆ ನಿನ್ನ ಆರೋಗ್ಯ ಕೆಟ್ಟು ಹೋಗುತ್ತದೆ, ನೋಡು!" ಆದರೆ ಅವನಿಗೆ ಗೊತ್ತು. ಅಮ್ಮ ಇದೊಂದನ್ನೂ ಕೇಳಿಸಿಕೊಳ್ಳುವುದಿಲ್ಲವೆಂದು, "ಮಗೂ, ನನ್ನ ಮದುವೆಯೂ ಹೆಚ್ಚು ಕಡಿಮೆ ಹೀಗೆಯೇ ನಡೆದಿತ್ತು", ಆಕೆ ಕೇಶಿಗೆ ಒಮ್ಮೆ ಹೇಳಿದ್ದಳು. "ನಿನ್ನ ಅಪ್ಪ ಮಾತ್ರ ಸಾಧಾರಣ ಗುಮಾಸ್ತರಾಗಿದ್ದರು. ಸ್ಪರ್ಧಾತ್ಮಕ ಪರೀಕ್ಷೆಗೆ ಕುಳಿತು ಅವರಿಗಿನ್ನೂ ಭಡ್ತಿಯಾಗಿರಲಿಲ್ಲ. ನಿನ್ನ ಪತ್ನಿಯ ಮನಸ್ಸಿನಲ್ಲಿ ಯಾವ ಆಸೆಯೂ ಹಾಗೆಯೇ ಉಳಿಯಬಾರದು ಎಂಬುದೇ ನನ್ನ ಇಚ್ಛೆ, ಅಂದು, ನನಗಾಗಿ ಹೂವಿನ ಒಂದು ಮಾಲೆಯೂ ಬಂದಿರಲಿಲ್ಲ. ಆದರೆ ಇಂದು ನಿನ್ನ ವಧುವಿಗಾಗಿ ಶಯ್ಯಾಗೃಹವನ್ನು ಹೇಗೆ ಅಲಂಕರಿಸುತ್ತೇನೆ ನೋಡು!"

ಅನಂತರ, ಶಯ್ಯಾಗೃಹದ ಪರದೆ ಸರಿಸಿ ಅವನನ್ನು ಒಳದೂಡಿ "ನೋಡು, ಕೇವಲ ಫಿಲಾಸಫಿಯ ಬಗ್ಗೆ ಭಾಷಣ ಮಾಡುತ್ತ ಹೊತ್ತು ಕಳೆಯಬೇಡ" ಎಂದು ನಗುತ್ತಾ ಹೇಳಿ ಅಂಟಿಯೂ ಹೊರಟು ಹೋಗಿದ್ದಳು. ಒಂದು ಕ್ಷಣ ದಿಜ್ಮೂಢನಾಗಿ ಸುಮ್ಮನೆ ನಿಂತಿದ್ದ ಕೇಶಿ. ಕೋಣೆಯೇನೋ ಅವನಿಗೆ ಚಿರಪರಿಚಿತವಾದುದೇ ಆಗಿತ್ತು. ಅಲ್ಲಿದ್ದ ಪಲ್ಲಂಗವೂ, ಉಳಿದೆಲ್ಲ ಸಾಮಾನುಗಳೂ ಚಿರಪರಿಚಿತವಾದುವೇ, ಅಮ್ಮ ತನ್ನ ಡ್ರೆಸಿಂಗ್ ಟೇಬಲ್, ಅಲಂಕಾರ ಸಾಧನಗಳ ಪೆಟ್ಟಿಗೆ, ದಪ್ಪ ರಟ್ಟಿನ ಕಾಶ್ಮೀರಿ ಬಳೆಗಳ ಪೆಟ್ಟಿಗೆ, ಮುಂಬಯಿಯಿಂದ ತರಿಸಿದ ಬೆಲೆಬಾಳುವ ಟೇಬಲ್ ಲ್ಯಾಂಪ್– ಈ ಎಲ್ಲವನ್ನೂ ಬಹಳ ಅಚ್ಚುಕಟ್ಟಾಗಿ ಜೋಡಿಸಿಟ್ಟಿದ್ದಳು. ಪ್ರತಿಯೊಂದು ವಸ್ತುವೂ ಪ್ರದರ್ಶನಕ್ಕಿಟ್ಟಂತೆ ಕಾಣುತ್ತಿತ್ತು. ಆದರೆ ಎಲ್ಲಕ್ಕಿಂತ ಹೆಚ್ಚು ಕೋಣೆಯನ್ನು ಹಚ್ಚ ಹೊಸದಾಗಿಸಿದ್ದು ಆಗತಾನೇ ಬಿರಿದ ಘಮಘಮಿಸುವ ಮಲ್ಲಿಗೆ ಹೂಗಳು! ಪಲ್ಲಂಗದ ಮೇಲುಗಡೆಯಿಂದ ಮಲ್ಲಿಗೆಯ ಉದ್ದುದ್ದ ಹಾರಗಳನ್ನು ಕೆಳಗಿನವರೆಗೆ ಇಳಿಬಿಟ್ಟಿದ್ದರಿಂದ ಹೂವಿನದ್ದೇ ಸೊಳ್ಳೆಪರದೆಯೇನೋ ಅನ್ನಿಸುವಂತಿತ್ತು. ಹಾಸಿಗೆಗೆ ಹಾಸಿದ ಬಟ್ಟೆಯ ಮೇಲೂ ಮಲ್ಲಿಗೆ ಹೂಗಳದೇ ಚಿತ್ರಗಳು. ಈ ಹೂಗಳ ನಡುವೆ ದೇವಿಯಂತೆ ನವವಧುವು ಸೆರಗನ್ನು ತಲೆಯ ಮೇಲೆಳೆದುಕೊಂಡು ಕುಳಿತಿದ್ದಳು.

ತಕ್ಷಣವೇ ಕೇಶಿಗೆ ತನ್ನ ಅಮ್ಮನ ಮದುವೆಯ ಚಿತ್ರ ನೆನಪಿಗೆ ಬಂತು. ಕಾಲುವೆ ವಿಭಾಗದಲ್ಲಿ ಒಬ್ಬ ಸಾಮಾನ್ಯ ಗುಮಾಸ್ತನ ವಧು ಅಮ್ಮ: ಚಿಕ್ಕದಾದ ಒಂದು ಕೊಠಡಿ, ಸಾಮಾನ್ಯವಾದ ಒಂದು ಪಲ್ಲಂಗ, ಲಾಟೀನಿನ ಮಂದ ಬೆಳಕು ಇವುಗಳ ಜೊತೆ ಅಮ್ಮನ ಸ್ವಪ್ನಗಳ ಸೌಧ...! ಕೇಶಿಯ ತಂದೆಗೆ ಆಮೇಲೆ ಇಂಜಿಕ್ಟಿವ್ ಇಂಜಿನಿಯರ್ ಆಗಿ ಭಡ್ತಿಯಾಗಿತ್ತು. ಮನೆಯಲ್ಲಿ ಯಾವುದಕ್ಕೂ ಕಡಿಮೆಯಿರಲಿಲ್ಲ. ಆದರೆ ಅಮ್ಮ ಮಾತ್ರ ಪ್ರಥಮರಾತ್ರಿಯ ಆ ನಿರಾಸೆಯನ್ನೆಂದೂ ಮರೆಯಲಿಲ್ಲ. ತನ್ನ ಮಗನ ಶಯ್ಯಾಗೃಹವನ್ನಾದರೂ ತನ್ನ ಇಚ್ಛಾನುಸಾರ ಅಲಂಕರಿಸಿ ತನ್ನ ಆಸೆಗಳನ್ನು ಪೂರೈಸಿಕೊಂಡಿದ್ದಳು. ಆದರೆ ಅದೇ ಅಲಂಕಾರ ಕೇಶಿಯ ಮನಸ್ಸಿಗೆ ಮಾತ್ರ ಅಪಾರ ವೇದನೆಯುಂಟಾಗುವಂತೆ ಮಾಡಿತು. ಎಲ್ಲಿ ನೋಡಿದರೂ ಹಳೆಯ ಚಿತ್ರಗಳು ಅವನ ಕಣ್ಣಮುಂದೆ ಬಂದು ನಿಲ್ಲುತ್ತಿದ್ದವು.

"ನೋಡು, ಫಿಲಾಸಫಿಯ ಬಗ್ಗೆ ಭಾಷಣ ಮಾಡುತ್ತ ಕುಳಿತುಕೊಳ್ಳಬೇಡ" ಆಂಟ ನಗುತ್ತ ಹೇಳಿದ ಮಾತು ಕೇಶಿಯ ಕಿವಿಯಲ್ಲಿ ಪ್ರತಿಧ್ವನಿಸಿದಂತಾಯಿತು.... ತನ್ನ ವಧು ಈಗ ಏನು ಯೋಚಿಸುತ್ತಿರಬಹುದು? ಹಲವಾರು ಯೋಚನೆಗಳು ಕೇಶಿಯನ್ನು ಕಾಡಲಾರಂಭಿಸಿದ್ದವು. ಮೊದಲ ರಾತ್ರಿಯಲ್ಲಿ ಪುರುಷ ತಾನು ದುರ್ಬಲನೆಂದು ತೋರಿಸಿದರೆ ಅದು ಅವನ ವೈವಾಹಿಕ ಜೀವನವನ್ನೇ ಮುಳುಗಿಸುತ್ತದಂತೆ. ಆದರೆ ಪುರುಷನಿಗೆ ಮೊದಲ ರಾತ್ರಿಯೇ ತನ್ನ ಪುರುಷತ್ವವನ್ನು ಪ್ರದರ್ಶಿಸುವ ಅಗತ್ಯವೇನಿದೆ? ಈ ಹೆಂಗಸರೆಲ್ಲ ಇದಕ್ಕಾಗಿಯೇ ಇಷ್ಟು ಕಾತುರಾಗಿದ್ದಾರೆಯೇ? ಹಾಗಾದರೆ ಅವನ ಅಮ್ಮನೂ ಸಹ.... ಅವನ ಶಯ್ಯಾಗೃಹವನ್ನು ಅಲಂಕರಿಸಲು ಇಷ್ಟೆಲ್ಲ ಶ್ರಮ ವಹಿಸಿದ್ದು.... ತನ್ನದೇ ಪಲ್ಲಂಗವನ್ನು ಅಲ್ಲಿ ಇಡಿಸಿದ್ದು.....ಹೂಗಳಿಂದ ಅಲಂಕರಿಸಿದ್ದು......ಎಲ್ಲವೂ ಈ ಮೂಲಕ ತನ್ನದೇ ಮೊದಲ ರಾತ್ರಿಯನ್ನು ನೋಡುವ ಆಸೆಯಿಂದ. ತನ್ನ ತಂದೆಯ ಬಡತನ ಹಾಗೂ ಅನ್ಯಮನಸ್ಕತೆಯಿಂದ ಆಕೆಯ ಕನಸುಗಳು ಪುಡಿಪುಡಿಯಾಗಿದ್ದವು. ಕೇಶಿ ಮತ್ತೊಮ್ಮೆ ಜೋರಾಗಿ ತಲೆಯಲ್ಲಾಡಿಸಿದ....ತನಗೇನಾಗಿದೆ? ಇದೇ ಪಲ್ಲಂಗ ಬೇಕೆಂದು ತಾನು ಯಾಕೆ ಹೇಳಿದೆ? ಹೋಗಲಿ, ಹಾಗೆ ಕೇಳಿದಾಗ ತಾನೇನೋ ಮಗುವಾಗಿದ್ದೆ, ಆದರೆ ಅಮ್ಮ....ಆಕೆಯಾ ಮಗುವಾಗಿದ್ದಳೇನು?......

ಕೇಶಿ ಪುನಃ ಹೊರಜಗುಲಿಗೆ ಬಂದ. ಪಕ್ಕನೆ ಬಾಗಿಲ ಬಳಿ ನಿಂತಿದ್ದ ವಧು ಅವನ ಕಣ್ಣಿಗೆ ಬಿದ್ದಳು.

"ಹುಷಾರಿಲ್ಲವೇನು?"

"ಇಲ್ಲ ಸರಿಯಾಗಿದ್ದೇನಿ."

"ಹಾಗಾಂದ್ರೆ ನನ್ನಿಂದೇನಾದರೂ ತಪ್ಪಾಯಿತೇ?"

ಕೇಶಿಗೆ ಜೋರಾಗಿ ನಗಬೇಕೆನ್ನಿಸಿತು, ಪಾಪ ಅವಳು ಒಂದೇ ವಿಷಯದ ಬಗ್ಗೆ ಚಿಂತಿಸುತ್ತಿದ್ದಾಳೆ. ತಾನು ಅವಳನ್ನು ನಿರಾಸೆಗೊಳಿಸುತ್ತಿದ್ದೇನೆ ಅನ್ನಿಸಿತು ಅವನಿಗೆ. ಕೂಡಲೇ ಅವಳ ಸೊಂಟಕ್ಕೆ ಕೈ ಹಾಕಿ ಒಳಗೆ ಕರೆದುಕೊಂಡು ಹೋದ. ಇಲ್ಲ, ತಾನು ಸರಿಯಾಗಬೇಕು, ತನ್ನನ್ನು ಕಾಡುತ್ತಿರುವ ಈ ಕಾಂಪ್ಲೆಕ್ಸನ್ನು ಬಿಟ್ಟುಬಿಡಬೇಕು; ಮೊದಲ ರಾತ್ರಿಯನ್ನು ಸಂತೋಷದಿಂದ ಅವಳೊಂದಿಗೆ ಕಳೆಯಬೇಕೆಂದು ಅಂದುಕೊಂಡ ಕೇಶಿ. ವಧುವನ್ನು ಮೆಲ್ಲಗೆ ಪಲ್ಲಂಗದ ಮೇಲೆ ಮಲಗಿಸಿ ಅವಳ ರವಿಕೆಯ ಗುಂಡಿಗಳನ್ನು ಬಿಚ್ಚಿ ನಿಧಾನವಾಗಿ ಅವಳ ಕಡೆ ಬಾಗಿದ. ಆದರೆ ಈಗ ಅಮ್ಮನ ಚಿತ್ರಕ್ಕೆ ಅಡ್ಡವಾಗಿ ಇಟ್ಟಿದ್ದ ದಿಂಬನ್ನು ಆಕೆ ಅದರ ಸ್ವಸ್ಥಾನದಲ್ಲಿಟ್ಟಿದ್ದಳು. ಕೇಶಿಯ ಕಣ್ಣು ಆ ಚಿತ್ರದ ಮೇಲೆ ಬಿತ್ತು. ಅದನ್ನು ನೋಡಿದ್ದೇ ತಡ, ಅವನ ಬುದ್ಧಿ ಮಂಕಾಯಿತು. ತಡೆಯಲಾರದೆ ಅವನು ಅಲ್ಲಿಂದೆದ್ದು ಹೊರಗೆ ಹೊರಟ. ವಧು ಅವನ ಕೈ ಹಿಡಿದು ಕೇಳಿದಳು. "ಏನಾಯಿತು?"

ಕೇಶಿಯ ದೃಷ್ಟಿ ಆ ಕೋಣೆಯ ಮಧ್ಯದ ಬಾಗಿಲ ಕಡೆ ಹರಿಯಿತು. ಅದು ಕೇಶಿಯ ಸ್ವಂತ ಕೋಣೆಯ ಹಿಂಬಾಗಿಲು. ಅಮ್ಮ ಈ ಕೋಣೆಯಲ್ಲಿ ಆತನ ವಿವಾಹರಾತ್ರಿಯ ವ್ಯವಸ್ಥೆ

ಮಾಡುವ ಬದಲು ತನ್ನದೇ ಕೋಣೆಯಲ್ಲಿ ಮಾಡಿದ್ದರೆ ಎಷ್ಟು ಚೆನ್ನಾಗಿತ್ತು ! ಆದರೆ ಈಗ ಅವನ ಕೋಣೆ ವಧು ತಂದ ಬಳುವಳಿಯ ಸಾಮಾನುಗಳಿಂದ ಗೋಡೌನಾಗಿ ಹೋಗಿತ್ತು. ಅದರ ಬೀಗದ ಕೈ ಸಹ ಅವನ ಬಳಿಯಲ್ಲಿರಲಿಲ್ಲ.

ಅಸಹಾಯಕನಾಗಿ ಅವನು ಹೊರಗೆ ನೋಡಿದ. ಬೆಳದಿಂಗಳು ಹರಿಯುತ್ತಿತ್ತು, ಅವನೆಂದ;

"ನೋಡು, ಬೆಳದಿಂಗಳು ಎಷ್ಟು ಚೆನ್ನಾಗಿದೆ ! ಬಾ, ಸ್ವಲ್ಪ ಹೊರಗೆ ತಿರುಗಾಡಿ ಬರೋಣ."

ವಧು ಎದ್ದಳು ತನ್ನ ಅಸ್ತವ್ಯಸ್ತ ಉಡುಗೆಯನ್ನು ಸರಿಪಡಿಸಿಕೊಂಡಳು. ಕನ್ನಡಿಯ ಬಳಿ ಹೋಗಿ ನೋಡಿ, ಹೆರಳು ಹಾಕಿಕೊಂಡು ತಲೆಯ ಮೇಲೆ ಸೆರಗೆಳೆದು ಕೇಶಿಯ ಹಿಂದೆ ಹೊರಟಳು.

ಎರಡು ಸಲ ಹೊರಜಗಲಿಯಿಂದ ಗೇಟಿನ ತನಕ, ಅಲ್ಲಿಂದ ಪುನಃ ಮನೆಯ ತನಕ ಸುಮ್ಮನೆ ಶತಪಥ ಹಾಕಿದ ಕೇಶಿ, ವಧು ಒಂದೆರಡು ಬಾರಿ ಬೆಳದಿಂಗಳನ್ನು ಪ್ರಶಂಸಿಸುತ್ತ ಒಂದರ್ಧ ವಾಕ್ಯ ಉಸುರಿದಳು. ಆದರೆ ಪತಿಯ ಮೌನ ನೋಡಿ ಅವಳೂ ಮೌನವಾಗಿ ಅವನ ಹಿಂದೆ ನಡೆದಳು.

ಚೈತ್ರದ ಬೆಳದಿಂಗಳು ನಿಜವಾಗಿಯೂ ಮತ್ತು ಬರಿಸುವಂತಿತ್ತು. ಆದರೆ ಇಬ್ಬರಿಗೂ ಅದರ ಕಡೆ ಗಮನವಿರಲಿಲ್ಲ. ವಧುವಿಗಂತೂ ತನ್ನ ಪತಿಯ ವರ್ತನೆ ಒಂದು ಸಮಸ್ಯೆಯೇ ಆಗಿಬಿಟ್ಟಿತ್ತು. ತನ್ನ ಗೆಳತಿಯರಿಂದ (ಅವರಲ್ಲಿ ಕೆಲವರು ಎರಡೆರಡು ಮಕ್ಕಳ ತಾಯಾದವರು) ವಿವಾಹರಾತ್ರಿಯ ಬಗ್ಗೆ ಅವಳು ಕೇಳಿದ್ದಲ್ಲವೂ ಈಗ ಅವಳ ಮನಸ್ಸಿನಲ್ಲಿ ಒಮ್ಮೆ ಮೂಡಿ ಆಮೇಲೆ ಹಿಡಿತಕ್ಕೆ ಸಿಗದೆ ದೂರ ಹೋಗಿ ಬಿಡುತ್ತಿದ್ದವು. ತನ್ನ ಪತಿಯ ಸೌಂದರ್ಯ, ವಿದ್ವತ್ತು, ಕಾರ್ಯಕುಶಲತೆಯ ಬಗ್ಗೆ ಎಲ್ಲರೂ ಹೊಗಳುವುದನ್ನು ಆಕೆ ಕೇಳಿದ್ದಳು. ಆತ ವಿಶ್ವವಿದ್ಯಾಲಯದಲ್ಲಿ ಪ್ರಾಧ್ಯಾಪಕನಾಗಿದ್ದ. ಅವಳ ತಂದೆ, ಆತನ ಸಹೋದ್ಯೋಗಿಗಳಲ್ಲಿ ಮಾತ್ರವಲ್ಲ, ಶಿಷ್ಯರಲ್ಲೂ ಆತನ ಬಗ್ಗೆ ಎಲ್ಲಾ ವಿಚಾರಗಳನ್ನು ಕೇಳಿ ತಿಳಿದಿದ್ದರು. ಎಲ್ಲಾ ವಿಧದಲ್ಲೂ ತೃಪ್ತರಾಗಿ ಈ ಮದುವೆಯ ಏರ್ಪಾಡು ಮಾಡಿದ್ದರು. ಅವಳ ಪತಿಯಾಗುವವನು ತಲೆಸರಿಯಿಲ್ಲದವನು ಅಥವಾ ಮಂದಬುದ್ಧಿಯವನೆಂದು ಯಾರೂ ಹೇಳಿರಲಿಲ್ಲ. ಒಟ್ಟನಲ್ಲಿ ಚಿಂತೆಯಲ್ಲಿ ಮುಳುಗಿದ ವಧು ಆಗಾಗ ಅವನನ್ನೇ ನೋಡುತ್ತ ಅವನ ಜೊತೆ ನಡೆದಳು. ಬೆಳದಿಂಗಳ ಕಡೆಗೆ ಸ್ವಲ್ಪವೂ ಅವಳ ಗಮನ ಹರಿದಿರಲಿಲ್ಲ.

ಕೇಶಿಗಂತೂ ತನ್ನ ತಲೆ ಹೋಳಾಗುತ್ತಿದೆಯೇನೋ ಅನ್ನಿಸುತ್ತಿತ್ತು. ಯೋಚಿಸುವ ಶಕ್ತಿಯೇ ಉಡುಗಿ ಹೋಗಿತ್ತು. ಎರಡೂ ಕೈಗಳನ್ನು ಹಿಂದಕ್ಕೆ ಕಟ್ಟಿ, ಭುಜಗಳನ್ನು ಕೊಂಚ ಬಗ್ಗಿಸುತ್ತ ಅವನು ಸುಮ್ಮನೆ ಅಲ್ಲಿ–ಇಲ್ಲಿ ಅಡ್ಡಾಡಿದ. ಎರಡನೆಯ ಬಾರಿ ಗೇಟಿನ ಬಳಿ ಮುಟ್ಟಿದಾಗ ಕೇಶಿಗೆ ಒಂದು ಉಪಾಯ ಹೊಳೆಯಿತು. ಕೂಡಲೇ ಆತ ವಧುವಿಗೆಂದ "ಬಾ ಸ್ವಲ್ಪ ಆಚೆ ಕಡೆ ಹೋಗಿ ಬರೋಣ"

"ರಾತ್ರಿ ಬಹಳವಾಗಿದೆ" ವಧು ಮೆಲ್ಲನೆ ತನ್ನ ಆತಂಕವನ್ನು ವ್ಯಕ್ತಪಡಿಸಿದಳು. ಕೇತಿಗೆ ತನ್ನ ಗೆಳೆಯನೊಬ್ಬನ ಮಾತು ನೆನಪಿಗೆ ಬಂತು. ಕೆಲವೊಮ್ಮೆ ಪ್ರೇಮವ್ಯವಹಾರಗಳ ಬಗ್ಗೆ ಮಾತನಾಡುವಾಗ 'ಸಿಹಿನೀರಿನ ಸರೋವರದಿಂದ ಗ್ರಾಂಟ್‌ಟ್ರಕ್ ರಸ್ತೆಯ ಗೇಟಿನ ತನಕ ಬಹಳ ಏಕಾಂತವಾದ, ಕತ್ತಲು ತುಂಬಿದ, ರಹಸ್ಯ ರಸ್ತೆಯಿದೆಯೆಂದೂ, ಪ್ರೇಮಿಗಳಿಗೆ ಅದಕ್ಕಿಂತ ಒಳ್ಳೆಯ ಜಾಗವಿಲ್ಲವೆಂದೂ' ಆತ ಹೇಳುತ್ತಿದ್ದ. ಅದರ ನೆನಪಾಗುತ್ತಲೇ ಕೇತಿಯಿಂದ "ಸರಿ, ಸ್ವಲ್ಪ ಸರೋವರದವರೆಗೆ ಹೋಗಿಬರೋಣ".

ಬಂಗಲೆಯ ಗೇಟು ತೆರೆದು ಮುಂದಾಗಿ ಹೊರಟ ಕೇತಿ. ಸರೋವರ ಎಲ್ಲಿದೆಯೆಂದು ವಧುವಿಗೆ ತಿಳಿಯದು. ಅವಳು ಮಾತಿಲ್ಲದೆ ಅವನ ಹಿಂದೆ ಹೊರಟಳು. ಅವನು ಅವಳಿಗೆ ಅಲ್ಲಿಯ ಟೊಪೊಗ್ರಫಿಯನ್ನು ವಿವರಿಸತೊಡಗಿದ – ಹೇಗೆ ಹಿಂದೆ ಅಲ್ಲೆಲ್ಲ ರೈಲ್ವೆಯಲ್ಲಿ ಹೆಚ್ಚಾಗಿ ಇಂಗ್ಲಿಷ್ ಅಧಿಕಾರಿಗಳೇ ಇರುತ್ತಿದ್ದರು, ಸ್ವಾತಂತ್ರ್ಯ ಸಿಕ್ಕಿದ ನಂತರ ಹೇಗೆ ಅವರೆಲ್ಲ ಹೋಗಿ ಆ ಬಂಗಲೆಗಳೆಲ್ಲ ಭಾರತೀಯರ ವಶಕ್ಕೆ ಬಂದವು. ಎಂಬುದನ್ನೆಲ್ಲ ನಿಧಾನವಾಗಿ ವಿವರಿಸಿ ಹೇಳಿದ. ಹಿಟ್ಟಿನ ಗಿರಣಿಯ ಬಳಿ ಬರುತ್ತ ಗಿರಣಿಯಲ್ಲಿ ಹಿಟ್ಟು ಹೇಗೆ ತಯಾರಾಗುತ್ತದೆ, ಯಾವ ರೀತಿಯಲ್ಲಿ ಅಲ್ಲಿನ ಮಾಲೀಕರು ಕೋಲ್ಡ್ ಸ್ಟೋರೇಜ್ ಇಟ್ಟಿದ್ದಾರೆ, ನಲವತ್ತು ಸಾವಿರ ಮಣದಷ್ಟು ತೂಕದ ಅಲೂಗಡ್ಡೆಯನ್ನು ಹೇಗೆ ಶೇಖರಿಸಿ ಮಾರುತ್ತಾರೆ ಎಂಬುದರ ಮಾಹಿತಿ ನೀಡಿದ. ಪ್ರೆಸ್‌ನ ಹತ್ತಿರ ಬಂದಾಗ ಅದರ ಗಾಜಿನ ಕಿಟಕಿಯ ಮೂಲಕ ಒಳಭಾಗವನ್ನು ತೋರಿಸುತ್ತ ಭಾರೀ ಉತ್ಸಾಹದಿಂದ ರೋಟರಿ ಮೆಶಿನ್ನಿನ ಕಾರ್ಯಪ್ರಣಾಳಿಕೆಯನ್ನು ಅವಳಿಗೆ ತಿಳಿಯಹೇಳಿದ – ಹೇಗೆ ಒಂದು ಬದಿಯಿಂದ ಕಾಗದ ಬಿಚ್ಚುತ್ತ ಹೋಗುತ್ತದೆ, ಇನ್ನೊಂದು ಬದಿಯಿಂದ ಮುದ್ರಿತವಾಗಿ ಹೊರಗೆ ಬರುತ್ತದೆ ಎಂಬುದನ್ನು ತೋರಿಸಿಕೊಟ್ಟ. ಸ್ಟೇಷನ್ನಿನ ಕಡೆಗೆ ಹೋಗುತ್ತ ಇದ್ದಂತೆ ಪಕ್ಕನೆ ಅವನಿಗೆ ಸರೋವರ ಮತ್ತು ಗ್ರಾಂಟ್‌ಟ್ರಕ್ ರಸ್ತೆಯ ಏಕಾಂತದ ನೆನಪಾಗಿ, ಅಲ್ಲಿಂದ ತಿರುಗಿ ರೈಲ್ವೆಗೇಟಿಗೆ ಅಭಿಮುಖವಾಗಿ ನಡೆಯಲಾರಂಭಿಸಿದ. ಗೇಟು ಮುಚ್ಚಲ್ಪಟ್ಟಿತ್ತು. ಕೆಂಪು ದೀಪ ನೋಡಿ ಕೇತಿ ಹೇಳಿದ. "ಈ ಗೇಟು ಇರುವುದು ಒಂದು ರಗಳೆ. ಇಪ್ಪತ್ತನಾಲ್ಕು ಗಂಟೆಯೂ ಒಂದಲ್ಲ ಒಂದು ಗಾಡಿ ಹೋಗುತ್ತಲೇ ಇರುತ್ತದೆ. ಗೇಟು ಯಾವಾಗಲೂ ಮುಚ್ಚಿರುತ್ತದೆ. ಇಷ್ಟೊಂದು ದೊಡ್ಡ ಸ್ಟೇಷನ್ನಿಗೆ ಒಂದು ಸೇತುವೆಯಾದರೂ ಮಾಡಿಸಿದ್ದರೆ ಈ ಕಷ್ಟ ಇರುತ್ತಿರಲಿಲ್ಲ."

ಗಾಡಿ ಬರಲು ಇನ್ನೂ ತಡವಿತ್ತು. ಪಕ್ಕದ ರಸ್ತೆಯ ಮೂಲಕ ಹೊರಟು ಅವರು ಸರೋವರದ ಬಳಿಗೆ ಬಂದರು. ಎಡಗಡೆಯ ರಸ್ತೆಯಲ್ಲಿ ಶುಭ್ರ ಬೆಳಕಿತ್ತು. ಬಲಗಡೆ ಪೂರ್ತಿ ನೆರಳು ತುಂಬಿ ಕತ್ತಲೆ ಹಬ್ಬಿತ್ತು. ಕೇತಿ ಆ ರಸ್ತೆಯ ಕಡೆಗೆ ತಿರುಗುವಷ್ಟರಲ್ಲಿ ವಧು ಅವನನ್ನು ತಡೆದಳು. "ನಡೆಯಿರಿ, ಮನೆಗೆ ಹಿಂತಿರುಗೋಣ, ಸಾಕಷ್ಟು ರಾತ್ರಿಯಾಗಿಬಿಟ್ಟಿದೆ." ಆದರೆ ಕೇತಿ ಅವಳನ್ನು ತನ್ನ ಎಡತೋಳಿನಿಂದ ಬಳಸಿ ನುಡಿದ "ಇಲ್ಲ, ಸ್ವಲ್ಪ ದೂರದ ತನಕ ಹೋಗೋಣ. ನೋಡು ಹೇಗೆ ಹಾಲಿನಂತಹ ಬೆಳದಿಂಗಳು ರಸ್ತೆ ತುಂಬಾ ಹಬ್ಬಿದೆ."

"ಆ ಕಡೆಯ ರಸ್ತೆಯಲ್ಲಿ ಯಾಕೆ ಹೋಗಬಾರದು ? ಅಲ್ಲಾದರೆ ಬೆಳಕಿದೆ."

"ಏಕೆ, ನಿನಗೆ ಭಯವೇ?" ಅವನು ನಗುತ್ತ ಬಾಗಿ ಅವಳ ಹಣೆಗೆ ಮುತ್ತಿಟ್ಟ,

ವಧು ಒದ್ದಾಡುತ್ತ ಅವನ ತೋಳಿನಿಂದ ಬಿಡಿಸಿಕೊಂಡಳು. "ಥಿ ! ಏನು ಮಾಡುತ್ತಿದ್ದೀರಿ.... ನಡುವೆ ರಸ್ತೆಯಲ್ಲಿ."

ಕೇಶಿ ನಗತ್ತ ಪುನಃ ಅವಳನ್ನು ಬಾಚಿ ತಬ್ಬಿಕೊಂಡ "ಯಾರಿರುತ್ತಾರೆ ಹೇಳು ಇಷ್ಟು ಹೊತ್ತಿಗೆ?" ಎನ್ನುತ್ತ ಚುಂಬಿಸಬೇಕೆನ್ನುವಷ್ಟರಲ್ಲಿ ಅವರ ಮುಂದಿನಿಂದ ಝುಗ್ಗೆಂದು ಬೆಳಕು ಮುಖಕ್ಕೆ ಬಡಿಯಿತು. ತುಸು ಹೊತ್ತಿನಲ್ಲಿ ಬಂಡಿಯಿಲ್ಲದ ಟ್ರಕ್ಕೊಂದು ದಡ ದಡ ಸದ್ದು ಮಾಡುತ್ತ ಅವರನ್ನು ಹಾದುಹೋಯಿತು. ಅದರ ಹಿಂದೆಯೇ ಇನ್ನೊಂದು, ಮತ್ತೊಂದು – ಹೀಗೆ ಒಂದಾದ ಮೇಲೆ ಒಂದರಂತೆ ಎಷ್ಟೋ ಟ್ರಕ್ಕುಗಳು ಅವರನ್ನು ದಾಟಿಹೋದವು. ಎಲ್ಲಿಂದ ಬರುತ್ತಿದ್ದವೋ, ಎಲ್ಲಿಗೆ ಹೋಗುತ್ತಿದ್ದವೋ ! "ಭಾರಿ ಒಳ್ಳೆ ಏಕಾಂತವಾದ ರಸ್ತೆ" ಕೇಶಿ ಮನಸ್ಸಿನಲ್ಲೇ ಹೇಳಿಕೊಂಡ. ಅವನ ಉತ್ಸಾಹಕ್ಕೆ ತಣ್ಣೀರೆರಚಿದಂತಾಗಿತ್ತು.

"ಸಾಕು, ಈಗಲಾದರೂ ತಿರುಗಿ ಹೋಗೋಣ" ಮೊದಲನೆ ಟ್ರಕ್ಕಿನ ದೀಪದ ಬೆಳಕಿಗೆ ಅವನ ತೋಳಿನಿಂದ ಬಿಡಿಸಕೊಂಡ ವಧು ಅಳುದ್ಧನಿಯಲ್ಲಿ ನುಡಿದಳು. "ನನಗೆ ತುಂಬಾ ದಣಿವಾಗಿದೆ."

"ಇದು ಮುಖ್ಯರಸ್ತೆ; ಹಗಲು–ರಾತ್ರಿ ಇಲ್ಲಿ ಟ್ರಕ್ಕು–ಮೋಟಾರುಗಳು ಸದ್ದು ಮಾಡುತ್ತಲೇ ಇರುತ್ತದೆ" ಕೇಶಿ ಅವಳನ್ನು ಸಂತೈಸಿದ. "ನಡೆ, ಆ ಬದಿಯಿಂದ ಎಮ್‌ಟಿ ಲೈನ್ಸ್ ಕಡೆ ಹೋಗೋಣ. ಅದರಲ್ಲಾದರೆ ಚರ್ಚ್ ಬರುವ ತನಕ ಯಾರ ತೊಂದರೆಯೋ ಇರಲಾರದು."

"ಊಹುಂ, ನನಗೆ ಸುಸ್ತಾಗಿದೆ. ವಾಪಾಸ್ಸು ಹೋಗೋಣ" ವಧು ಹೆಚ್ಚು ಮಾತನಾಡುವ ಧೈರ್ಯವಿಲ್ಲದೆ ಗಂಟಲೊಳಗಿಂದಲೇ ಹೇಳಿದಳು.

ಆದರೆ ಕೇಶಿ ಅವಳನ್ನು ತಬ್ಬಿಕೊಂಡು ಮಿಲಿಟರಿ ಲೈನ್ಸ್‌ನ ತೆರೆದ ರಸ್ತೆಯತ್ತ ಸಾಗಿದ.

ರಸ್ತೆಯ ಇಕ್ಕೆಲಗಳಲ್ಲಿರುವ ಬಂಗಲೆಗಳ ಮೇಲೆ ಬೆಳದಿಂಗಳು ಸದ್ದಿಲ್ಲದೆ ಹರಿಯುತ್ತಿತ್ತು. ಕೇಶಿ ಸುಮ್ಮನೆ ನೋಡುತ್ತ ನಿಂತ – ತೆರೆದ ರಸ್ತೆ, ಬದಿಯಲ್ಲಿರುವ ಮರಗಳ ಕೆಳಗೆ ನೆರಳು – ಬೆಳಕುಗಳ ಜಾಲ......ಅಷ್ಟರಲ್ಲಿ ಎಲ್ಲಿಂದಲೋ ಸುಗಂಧಭರಿತ ಗಾಳಿ ಅವನ ಮೂಗಿಗೆ ಬಡಿಯಿತು. ಕೇಶಿ ಮನದಲ್ಲೇ ಎಣಿಸಿಕೊಂಡ–ಬೆಳದಿಗೆಳಿನ ಜೊತೆ ಸ್ಪರ್ಧಿಸಲೆಂಬಂತೆ ರಾತ್ರಿರಾಣಿ ಎಲ್ಲಿಯೋ ಅರಳಿ ನಗುತ್ತಿರಬೇಕು; ಅದರ ಶ್ವಾಸೋಚ್ಛ್ವಾಸದಿಂದಲೇ ವಾತಾವರಣದಲ್ಲಿ ಸುವಾಸನೆ ತುಂಬಿದೆ. ತಿರುಗಿ ಅವನು ತನ್ನ ವಧುವನ್ನು ಬಾಹುಗಳಲ್ಲಿ ಬಂಧಿಸಿ ಮರವೊಂದರ ನೆರಳಿನಲ್ಲಿ ನಿಂತ.

"ತುಂಬಾ ದಣಿವಾಗಿದೆಯೇ?"

ವಧು ಮಾತಿಲ್ಲದೆ ಅವನ ಕಡೆ ವಾಲಿದಳು. ಮರದ ನೆರಳಿನ ಕತ್ತಲಲ್ಲಿ ಕೇಶಿ ಅವಳನ್ನು ಎದೆಗೊತ್ತಿ ಮುದ್ದಿಸಿದ.

ಅಷ್ಟರಲ್ಲಿ ರಸ್ತೆಯ ಇನ್ನೊಂದು ಬದಿಯಿಂದ ಟಾರ್ಚಿನ ಬೆಳಕು ಮಿಂಚಿತು. ಇಬ್ಬರೂ ಪರಸ್ಪರ ಲಗುಬಗನೆ ಬಿಡಿಸಿಕೊಂಡು ದೂರ ಸರಿದರು. ಕೇಶಿಯ ಎದೆ ಝ್ಝುಲ್ಲೆಂದಿತು. ಆತ ಬಿಳಚಿಹೋದ, ಕೂಡಲೇ ಅವನಿಗೆ ಎಮ್‌ಜಿ ಲೈನಿನಲ್ಲಿ ರಾತ್ರಿ ಹನ್ನೆರಡು ಗಂಟೆಯ ನಂತರ ಅಡ್ಡಾಡುವುದು ನಿಷಿದ್ಧ ಎಂಬ ಸಂಗತಿ ನೆನಪಾಯಿತು.

ಚೌದವ್ಹೀಂ ಕಾ ಚಾಂದ್ ಹೋ ಯಾ ಆಫ್‌ತಾಬ್ ಹೋ

ಜೋ ಭೀ ಹೋ ತುಮ್ ಖುದಾಕಿ ಕಸಂ ರಾ ಜವಾಬ್ ಹೋ

ಕಡು ಹಸುರು ಬಣ್ಣದ ಸಮವಸ್ತ್ರ ಧರಿಸಿದ ಮೂರು–ನಾಲ್ಕು ಜನ ಸಿಪಾಯಿಗಳು ಯಾವುದೋ ಹೊಸ ಸಿನಿಮಾದ ಪ್ರಚಲಿತ ಗೀತೆಯೊಂದನ್ನು ಹಾಡುತ್ತ, ಬೆಳದಿಂಗಳಿದ್ದರೂ ಸಹ ಅವರ ಮೇಲೆ ಟಾರ್ಚ್ ಬೀರುತ್ತ ಅಲ್ಲಿಂದ ಹಾದು ಹೋದರು.

ಹಾಡಿನ ಮೊದಲ ಸಾಲನ್ನು ಕೇಳುತ್ತಲೇ ಕೇಶಿಗೆ ತನ್ನ ವಧುವನ್ನು ಬಾಹುಗಳನ್ನು ಬಂಧಿಸಿ ಅವಳ ಕಣ್ಣುಗಳಲ್ಲಿ ಕಣ್ಣಿಟ್ಟು ಪುನಃ ಹಾಡಬೇಕೆನ್ನಿಸಿತು.

ಚೌದವ್ಹೀಂ ಕ ಚಾಂದ್ ಹೋ ಯಾ ಆಫ್‌ತಾಬ್ ಹೋ

ಚೋ ಭೀ ಹೋ ತುಮ್ ಖುದಾಕಿ ಕಸಂ ಲಾ ಜವಾಬ್ ಹೋ

ಆದರೆ ಸಿಪಾಯಿಗಳ ವಿವೇಕ ಹೀನ ವರ್ತನೆಯಿಂದ ಅವನಿಗೆ ಉತ್ಸಾಹಭಂಗವಾಯಿತು. ತನ್ನ ಮಿತ್ರನೊಬ್ಬನ ಅನುಭವವನ್ನು ಅವನಿಲ್ಲಿ ನೆನಪಿಸಿಕೊಂಡ, ಆ ಮಿತ್ರ ತನ್ನ ಸೋದರಿಯೊಂದಿಗೆ ಈ ಎಮ್‌ಜಿ ಲೈನಿನಲ್ಲಿದ್ದ ಒಂದು ಬಂಗಲೆಗೆ ಊಟಕ್ಕೆಂದು ಬಂದಿದ್ದ. ಮಾತನಾಡುತ್ತ ಹೊತ್ತು ಹೋದುದು ತಿಳಿಯಲಿಲ್ಲ. ಹನ್ನೆರಡು ಗಂಟೆಯಾಗಿತ್ತು. ಹನ್ನೆರಡೂವರೆಯ ಸುಮಾರಿಗೆ ಅಟೋರಿಕ್ಷಾವೂ ಸಿಗದೇ ಇದ್ದಾಗ ಅವರಿಬ್ಬರೂ ಕಾಲುನಡಿಗೆಯಲ್ಲೇ ಬಂದರು. ಅಷ್ಟರಲ್ಲಿ ಸಿಪಾಯಿಗಳು ಬಂದು ಅಡ್ಡಗಟ್ಟಿ ಅವರನ್ನು ನಿಲ್ಲಿಸಿದರು. ನಂತರ ಅವನಿಗೆ ತಿರುಗಿ ಬಂಗಲೆಗೆ ಹೋಗಿ ತಾನು ತನ್ನ ತಂಗಿಯೊಂದಿಗೆ ಊಟಕ್ಕೆ ಬಂದಿದ್ದೆನೆಂದು ಸಾಬೀತು ಪಡಿಸಬೇಕಾಗಿ ಬಂದಿತು......ವಧು ಮನೆಗೆ ಹೋಗೋಣವೆಂದು ಒತ್ತಾಯಿಸುವ ಮೊದಲೇ ಕೇಶಿ ಆ ಕಡೆ ತಿರುಗಿದ. ಸಿಪಾಯಿಗಳು ಹಾಡುತ್ತಾ, ಟಾರ್ಚಿನ ಬೆಳಕನ್ನು ವಧುವಿನ ಮುಖದ ಮೇಲೆ ಬೀಳಿಸುವ ಪ್ರಯತ್ನ ಮಾಡುತ್ತಾ ನಡೆಯುತ್ತಿದ್ದರು. ಸಿಟ್ಟಿನಿಂದ ಉರಿಯುತ್ತಿದ್ದ ಕೇಶಿಗೆ ಅವರ ಕಾಲರ್ ಹಿಡಿದು ಎರಡು ಏಟು ಬಿಗಿಯಬೇಕೆನ್ನಿಸಿತು. ಆದರೆ ವಿಶ್ವವಿದ್ಯಾಲಯದ ಪ್ರಾಧ್ಯಾಪಕನಾದ ತಾನು ನವವಧುವಿನೊಂದಿಗೆ ಈ ಅರ್ಧರಾತ್ರಿಯ ವೇಳೆ ಇಂತಹ ನಿರ್ಜನ ಪ್ರದೇಶದಲ್ಲಿ ಮಾಡುತ್ತಿದ್ದುದೇನು ಎಂದು ಯಾರಾದರೂ ತನ್ನನ್ನು ಕೇಳಿದರೆ ಏನೆಂದು ಉತ್ತರ ಕೊಡುವುದು? ಒಟ್ಟಿನಲ್ಲಿ ಪೇಚಿಗೆ ಸಿಲುಕಿದ ಕೇಶಿಗೆ ತನ್ನ ಅಮ್ಮನ ಮೇಲೆ, ಪಲ್ಲಂಗದ ಮೇಲೆ ಮತ್ತು ತನ್ನದೇ ಮಾನಸಿಕ ದೌರ್ಬಲ್ಯದ ಮೇಲೆ ಅಸಾಧ್ಯ ಸಿಟ್ಟು ಬಂತು.

ದಾಪುಗಾಲು ಹಾಕುತ್ತ ಅವನು ಮನೆಗೆ ಹಿಂತಿರುಗಿದ, ವಧು ಅವನ ಹಿಂದೆ ಕಾಲೆಳೆಯುತ್ತ ಸಾಗಿದಳು. ಬಂಗಲೆಯನ್ನು ಸಮಿಪಿಸುತ್ತಲೇ ಕೇಶಿಯ ನಡಿಗೆ

ನಿಧಾನವಾಯಿತು. ಆದರೆ ವಧು ನಿಲ್ಲಲಿಲ್ಲ. ಬಿರಬಿರನೆ ನಡೆದು ಕೋಣೆಯನ್ನು ಹೊಕ್ಕು ಪಲ್ಲಂಗದ ಮೇಲೆ ಕುಸಿದು ಬಿದ್ದಳಾಕೆ. ಕೇಶಿಯು ಕೋಣೆಯನ್ನು ಪ್ರವೇಶಿಸಿದಾಗ ಅವಳು ಕಾಲುಚಾಚಿ ಆರಾಮವಾಗಿ ಮಲಗಿದ್ದಳು. ಅವಳ ಸೀರೆಯ ಸೆರಗು ಒಂದು ಕಡೆ ಜಾರಿತ್ತು. ರವಕೆಯ ತೆರೆದ ಕೊರಳಿನಿಂದ ಅವಳ ಎದೆ ಬೆಳ್ಳಗೆ, ಕನ್ನಡಿಯಂತೆ ಹೊಳೆಯುತ್ತಿತ್ತು. ಅವನಿಗೆ ಅವಳ ತಲೆಯನ್ನು ಮಡಿಲಲ್ಲಿಟ್ಟುಕೊಂಡು ಕುಳಿತುಕೊಳ್ಳುವ ಆಸೆಯಾಯಿತು. ಆದರೆ ಅವನಿಗರಿವಿಲ್ಲದೆ ಅಮ್ಮನ ಚಿತ್ರದ ಮೇಲೆ ಅವನ ಕಣ್ಣು ಬಿತ್ತು. ದಿಕ್ಕೆಟ್ಟ ಅವನು ನಿಂತಲ್ಲೇ ನಿಂತುಬಿಟ್ಟ.

ವಧು ಮೌನವಾಗಿ ಭಾವಣೆಯನ್ನೇ ದಿಟ್ಟಿಸಿ ನೋಡುತ್ತಿದ್ದಳು. ಅವಳ ಕಣ್ಣುಗಳಲ್ಲಿ ನೀರು ತುಂಬಿ ಹೊಳೆಯುತ್ತಿತ್ತು.

ಕೇಶಿಯ ದೃಷ್ಟಿ ತನ್ನ ಕೋಣೆಯ ಬಾಗಿಲ ಕಡೆ ಹರಿಯಿತು. ಅವನೆಂದ "ಆ ಕೋಣೆಗೆ ಬೀಗ ಹಾಕಿದ್ದಾರಲ್ಲವೇ?"

"ಹೂಂ" ವಧು ಅನ್ಯಮನಸ್ಕಳಾಗಿ ಉತ್ತರಿಸಿದಳು. ಕೇಶಿ ಒಮ್ಮೆ ಅತ್ತಿತ್ತ ಶತಪಥ ತಿರುಗಿದ.

"ಅದರ ಕೀಲಿಕೈ ಯಾರ ಬಳಿಯಿದೆ?"

"ಅಂಟಿಯ ಬಳಿ ಇರಬಹುದು. ಎಲ್ಲಾ ಸಾಮಾನುಗಳನ್ನು ಅವರೇ ಇಡಿಸಿದ್ದು."

ಕೇಶಿ ಹೊರಗೆ ಹೊರಟು ಮನೆಯ ಹಿಂಬದಿಯ ಮೂಲೆಯ ತನಕ ಹೋದ, ದಣಿದ ಹೆಂಗಸರು ನಿದ್ದೆ ಹೋಗಿದ್ದರು. ಅಮ್ಮನನ್ನು ಎಬ್ಬಿಸಲೇ ಅಂದುಕೊಂಡ. ಆದರೆ ಅಂಟಿಗೆ ಎಚ್ಚರವಾಗಿ ಆಕೆ ತಮಾಷೆ ಮಾಡಿದರೆ...?....ತಿರುಗಿ ಕೋಣೆಗೆ ಬಂದು ವಧುವಿನೆಡೆಗೊಮ್ಮೆ ದೃಷ್ಟಿ ಹಾಯಿಸಿದ. ಆಕೆ ಅದೇ ರೀತಿ ಮಲಗಿದ್ದಳು. ಆತ ಫಕ್ಕನೆ ಮುಂದೆ ಹೋಗಿ ಆ ಮುಚ್ಚಿದ ಬಾಗಿಲನ್ನು ಹಿಂದಕ್ಕೆ ದೂಡಿದ. ಬಾಗಿಲನ್ನು ಒಳಗಿನಿಂದ ಭದ್ರಪಡಿಸಲಾಗಿತ್ತು. ಕೆಳಗಿನ ಕೀಲನ್ನು ಸಹ ಸಿಕ್ಕಿಸಿದ್ದರು. ಬರೇ ಮೇಲಿನ ಕೀಲನ್ನು ಹಾಕಿದ್ದಾದರೆ ಕದದ ಗಾಜನ್ನು ಸ್ವಲ್ಪ ಒಡೆದು ಕೈ ಹಾಕಿ ಅಗಳಿ ತೆಗೆಯಬಹುದೆಂದು ಆತನೆಣಿಸಿದ. ಆದರೆ ಅವನ ಅಮ್ಮ ಯಾವಾಗಲೂ ಕೆಳಗಿನ ಕೀಲನ್ನು ಸಹ ಭದ್ರಪಡಿಸುತ್ತಿದ್ದಳು. ಹಿಂದೆ ಸರಿದು ಆತ ಬಾಗಿಲನ್ನೊಮ್ಮೆ ಸೂಕ್ಷ್ಮವಾಗಿ ಅವಲೋಕಿಸಿದ–– ಎರಡೂ ಕದಗಳಲ್ಲಿ ಮೂರು ಮೂರು ಗಾಜಿನ ಹಲಗೆಗಳು ಮರದ ಪಟ್ಟಿಗಳ ಮೂಲಕ ಜೋಡಿಸಲ್ಪಟ್ಟಿದ್ದವು. ಒಂದು ವೇಳೆ ಅವನು ಕೆಳಗಿನ ಮೂರನೇ ಹಲಗೆಯನ್ನು ಒಡೆದು ಕೈ ಒಳಗೆ ಹಾಕಿದರ ಕೆಳಗಿನ ಕೀಲನ್ನು ತೆಗೆಯಬಹುದಾಗಿತ್ತು. ಒಮ್ಮೆ ಜೋರಾಗಿ ಗುದ್ದಿ ಗಾಜನ್ನು ಪುಡಿ ಪುಡಿ ಮಾಡಲೇ ಅನ್ನಿಸಿತು ಕೇಶಿಗೆ, ಆದರೆ ಸೋತು ಸುಸ್ತಾಗಿ ಮಲಗಿದ ಅಮ್ಮನಿಗೆ ಎಚ್ಚರವಾದೀತೆನ್ನುವ ಯೋಚನೆಯಿಂದ ಅವನು ಹಿಮ್ಮೆಟ್ಟಿದ. ನಿರಾಶನಾಗಿ ಪುನಃ ಕೋಣೆಯಲ್ಲಿ ಅತ್ತಿಂದಿತ್ತ– ಇತ್ತಿಂದತ್ತ ತಿರುಗಿದ. ಅಕಸ್ಮಾತ್ ಅವರ ದೃಷ್ಟಿ ಬಾಗಿಲಿನ ಕೆಳಭಾಗದೆಡೆಗೆ ಹೋಯಿತು. ಎಡಕದದ ಮೂಲೆಯೊಂದು ಜಜ್ಜಿ ಹೋಗಿದ್ದು, ಹತ್ತಿರದಿಂದ ನೋಡಿದರೆ ಒಡಕು

ಬಿಟ್ಟಿರುವುದು ಸ್ಪಷ್ಟವಾಗಿ ಕಾಣುತ್ತಿತ್ತು. ಕೇಶಿ ನೆಲದ ಮೇಲೆ ಮಂಚಕ್ಕೆ ಒರಗಿ ನಿಂತು ತನ್ನ ಬಲವನ್ನೆಲ್ಲ ಪ್ರಯೋಗಿಸಿ ಹಿಂಗಾಲಿನಿಂದ ಒದೆದ ಭಾಗವನ್ನು ಒದ್ದುಬಿಟ್ಟ. ಆದರೆ ಬಾಗಿಲು ಅಲುಗಾಡಲು ಸಹ ಇಲ್ಲ. ಬದಲಾಗಿ ಪಲ್ಲಂಗವೇ ಹಿಂದಕ್ಕೆ ಜಾರಿತು.

ಭಾವಣೆಯುತ್ತಲೇ ನೋಡುತ್ತ ವಧು ಅದೇ ರೀತಿ ಮಲಗಿದ್ದಳು. ಪಲ್ಲಂಗದ ಅಲುಗಾಟ ಅವಳ ಗಮನ ಸೆಳೆದಿರಲಿಲ್ಲ. ಕೇಶಿ ಅವಳೆಡೆಗೆ ಒಂದು ಕಳ್ಳನೋಟ ಬೀರಿದ. ಅವಳೂ ಅವನನ್ನು ಒಮ್ಮೆ ನೋಡಿದಳು. ಆ ನೋಟದಲ್ಲಿದ್ದುದದಾದರೂ ಏನು? ಒಂದು ಅತ್ಯಂತ ಸೂಕ್ಷ್ಮವಾದ ವ್ಯಂಗದ ಎಳೆ! ಕೇಶಿಯ ಮಿದುಳಿನಲ್ಲಿ ಚೇಳು ಹರಿದಂತಾಯಿತು. ಯೋಚಿಸುವ ಅಥವಾ ಅರ್ಥಮಾಡಿಕೊಳ್ಳುವ ಶಕ್ತಿಯೇ ಇಲ್ಲದಂತಾಯಿತು. ಭಂಗನೆದ್ದು ಮುಂದೆ ಹಾರಿದ ಆತ ಬಾಗಿಲಿನ ಕೆಳಭಾಗಕ್ಕೆ ಬಲವಾಗಿ ಗುದ್ದಿದ.

ಗಾಜು ಫಳಾರೆಂದು ಒಡೆದು ಹೋಯಿತು. ಅವಳಿಗೆ ಇನ್ನು ಸುಮ್ಮನಿರಲಾಗಲಿಲ್ಲ. ಗಾಬರಿಯಾಗಿ ಎದ್ದು ಪತಿಯ ಬಳಿ ಬಂದಳು.

"ಏನು, ನೀವು ಮಾಡುತ್ತಿರುವುದಾದರೂ ಏನು?" ಆಕೆ ಸಹನೆ ಮೀರಿ ಕೇಳಿದಳು.

ಕೇಶಿ ಉತ್ತರಿಸಲಿಲ್ಲ, ಅವಳೆಡೆಗೆ ನೋಡಲೂ ಇಲ್ಲ. ಒಡೆದ ಬಾಗಿಲಿನ ಮೂಲಕ ಕೈಹಾಕಿ ಒಳಗಿನ ಚಿಲಕ ತೆಗೆದ. ಅವನ ಭಾರಕ್ಕೆ ಬಾಗಿಲು ಕೂಡಲೇ ಹಿಂದಕ್ಕೆ ಸರಿಯಿತು.

ಬಲಗೈಯಿಂದ ಬಾಗಿಲನ್ನು ಗಟ್ಟಿಯಾಗಿ ಹಿಡಿದುಕೊಂಡು, ಮೆಲ್ಲನೆ ಸಂಭಾಳಿಸುತ್ತ ಆತ ತನ್ನ ಕೈಯನ್ನು ಹೊರತೆಗೆದ. ಆದರೂ ಮೊಣಕೈಗೆ ಗಾಯವಾಗಿ ರಕ್ತ ಸೋರಿತು.

"ಅಯ್ಯಯ್ಯೋ! ಇದೇನಾಯಿತು ನಿಮಗೆ?" ಅವನ ಮೊಣಕೈಯಿಂದ ರಕ್ತ ಹರಿಯುವುದನ್ನು ಕಂಡ ವಧು ಗಾಬರಿಗೊಂಡು ಕೇಳಿದಳು. ಇಡೀ ಕೋಣೆಯತ್ತ ಒಮ್ಮೆ ದೃಷ್ಟಿ ಹಾಯಿಸಿ ಗಾಯಕ್ಕೆ ಕಟ್ಟಲು ಏನಾದರೂ ಇದೆಯೇ ಎಂದು ನೋಡಿದಳು.

ಕೇಶಿಗೆ ಆ ಕಡೆ ಗಮನವಿರಲಿಲ್ಲ. ಎರಡೂ ಕೈಗಳಿಂದ ಬಾಗಿಲನ್ನು ತಳ್ಳಿ ಆತುರದಿಂದ ಅವನು ಒಳಗೆ ಪ್ರವೇಶಿಸಿದ. ಕೋಣೆ ತುಂಬಾ ಬಳುವಳಿಯ ಸಾಮಾನುಗಳಿದ್ದವು – ಫರ್ನಿಚರ್, ಡ್ರೆಸಿಂಗ್ ಟೇಬಲ್, ಬೀರು, ಬಟ್ಟೆಗಳು ಸಿಹಿತಿಂಡಿಗಳ ತಟ್ಟೆಗಳು, ಇನ್ನೂ ಏನೇನೋ, ಒಂದು ಬದಿಯಲ್ಲಿ ಪಲ್ಲಂಗವೂ ಇತ್ತು, ಆದರೆ ಅದರಲ್ಲಿ ಬಟ್ಟೆಗಳು ತುಂಬಿದ್ದವು. ಅವುಗಳನ್ನೆಲ್ಲ ಆತುರಾತುರವಾಗಿ ಬಾಜಿ ಬೆಡ್ಡಿನೊಳಗೆ ತುರುಕಿದ ಕೇಶಿ. ಈಗ ವಧುವೂ ಅವನ ಹಿಂದೆಯೇ ಬಂದಿದ್ದಳು. ಅವಳ ಕಣ್ಣುಗಳಲ್ಲಿ ಈಗ ವ್ಯಂಗ್ಯ ಮಾಯವಾಗಿ ಭಯ ತುಂಬಿತ್ತು. ಕೂಡಲೇ ಆಕೆಯ ಕಡೆ ತಿರುಗಿದ ಕೇಶಿ ಆಕೆಯ ಭುಜಗಳ ಮೇಲೆ ಕೈಯಿಟ್ಟು, ಆಕೆಯ ಭಯ ತುಂಬಿದ ಕಣ್ಣುಗಳಲ್ಲಿ ಇಣಿಕಿ ನೋಡುತ್ತ, ಆಕೆಯನ್ನು ತನ್ನ ತೋಳುಗಳಲ್ಲಿ ಬಂಧಿಸಿ ಮುತ್ತಿಟ್ಟ.

ವಧು ಇನ್ನೂ ಹೆಚ್ಚು ಗಾಬರಿಗೊಂಡಳು. ಆದರೆ ಪತಿಯ ಕಣ್ಣುಗಳಲ್ಲಿ ಮೊದಲಿನ ಕಾಠಿಣ್ಯಕ್ಕೆ ಬದಲಾಗಿ ಸೌಮ್ಯತೆಯನ್ನು ಕಂಡಾಗ, ಆತನ ತುಟಿಗಳ ಸ್ಪರ್ಶದ ಬಿಸಿ ಸೋಕಿದಾಗ ಸಮಾಧಾನಗೊಂಡು ಅವನ ಕೂದಲನ್ನು ನೇವರಿಸಲಾರಂಭಿಸಿದಳು.

ಮುಂಜಾನೆ ಅಮ್ಮ ಹೊರಗೆ ಬಂದು ಶಯ್ಯಾಗಾರದ ಬಾಗಿಲು ತೆರೆದಿದ್ದು ನೋಡಿ ಆತಂಕಗೊಂಡಳು, ಮುಂದೆ ಬಂದು ಪರದೆ ಸರಿಸಿ ನೋಡಿದಾಗ ಆಕೆಯ ಎದೆ ಝುಲ್ಲೆಂದಿತು. ಅಲಂಕರಿಸಿದ ಕೋಣೆ ಭಣಭಣವೆನ್ನುತ್ತಿತ್ತು. ಬಾಗಿಲ ಬಳಿ ಗಾಜಿನ ಚೂರುಗಳು ಬಿದ್ದಿದ್ದವು. ಕಳ್ಳತನವಾಗಿರಬಹುದೇ ಎಂಬ ಸಂದೇಹ ಬಂತು ಆಕೆಗೆ, ಆದರೂ ಧೈರ್ಯಮಾಡಿ ಮುಂದಿನ ಕೋಣೆಗೆ ಕಾಲಿಟ್ಟಳು. ನೋಡುವುದೇನು? ಮೌನ ಹಬ್ಬಿದ ಕೋಣೆಯಲ್ಲಿ ಹಾಸಿಗೆಯನ್ನು ತಲೆಯ ಕೆಳಗಿಟ್ಟುಕೊಂಡು, ಬಳುವಳಿಯಾಗಿ ಬಂದಿದ್ದ ಪಲ್ಲಂಗದ ಮೇಲೆ ಮಲಗಿದ ವಧೂವರರು ಸುಖನಿದ್ರೆಯಲ್ಲಿದ್ದರು.

02 ಅಂಬಾಸಡರ್

ವಾರಗಟ್ಟಲೆಯಿಂದ ಬೆಳೆದ ಗಡ್ಡ, ಕೆದರಿ ನೆಟ್ಟಗೆ ನಿಂತ, ಹೆಣಿಗೆ ಕಾಣದೆ ಸುಕ್ಕುಗಟ್ಟಿದ ಕೂದಲು, ಗುಂಡಿಯಿಲ್ಲದ ಕೊಳಕಾದ ಅಂಗಿ, ಹರಿದು ನೇತಾಡುತ್ತಿರುವ ದೊಗಲೆ ಚಡ್ಡಿ, ತೇಪೆಗಳಿಂದ ತುಂಬಿದ ಕೋಟು, ತುಂಡಾದ ಹಳೆಯ ಬೂಟುಗಳು....! ನನ್ನ ಆಳು ಅವನನ್ನು ಹುಚ್ಚನೆಂದು ತಿಳಿದು ಹೊರಗೆ ದಬ್ಬುವವನಿದ್ದ, ಅಷ್ಟರಲ್ಲಿ ವಿಚಿತ್ರ ವೇಷದ ಆ ವ್ಯಕ್ತಿ ನನ್ನನ್ನು ನೋಡಿಬಿಟ್ಟ. ಕೂಡಲೇ ಆಳನ್ನು ಬದಿಗೆ ತಳ್ಳುತ್ತ ಮುಂದುವರಿದು ನನ್ನನ್ನು ಸಮೀಪಿಸಿದ.

"ಹಲ್ಲೋ ಭಕ್ತಿ!" ಬಹಳ ಆತ್ಮೀಯನಂತೆ ತೀರಾ ಸಲುಗೆಯಿಂದ ಕೈ ಮುಂದೆ ಮಾಡಿ ಆತ ಶುದ್ಧ ಇಂಗ್ಲೀಷಿನಲ್ಲೇ ಮಾತನಾಡಿದ. ನನ್ನ ಆಳು ಬರೇ ಮೂರ್ಖನೆಂದೂ, ಅವನನ್ನು ಕೂಡಲೇ ಕೆಲಸದಿಂದ ತೆಗೆದು ಹಾಕುವುದು ಒಳ್ಳೆಯದೆಂದೂ ಸಲಹೆಯಿತ್ತ.

ಇಂಗ್ಲೀಷಿನ ಆ ರೀತಿಯ ಶುದ್ಧ ಉಚ್ಚಾರಣೆ, ಧ್ವನಿಯಲ್ಲಿದ್ದ ಆ ಆತ್ಮವಿಶ್ವಾಸ ನೋಡಿ ನನಗರಿವಿಲ್ಲದಂತೆ ನನ್ನ ಕೈಗಳು ಆ ಕೊಳಕು ಕೈಯನ್ನು ಹಿಡಿಯಲು ಮುಂದಾದರೂ, ಆತನನ್ನು ಗುರುತಿಸಲಾರದೆ ನನ್ನ ಕಣ್ಣುಗಳು ಆತನ ಮುಖದ ಮೇಲೆಯೇ ಹರಿದಾಡುತ್ತಿದ್ದವು. ಆತನ ನಿರ್ಭೀತ, ನಿರ್ಲಕ್ಷ್ಯಭಾವ ತುಂಬಿದ, ತೀರಾ ಪರಿಚಿತವೆನ್ನಿಸವಂತಹ ಕಣ್ಣುಗಳು, ಇಡಿಯ ಮುಖದಲ್ಲಿ ಎದ್ದು ಕಾಣುವ ಆ ಕಣ್ಣುಗಳ ನೆನಪನ್ನು ಬಿಟ್ಟರೆ ಉಳಿದೆಲ್ಲವೂ ನೆನಪಿನಾಳದಲ್ಲಿ ಹುದುಗಿ ಹೋಗಿದ್ದವು.

"ಕೊನೆಗೂ ನಿನಗೆ ನನ್ನ ಗುರುತು ಹಿಡಿಯಲಾಗಲಿಲ್ಲ!" ಆತನೆಂದ. "ನಾನು ಭೋಲಾ. 1933ರಲ್ಲಿ ನಾವು ಲಾಹೋರಿನ ಮಾಲ್‌ರೋಡಿನಲ್ಲಿ ಒಂದೇ ಕೋಣೆಯಲ್ಲಿ ಮೂರು ತಿಂಗಳ ಕಾಲ ಜೊತೆಗಿದ್ದೆವು."

"ಭೋಲಾ!...ಹದಗೋಪಾಲ್!! ಇದೇನು ಅವಸ್ಥೆ ನಿನ್ನದು?"....ನಾನು ಅವನ ಕೈಗಳನ್ನು ಗಟ್ಟಿಯಾಗಿ ಹಿಡಿದು ಅವನನ್ನು ಡ್ರಾಯಿಂಗ್ ರೂಮಿಗೆ ಕರೆತಂದೆ.

ಅವನು ಲಾಹೋರಿನ ದಿನಗಳ ಬಗ್ಗೆ ಎಡೆಬಿಡದೆ ಮಾತನಾಡುತ್ತಿದ್ದ. ಅವನ ಮಾತುಗಳನ್ನು ಕೇಳುತ್ತಿದ್ದಂತೆ ಅವನು ಹುಚ್ಚನಂತೂ ಅಲ್ಲ ಎನ್ನುವುದು ನನಗೆ ಖಾತ್ರಿಯಾಯಿತು. ಏಕೆಂದರೆ ಆ ದಿನಗಳಲ್ಲಿ ನಡೆದ ಪ್ರತಿಯೊಂದು ಘಟನೆಗಳೂ ಅವನಿಗೆ ಚೆನ್ನಾಗಿ ನೆನಪಿತ್ತೆಂಬುದು ಅವನ ವಿವರಣೆಗಳ ಮೂಲಕ ಗೊತ್ತಾಗುತ್ತಿತ್ತು.

ಡ್ರಾಯಿಂಗ್‌ರೂಂನಲ್ಲಿದ್ದ ಬೆಲೆಬಾಳುವ ಮೆತ್ತೆಯ ಮೇಲೆ ಅದೇ ಅಧಿಕಾರಪೂರ್ಣ ಭಾವದಿಂದ ಆತ ಕುಳಿತ.

"ಏನಾಯಿತು ನಿನಗೆ?" ನಾನು ಅಸ್ಪಷ್ಟ ಧ್ವನಿಯಲ್ಲಿ ಕೇಳಿದೆ. "ನೀನು ಅಂಬಾಸಡರ್ ಆಗಬೇಕಿತ್ತಲ್ಲ?"

ಭೋಲಾ ನನ್ನ ಪ್ರಶ್ನೆಯನ್ನು ಕೇಳಿಯೂ ಕೇಳದಂತೆ ನಟಿಸಿದ. ಅದೇ ಶುದ್ಧ ಇಂಗ್ಲೀಷಿನಲ್ಲಿ "ಸಾಧ್ಯವಿದ್ದರೆ ನನಗೆ ಊಟ ಹಾಕಿಸು. ಎರಡು ದಿನಗಳಿಂದ ಉಪವಾಸವಿದ್ದೇನೆ" ಎಂದ.

ನಾನು ಆಳನ್ನು ಕರೆದು ಹೇಳಿದೆ. "ದಕ್ಷೀಲಾಲ್, ಸಾಹೇಬರಿಗೆ ಊಟ ತಾ."

"ಸಾಹೇಬರು....!" ಭೋಲಾನ ಕಣ್ಣುಗಳು ಒಂದು ಕ್ಷಣ ಮಿಂಚಿದವು. ಮರುಕ್ಷಣ ಕ್ಷೀಣವಾದ ನಿರ್ಲಿಪ್ತ ನಗುವೊಂದು ಅವನ ತುಟಿಗಳಲ್ಲಿ ಮೂಡಿತು.

ಆಳು ತಿರುಗಿ ಹೋಗುವಷ್ಟರಲ್ಲಿ ನಾನು ಅವನನ್ನು ತಡೆದು ಹೇಳಿದೆ. "ನೋಡು, ಅಮ್ಮಾಪ್ರಿಗೆ ಹೇಳು, ನನ್ನ ಒಬ್ಬ ಹಳೆಯ ಗೆಳೆಯ ಬಂದಿದ್ದಾನೆ, ಊಟ ಇಲ್ಲಿಗೇ ಕಳುಹಿಸಿ ಅಂತ."

ಅವನು ಒಳಗೆ ಹೋಗುವುದರಲ್ಲಿದ್ದ, ತಿರುಗಿ ನಾನೆಂದೆ "ಈ ಸೆಂಟರ್ ಟೇಬಲ್ ಇಲ್ಲಿಂದ ತೆಗೆದು ಆಚೆಗಿಡು, ಆ ಸ್ಟೂಲು ತಂದು ಇಲ್ಲಿಟ್ಟು ಸಾಹೇಬರನ್ನು ಕೈ ತೊಳೆಯಲು ವಾಶ್‌ಬೇಸಿನ್ ಹತ್ತಿರ ಕರೆದುಕೊಂಡು ಹೋಗು."

"ಕೈ ನನ್ನದು ಯಾವಾಗಲೂ ತೊಳೆದೇ ಇರುತ್ತದೆ" ಭೋಲಾ ಆಳಿಗೆ ಹೇಳಿದ "ನೀನು ಊಟ ತಾ."

ಆಳು ಹೋಗಿಬಿಟ್ಟ.

ನಾನು ಭೋಲಾನಿಂದ ಆತನ ಜೀವನದ ಬಗ್ಗೆ ತಿಳಿಯಲು ಪ್ರಯತ್ನಿಸಿದೆ. ಅದರೆ ಲಾಹೋರಿನಲ್ಲಿ ನಾವು ಜೋತೆಯಾಗಿ ಕಳೆದ ದಿನಗಳ ನೆನಪು ಬಿಟ್ಟರೆ ಬೇರಾವುದೂ ಅವನಿಗೆ ಜ್ಞಾಪಕವಿರಲಿಲ್ಲ. ನಾನು ಮತ್ತು ಭೋಲಾ ಒಂದು ಸಲ ಐ.ಸಿ.ಎಸ್. ಪರೀಕ್ಷೆಗೆ ಒಟ್ಟಿಗೆ ಕುಳಿತಿದ್ದೆವು. ಮೂರು ತಿಂಗಳು ಒಂದೇ ಕೋಣೆಯಲ್ಲಿ ವಾಸವಾಗಿದ್ದೆವು. ನಾನು ಪರೀಕ್ಷೆಗೆ ಅರ್ಹತೆ ಪಡೆಯುವಷ್ಟು ಬುದ್ಧಿವಂತನೇನೂ ಆಗಿರಲಿಲ್ಲ. ಆದರೆ ಭೋಲಾ ಎಲ್ಲರಿಗಿಂತ ಹೆಚ್ಚು ಪ್ರತಿಭಾವಂತನಾಗಿದ್ದುಕೊಂಡು ಕೂಡಾ ವೈವಾದಲ್ಲಿ ಫೇಲಾಗಿಬಿಟ್ಟ. ಆ ದಿನಗಳಲ್ಲಿ ನಡೆದ ಘಟನೆಗಳೆಲ್ಲ ಇಸವಿ–ತಿಂಗಳು–ತಾರೀಕುಗಳ ಸಮೇತ ಸ್ವಲ್ಪವೂ ಬಿಡದ ನೆನಪಿತ್ತು. ಅವನಿಗೆ, ಉಳಿದ ವಿಷಯಗಳ ಬಗ್ಗೆ ಏನು ಕೇಳಿದರೂ ಕೈಯಲ್ಲಾಡಿಸಿ 'ಇಲ್ಲ'ವೆನ್ನುವುದು ಬಿಟ್ಟರೆ ಅವನಲ್ಲಿ ಬೇರೆ ಉತ್ತರ ಇರಲಿಲ್ಲ. ಆತನ ಮನಸ್ಸಿನ ಕಪ್ಪು ಹಲಗೆಯ ಮೇಲೆ ಲಾಹೋರಿನ ಅನುಭವಗಳ ರೂಪು ರೇಖೆಗಳು ಮಾತ್ರ ಚಿತ್ರವಾದಂತಿತ್ತು.

ನಾನು ಮೊದಲ ಬಾರಿಗೆ ಐ.ಸಿ.ಎಸ್. ಪ್ರವೇಶ ಪರೀಕ್ಷೆಗೆ ಕುಳಿತುಕೊಂಡಿದ್ದೆ. ಅರ್ಹತೆಯೇನೋ ಪಡೆದಿದ್ದರೂ ಪರೀಕ್ಷೆಗೆ ಹಾಜರಾಗುವ ಧೈರ್ಯವಿರಲಿಲ್ಲ. ಆಗ ಐ.ಸಿ.ಎಸ್. ಗೆಂದೇ ಬಂದ ನನ್ನೊಬ್ಬ ಮಿತ್ರ–ಸುದರ್ಶನ ಎಂಬವರು–ನನಗೆ ಸಲಹೆ ನೀಡಿದರು. "ನೋಡು ಬಕ್ಷೀ, ನಿನಗೆ ಒಂದು ಮಾತು ಹೇಳುತ್ತೇನೆ. ನೀನು ಹೇಗಾದರೂ ಮಾಡಿ ಆ ಭೋಲಾನ ಗೆಳೆತನ ಸಂಪಾದಿಸಿಕೋ, ಅವನು ಬಿ.ಎ. ನಲ್ಲಿ ಇಂಗ್ಲೀಷ್‌ನಲ್ಲಿ ದಾಖಲೆ ಮುರಿದಿದ್ದ. ಐ.ಸಿ.ಎಸ್. ನಲ್ಲೂ ಇಂಗ್ಲೀಷ್‌ನಲ್ಲಿ ಪ್ರಥಮ ಸ್ಥಾನದಲ್ಲೇ ಉತ್ತೀರ್ಣನಾಗಿದ್ದಾನೆ. ಮಾರ್ಕುಗಳ ಒಟ್ಟು ಮೊತ್ತ ನೋಡಿದಾಗ ಅವನಿಗೆ ದ್ವಿತೀಯ ದರ್ಜೆ, ಬರೇ ವೈವಾದಲ್ಲಿ ಮಾತ್ರ ಫೇಲಾದ. ಆದರೂ ಅವನು ಐ.ಸಿ.ಎಸ್. ಮಾಡಿಯೇ ಮಾಡುತ್ತಾನೆ. ನಾನು ಅವನ ಸಹಾಯ ತೆಗೆದುಕೊಂಡಿದ್ದರಿಂದಲೇ ಉತ್ತೀರ್ಣನಾಗಿದ್ದೇನೆ. ನೀನು ಯಾವ ರೀತಿಯಲ್ಲಾದರೂ ಅವನೊಂದಿಗೆ ಸ್ನೇಹ ಬೆಳೆಸಿ ಅವನ ಜೊತೆಗಿದ್ದು ಅಭ್ಯಾಸ ಮಾಡಿ ಪರೀಕ್ಷೆಗೆ ಹಾಜರಾಗು."

ನಾನು ಡಿ. ಎ. ವಿ. ಕಾಲೇಜಿನ ವಿದ್ಯಾರ್ಥಿಯಾಗಿದ್ದೆ. ಭೋಲಾ ಗವರ್ನ್‌ಮೆಂಟ್ ಕಾಲೇಜಿನಲ್ಲಿ ಓದುತ್ತಿದ್ದ. ಗವರ್ನ್‌ಮೆಂಟ್ ಕಾಲೇಜಿನ ವಿದ್ಯಾರ್ಥಿಗಳು ಡಿ. ಎ. ವಿ. ಕಾಲೇಜಿನ ವಿಧ್ಯಾರ್ಥಿಗಳನ್ನು ತಿರಸ್ಕಾರದಿಂದ ಕಾಣುತ್ತಿದ್ದರು. ಇದೇ ಕಾರಣದಿಂದಾಗಿ ನನಗೆ ಭೋಲಾನನ್ನು ಭೇಟಿಯಾಗಲು ಸಂಕೋಚವಾಗುತ್ತಿತ್ತು. ಅಲ್ಲದೆ ನಾನು ಚಿಕ್ಕಪ್ಪನ ಜೊತೆ ಸೂತ್ರಮಂಡಿಯಲ್ಲಿ ವಾಸಿಸುತ್ತಿದ್ದೆ. ಭೋಲಾ ಕಾಫಿಹೌಸಿನ ಪಕ್ಕದ ಮಾಲ್‌ರೋಡಿನಲ್ಲಿರುವ ಮೂರಂತಸ್ತಿನ ಕಟ್ಟಡವೊಂದರಲ್ಲಿ ರೂಮು ತೆಗೆದುಕೊಂಡಿದ್ದ. ಅವನ ರೂಮು ಎರಡನೇ ಮಹಡಿಯಲ್ಲಿತ್ತು. ಕೋಣೆಯ ಹೊರಗೆ ಒಂದು ಸುಂದರ ವೆರಾಂಡ ಹಾಗೂ ಅದರ ಮುಂದುಗಡೆ ಸಣ್ಣದೊಂದು ಬಾಲ್ಕನಿಯಿತ್ತು. ನಾನು ಸುದರ್ಶನನಲ್ಲಿ ಭೋಲಾನನ್ನು ನನಗೆ ಪರಿಚಯ ಮಾಡಿಸಿಕೊಡಲು ಸಾಧ್ಯವೇ ಎಂದು ಕೇಳಿದೆ. ಆತ ನನ್ನನ್ನು ಭೋಲಾನ ರೂಮಿಗೆ ಕರೆದುಕೊಂಡು ಹೋದ. ಅಲ್ಲಿ ಭೋಲಾನ ಮುಂದೆ ನನ್ನನ್ನು ಚೆನ್ನಾಗಿ ಹೊಗಳಿದ. ಆ ನಂತರ ಪ್ರತಿದಿನ ನಾನು ಭೋಲಾನ ರೂಮಿಗೆ

ಹೋಗಿಬರಲು ಪ್ರಾರಂಭಿಸಿದೆ. ಅವನೊಂದಿಗೆ ಗೆಳೆತನ ಬೆಳೆಸಿ ಪರೀಕ್ಷೆಗೆ ಮೂರು ತಿಂಗಳು ಬಾಕಿಯಿದೆಯೆನ್ನುವಾಗ ಅವನ ರೂಮು ಸೇರಿ ಅವನ ಜೊತೆಯಲ್ಲಿ ಇರಲಾರಂಭಿಸಿದೆ.

ಭೋಲಾನ ಅಪರಿಮಿತ ಜ್ಞಾನಭಂಡಾರ ನೋಡಿ ನಾನು ಬೆರಗಾಗಿದ್ದೆ. ಪರೀಕ್ಷೆಯಲ್ಲಿ ಪಾಸಾಗುವ ಹಲವಾರು ಉಪಾಯಗಳನ್ನು ಅವನು ನನಗೆ ಹೇಳಿಕೊಟ್ಟ, ಕೊನೆಗೆ ಮೂರು ವರ್ಷಗಳ ನಂತರ ನಾನು ಐ.ಸಿ.ಎಸ್, ನಲ್ಲಿ ತೇರ್ಗಡೆ ಹೊಂದಿದೆ. ನನ್ನ ಈ ಗೆಲುವಿನಲ್ಲಿ ಭೋಲಾನ ಜೊತೆಗೆ ಕಳೆದ ಆ ಮೂರು ತಿಂಗಳ ಪಾತ್ರ ಕಿರಿದೇನೂ ಆಗಿರಲಿಲ್ಲ.

* * *

ಆಳು ಊಟ ತೆಗೆದುಕೊಂಡು ಬಂದ ಕೂಡಲೇ ಹಸಿದ ನಾಯಿಯಂತೆ ಪ್ಲೇಟಿನ ಮೇಲೆ ಎರಗಿದ ಭೋಲಾ. ಅವನು ಈ ರೀತಿ ಗಬಗಬನೆ ತಿನ್ನುತ್ತಿರುವುದನ್ನು ನನ್ನಿಂದ ನೋಡಲಾಗಲಿಲ್ಲ. "ನೀರು ಊಟ ಮಾಡುತ್ತಿರು; ನಾನು ಅಷ್ಟರಲ್ಲಿ ಕೆಲವು ಅತೀ ಅಗತ್ಯದ ಕಾಗದಪತ್ರಗಳನ್ನು ಪರಿಶೀಲಿಸಿ ಬರುತ್ತೇನೆ" ಎನ್ನುತ್ತ ನಾನು ಮೇಲಿದ್ದೆ.

ತಿನ್ನುವ ಆತುರದಲ್ಲಿದ್ದ ಭೋಲಾ ನನ್ನಡೆಗೆ ತಿರುಗಿ ನೋಡಲು ಸಹ ಇಲ್ಲ. ಎಡಗೈಯನ್ನು ಬೆನ್ನ ಹಿಂದೆ ತಿರುಗಿಸಿ ಅಲ್ಲಾಡಿಸುತ್ತ ಧಾರಾಳವಾಗಿ ಹೋಗಬಹುದೆಂದು ಸಮ್ಮತಿ ಸೂಚಿಸಿದ.

"ಸಾರ್, ಈ ಹುಚ್ಚ....ಸಾಹೇಬರು (ಆಳು ನನ್ನನ್ನು ಖುಷಿಪಡಿಸುವುದಕ್ಕೋಸ್ಕರ 'ಹುಚ್ಚ' ಎನ್ನುವುದರ ಜತೆಗೆ 'ಸಾಹೇಬರು' ಎಂದು ಸೇರಿಸಿದ್ದ) ಯಾವಾಗಲೂ ಇಡೀ ದಿವಸ ಚೌಕಗಳಲ್ಲೋ, ಸಿವಿಲ್ ಲೈನಿನಲ್ಲೋ ಅಥವಾ ಇನ್ನೂ ಎಲ್ಲೆಲ್ಲೋ ತಿರುಗಾಡುತ್ತಿರುತ್ತಾರೆ. ಆದ್ದರಿಂದ ನಾನು ಅವರನ್ನು ಒಳಗೆ ಬಿಡಲಿಲ್ಲ" ದಕ್ಷೀಲಾಲ ಕ್ಷಮೆ ಯಾಚಿಸುವ ಧ್ವನಿಯಲ್ಲಿ ಹೇಳಿದ.

"ನೀನು ಅವರನ್ನು ಯಾವಾಗ ನೋಡಿದ್ದೆ?"

"ನಾನು ಯಾವಾಗಲೂ ನೋಡುತ್ತೇನೆ ಸಾರ್, ಡಿಸ್ಟ್ರೀಸಾಹೇಬರ ಕಾಗದ ಪತ್ರಗಳನ್ನು ತೆಗೆದುಕೊಂಡು ಹೋಗುವಾಗ ಅವನು ಕಾಣ ಸಿಗುತ್ತಾನೆ. ಎಷ್ಟು ಹೊತ್ತಿಗೆ ನೋಡಿದರೂ ಅಲ್ಲಿ ಇಲ್ಲಿ ಸುತ್ತಾಡುತ್ತಿರುತ್ತಾನೆ. ಕುಳಿತುಕೊಳ್ಳುವುದೇ ಇಲ್ಲ. ಅವನಿಗೆ ಸುಸ್ತಾಗುವುದೇ ಇಲ್ಲವೇನೋ? ಪಕ್ಕಾ ಹುಚ್ಚ ಇರಬೇಕು."

"ಸರಿ, ನೀನು ಹೋಗಿ ಅವರಿಗೆ ಊಟಹಾಕು, ಅಲ್ಲೇ ಸಂತಿರು. ಏನಾದರೂ ಕೇಳಿದರೆ ತಂದುಕೊಡು."

ಆಳು ನಿರ್ಗಮಿಸಿದ ಕೂಡಲೇ ನಾನು ಮನಸ್ಸನ್ನು ಭೋಲಾನ ವಿಚಾರದಿಂದ ದೂರ ಕೊಂಡುಹೋಗಲಿಕ್ಕಾಗಿ ಫೈಲುಗಳ ಮುಂದೆ ಕುಳಿತೆ. ಎರಡೋ – ನಾಲ್ಕೋ ಫೈಲುಗಳನ್ನು ನೋಡಿಯಾಗಿತ್ತಷ್ಟೆ. ಮನಸ್ಸು ತಿರುಗಿ ಮಾಲ್‌ರೋಡಿನ ಅದೇ ಕೋಣ – ವರಾಂಡ ಮತ್ತು ಬಾಲ್ಕನಿಗಳ ಕಡೆಗೆ ತೆರೆದುಕೊಂಡಿತು.

ಒಂದು ದಿನ ಬೆಳಗಿನಿಂದ ರೂಮಿನಲ್ಲೇ ಕುಳಿತು ಬೇಸರವೆನಿಸಿತ್ತು ನಮಗೆ, ಸಂಜೆಯಾಗುವುದಕ್ಕೆ ಮೊದಲೇ ಕೈಯಲ್ಲಿ ಪುಸ್ತಕ ಹಿಡಿದುಕೊಂಡು ಬಾಲ್ಕನಿಗೆ ಹೋಗಿ ಕುಳಿತೆವು. ಸ್ವಲ್ಪ ಹೊತ್ತು ಓದಿ ಸುಸ್ತಾದಾಗ ಮಾತನಾಡತೊಡಗಿದೆವು. ಈಗೀಗ ಐ.ಸಿ.ಎಸ್.ಗೆ ಕುಳಿತವರು ಸುಲಭವಾಗಿ ಪಾಸಾಗುತ್ತಾರೆ. ಮೊದಲು ಹೀಗಿರಲಿಲ್ಲ ಎಂದು ಭೋಲಾ ಹೇಳಿದ. ಮೂರು–ಮೂರು ಸಲ ಸ್ಪರ್ಧಾತ್ಮಕ ಪರೀಕ್ಷೆಗೆ ಹಾಜರಾಗಿ ರಾತ್ರಿ ಹಗಲೆನ್ನದೆ ಓದಿ ಕಣ್ಣು ಹಾಲು ಮಾಡಿಕೊಂಡರೂ ಸಹ ಫೇಲಾಗುವ ಅಭ್ಯರ್ಥಿಗಳ ಸಂಖ್ಯೆ ಕಡಿಮೆ ಇರಲಿಲ್ಲ. ತನಗೆ ಐ.ಸಿ.ಎಸ್. ಗೆ ಕುಳಿತುಕೊಳ್ಳಲು ಇನ್ನೂ ಎರಡು ಅವಕಾಶವಿದೆಯೆಂದೂ (ಆತನ ಚಾಣಾಕ್ಷ ತಂದೆ ಆತನ ವಯಸ್ಸನ್ನು ಎರಡು ವರ್ಷ ಕಡಿಮೆ ಮಾಡಿ ಬರೆಸಿದ್ದರಿಂದ). ಹಿಂದಿನ ಬಾರಿಯ ಪರೀಕ್ಷೆಯಲ್ಲಿ ತನ್ನ ಸ್ಥಾನ ನೋಡಿ ಇಂಜೆಕ್ಟಿವ್ ಆಫೀಸರ್ ಹುದ್ದೆಯನ್ನು ಆಫರ್ ಮಾಡಿದ್ದರೆಂದೂ ಭೋಲಾ ನನಗೆ ಹೇಳಿದ. ಪರೀಕ್ಷೆಗೆ ಇನ್ನೊಮ್ಮೆ ಕುಳಿತು, ನಂತರ ಆ ಹುದ್ದೆಯನ್ನು ಸ್ವೀಕರಿಸುವುದೆಂದು ಅವನ ಯೋಚನೆಯಾಗಿತ್ತು. ಪಾಸಾದರೆ ಆ ನೌಕರಿಬಿಟ್ಟರಾಯಿತು. ಆಗದಿದ್ದರೆ ಈ ಕೆಲಸದಲ್ಲಿದ್ದುಕೊಂಡೇ ಮೂವತ್ತು ವರ್ಷ ಪ್ರಾಯವಾಗುವ ತನಕ ಪರೀಕ್ಷೆಗೆ ಕಟ್ಟಿ ಐ.ಸಿ.ಎಸ್. ಆದರಾಯಿತು ಎಂದು ಅವನೆಣಿಸಿಕೊಂಡಿದ್ದ.

ಭೋಲಾನ ಆತ್ಮವಿಶ್ವಾಸ ನೋಡಿ ನಾನು ದಂಗಾಗಿ ಹೋಗಿದ್ದೆ. ಮನಸ್ಸಿನಲ್ಲೇ ನಾನೂ ಹಾಗೇ ಮಾಡುವುದೆಂದು ಯೋಚಿಸಿದೆ. ಭೋಲಾ ನನಗೆ ಆ ಉಪಾಯ ಹೇಳಿಕೊಡದೆ ಇದ್ದಿದ್ದರೆ ನನ್ನ ಉತ್ಸಾಹವೆಲ್ಲ ಹೊರಟು ಹೋಗುತ್ತಿತ್ತು. ಐದನೇ ಬಾರಿ ಸ್ಪರ್ಧಾತ್ಮಕ ಪರೀಕ್ಷೆಗೆ ಕುಳಿತಾಗಲೇ ನಾನು ಮೇಲೆ ಬಂದಿದ್ದು. ನಾನಾಗ ನಕ್ಕು ನುಡಿದಿದ್ದೆ:

"ಮನಸ್ಸು ಮಾಡಿದರೆ ಸರಕಾರ ನಿನ್ನನ್ನು ಈ ಬಾರಿಯೇ ತೆಗೆದುಕೊಳ್ಳಬಹುದು."

"ಆದರೆ ಸರಕಾರಕ್ಕೆ ಅಷ್ಟು ಬುದ್ಧಿಯಿಲ್ಲ" ಅವನೆಂದಿದ್ದ, ನಾವಿಬ್ಬರೂ ಘೊಳ್ಳೆಂದು ನಕ್ಕಿದ್ದೆವು.

"ನಾನು ಕೂಡಾ ಒಂದು ಸಲವಂತೂ, ಐ.ಸಿಎಸ್. ನಲ್ಲಿ ಮೇಲೆ ಬಂದೇ ಬರುತ್ತೇನೆ" ಭೋಲಾ ಹೇಳಿದ. "ಆಗ ನನ್ನನ್ನು ಇಂಜೆಕ್ಟಿವ್ ಕೌನ್ಸಿಲ್‌ಗೆ ಹೋಗಲು ಯಾರೂ ಅಡ್ಡಿಪಡಿಸಲಾರರು. ಒಂದು ವೇಳೆ ಭಾರತಕ್ಕೆ ಸ್ವಾತಂತ್ರ್ಯ ಸಿಕ್ಕಿತೆಂದಾದರೆ ನಾನು ಅಂಬಾಸಡರ್ ಆಗಿ ಮೆರೆಯುತ್ತೇನೆ, ನೋಡುತ್ತಿರು"

ನಾನು ಆಶ್ಚರ್ಯಚಕಿತನಾಗಿ ಅವನನ್ನೇ ನೋಡಿದೆ. ಅವನು ಖಂಡಿತ ಅಂಬಾಸಡರ್ ಆಗುತ್ತಾನೆಂದು ನನಗೆ ಅನ್ನಿಸಹತ್ತಿತು.

ನಾನು ಭೋಲಾನ ಜೊತೆ ವಾಸಿಸತೊಡಗಿ ಸುಮಾರು ಒಂದೂವರೆ ತಿಂಗಳಾಗಿತ್ತು. ಈ ಮಧ್ಯೆ ಕೆಲವೊಮ್ಮೆ ನಿತ್ಯವಿಧಿಗಳನ್ನು ಮುಗಿಸಿದ ನಂತರ ಸಂಜೆ ನನಗೆ ಹೇಳದೆಯೇ ಭೋಲಾ ಎಲ್ಲೋ ಮಾಯವಾಗಿ ಹೋಗಿಬಿಡುತ್ತಿದ್ದು ರಾತ್ರಿ ಸ್ವಲ್ಪ ತಡವಾಗಿ ರೂಮು ಸೇರುತ್ತಿದ್ದುದನ್ನೂ ಬಂದ ಕೂಡಲೇ ಇಮ್ಮಡಿ ಉತ್ಸಾಹದಿಂದ ತನ್ನ ಕೆಲಸದಲ್ಲಿ

ನಿರತನಾಗಿರುತ್ತಿದ್ದುದನ್ನೂ ನಾನು ಗಮನಿಸಿದೆ. ಅವನು ಎಲ್ಲಿಗೆ ಹೋಗುತ್ತಾನೆಂದು ಕೇಳಿದಾಗ ಮಾತನ್ನು ಹಾರಿಸಲು ಪ್ರಯತ್ನಿಸಿದ ಭೋಲಾ. ಒತ್ತಾಯಿಸಿ ಕೇಳಿದೆ. ಗೆಳೆಯರ ವ್ಯಯಕ್ತಿಕ ವಿಚಾರಗಳನ್ನು ಯಾರಲ್ಲೂ ಹೇಳದೆ ಬಚ್ಚಿಟ್ಟುಕೊಳ್ಳುವ ಸ್ವಭಾವ ನನ್ನದು ಎಂದು ಭರವಸೆಯಿತ್ತೆ. ಕೊನೆಗೆ ಅವನು ತಿಳಿಸಿದ. "ಒಂದು ವೇಶ್ಯಾಗೃಹಕ್ಕೆ ಹೋಗಿದ್ದೆ."

ನಾನು ಒಂದು ಕ್ಷಣ ಅವಾಕ್ಕಾದೆ. ನಾನು ಕೇಳಿಸಿಕೊಂಡಿದ್ದರಲ್ಲಿ ಏನಾದರೂ ತಪ್ಪಿರಬಹುದು ಎಂದುಕೊಂಡು ಪುನಃ ಕೇಳಿದೆ.

"ಏನಂದೆ, ವೇಶ್ಯೆಯ ಮನೆಗೆಯೇ?"

"ಹೌದು, ಹೌದು",

"ಇದೇನು ಮಾರಿ ಬಡಿಯಿತು ನಿನಗೆ, ಇಂತಹ ಕೆಟ್ಟದಾರಿಗೆ ಕಾಲಿಡಲು?" ನಾನೆಂದೆ, "ಎಲ್ಲಿಯಾದರೂ 'ಪ್ರಸಾದ' ಸಿಕ್ಕಿಬಿಟ್ಟರೆ ರಾಯರ ಐ.ಸಿ.ಎಸ್.. ಪಿ.ಸಿ.ಎಸ್, ಎಲ್ಲ ಮಣ್ಣಪಾಲಾಗುತ್ತದೆ, ಗೋತ್ತೆನು?"

"ಗೋತ್ತು, ಅದಕ್ಕೆಲ್ಲ ಮೊದಲೇ ವ್ಯವಸ್ಥೆ ಮಾಡಿದ್ದೇನೆ."

ಭೋಲಾ ವಿವರಿಸಿದ, ವಿಜ್ಞಾನದಲ್ಲಿ ಬಹಳ ಪ್ರಗತಿಯಾಗಿದೆಯೆನ್ನುತ್ತ ಆ ವಿಷಯದಲ್ಲಿ ನನಗೆ ಸಾಕಷ್ಟು ಬೋಧನೆ ಮಾಡಿ ನನ್ನ ಜ್ಞಾನ ವೃದ್ಧಿಸಿದ.

"ಆದರೆ ಐ.ಸಿ.ಎಸ್, ಮಾಡಿ ಅಂಬಾಸಡರ್ ಆಗಿ ಮೆರೆಯುವ ವಿಚಾರ ಬಿಟ್ಟು ಬಿಟ್ಟೆಯಾ?" ನಾನು ಕೇಳಿದೆ.

"ಅದಕ್ಕೆಂದೇ ಹೀಗೆಲ್ಲ ಮಾಡುತ್ತಿರುವುದು"

"ಅಂದರೆ?"

"ಅಂದರೆ – ಎಷ್ಟೋ ದಿನಗಳಿಂದ ಮನಸ್ಸಿನ ಏಕಾಗ್ರತೆ ತಪ್ಪಿ ಹೋಗುತ್ತಿತ್ತು. ಕಣ್ಣುಗಳು ಪುಸ್ತಕದ ಮೇಲೆ ನೆಟ್ಟಿದ್ದರೂ ಮನಸ್ಸು ಹಿಡಿದ ತಪ್ಪಿ ಎಲ್ಲೆಲ್ಲೋ ಓಡುತ್ತಿತ್ತು. ರಾತ್ರಿ ನಿದ್ದೆ ಬರುತ್ತಿರಲಿಲ್ಲ. ಆಗ ನನಗೆ ನನ್ನ ಅಶಾಂತಿಯ ಕಾರಣವನ್ನು ಕಿತ್ತು ತೆಗೆದುಹಾಕಬೇಕು ಅನ್ನಿಸಿತು. ಒಂದಲ್ಲ ಒಂದು ಸೇಫ್ಟಿವಾಲ್ವ್ ಇಟ್ಟುಕೊಳ್ಳಬೇಕು ಅನ್ನಿಸಿತು. ಮದುವೆಯಂತೂ ನಾನು ಆಗಲಾರೆ. ನನ್ನ ಈಗಿನ ಪರಿಸ್ಥಿತಿಯಲ್ಲಿ ಯಾವುದೇ ಹುಡುಗಿಯ ನೆರಳು ಕೂಡಾ ನನ್ನ ಬಳಿ ಹಣಿಕಿ ನೋಡಲಾರದೆಂದು ನನಗೆ ಗೊತ್ತು. ಕೊನೆಗೆ, ಮನಸ್ಸನ್ನು ಬಿಗಿಹಿಡಿಯಲು ಅಸಾಧ್ಯವೆನ್ನಿಸಿದಾಗ, ತಡೆಯಲಾರದೆ ಎದ್ದು ಹೋಗಿಬಿಟ್ಟೆ."

ನಾನು ಭೋಲಾನ ಮಾತುಗಳನ್ನು ಕೇಳಲೆಂದು ಎದ್ದು ಹೊದಿಕೆ ಸರಿಸಿ ಬದಿಯಲ್ಲಿಟ್ಟು ಮಂಚದೆ ಮೇಲೆ ಕುಳಿತಿದ್ದೆ. ಅವನ ಉತ್ತರ ಕೇಳಿ ನಾನು ನಕ್ಕು ನುಡಿದೆ;

"ನೀನು 'ಹೋಗಿಬಂದೆ' ಅನ್ನುವುದನ್ನು ಕೇಳಿದರೆ ಬಾತ್‌ರೂಂಗೆ ಹೋಗಿಬಂದೆ ಅನ್ನುವ ಹಾಗೆ ಹೇಳುತ್ತೀಯಲ್ಲ?"

“ಹೌದು, ನನ್ನ ದೃಷ್ಟಿಯಲ್ಲಿ ಇದೆಲ್ಲವೂ ಅಷ್ಟೇ,”

ಆತ ಬಟ್ಟೆ ಬದಲಾಯಿಸಿ ದೀಪವಾರಿಸಿ, ಸ್ಟೂಲಿನ ಮೇಲಿದ್ದ ಟೇಬಲ್‌ಲ್ಯಾಂಪ್ ಉರಿಸಿದ. ಕೈಯಲ್ಲೊಂದು ಪುಸ್ತಕ ಹಿಡಿದುಕೊಂಡು ಹಾಸಿಗೆಯ ಮೇಲುರುಳಿದ.

* * *

“ಆ ಮೂರ್ಖ ದಕ್ಕೀಲಾಲ ಎಲ್ಲಿ ಹೋದ ಮತ್ತೆ? ನನಗೆ ಸ್ವಲ್ಪ ರೊಟ್ಟಿ ಮತ್ತು ಪಲ್ಯ ಬೇಕಿತ್ತು.”

ನಾನು ತಲೆಯೆತ್ತಿ ನೋಡಿದೆ. ಕೈಯಲ್ಲೆಲ್ಲ ಪಲ್ಯ ಮೆತ್ತಿಕೊಂಡು ಭೋಲಾ ನನ್ನ ಆಫೀಸಿಗೆ ಬಂದಿದ್ದ. ಆಳಿನ ಮೇಲೆ ಸಿಟ್ಟುಬಂದು ನಾನು ಕರೆಗಂಟೆಯ ಗುಂಡಿಯೊತ್ತಿದೆ. (ಒಂದೇ ಬಾರಿ ಕೇಳಿದ್ದರೂ ದಕ್ಕೀಲಾಲನ ಹೆಸರು ಅವನಿಗೆ ನೆನಪುಳಿದದ್ದು ನೋಡಿ ನನಗೆ ಆಶ್ಚರ್ಯವೆನ್ನಿಸಿತ್ತು.) ಆಫೀಸಿನ ಹೊರಗೆ ಕುಳಿತಿದ್ದ ಆಳು ಓಡೋಡಿ ಬಂದ. “ಆ ಹಾಳಾದ ದಕ್ಕೀಲಾಲ ಎಲ್ಲಿ ಹೋಗಿದ್ದಾನೆ?” ನಾನು ಚೀರಿದೆ. “ಅವನಿಗೆ ಆಗಲೇ ಹೇಳಿದ್ದೆ ಸಾಹೇಬರ ಊಟ ಮುಗಿಯುವ ತನಕ ಎಲ್ಲಿಗೂ ಹೋಗಬೇಡವೆಂದು.”

“ಸಾಹೇಬರು!” .... ಆಳು ಚಿಂದಿಬಟ್ಟೆ ಧರಿಸಿದ ಭೋಲಾನೆಡೆಗೆ ಒಮ್ಮೆ ನೋಡಿದ. ಆತನ ಪಲ್ಯ ಮೆತ್ತಿಕೊಂಡಿದ್ದ ಕೈಯೆಡೆಗೆ ಅವನ ದೃಷ್ಟಿ ಹರಿಯಿತು.

ನಾನು ಸಿಟ್ಟಿನಿಂದ ಎದ್ದು ಭೋಲಾನ ಭುಜದ ಮೇಲೆ ಕೈಯಿರಿಸಿ ಆತನನ್ನು ಒಳಗೆ ಕರೆದುಕೊಂಡು ಹೋದೆ. ಮನೆಯ ಹಿಂದುಗಡೆ ಹೋಗಿ ದಕ್ಕೀಲಾಲನನ್ನು ಕರೆದು ತಪ್ಪಿಸಿಕೊಂಡು ಹೋದದ್ದಕ್ಕೆ ಬೈಯತೊಡಗಿದೆ. ಕೊನೆಗೆ ಸಾಹೇಬರಿಗೆ ರೊಟ್ಟಿ ಮತ್ತು ಪಲ್ಯ ಬಡಿಸಿ ಅವರಿಗೆ ತೃಪ್ತಿಯಾಗುವ ತನಕ ಅಲ್ಲಿಂದ ಅಲುಗಾಡಬಾರದೆಂದು ಆದೇಶವಿತ್ತೆ. ನಂತರ ಒಳಬಂದು ಭೋಲಾನ ಹೆಗಲು ತಟ್ಟಿ ‘ರೊಟ್ಟಿ–ಪಲ್ಯ ಈಗ ಬರುತ್ತದೆ’ ಎಂದು ಹೇಳಿ ನಾನು ಪುನಃ ನನ್ನ ಆಫೀಸಿಗೆ ಬಂದು ಕುಳಿತೆ. ಸ್ವಲ್ಪ ಹೊತ್ತು ಕೆಲಸದಲ್ಲಿ ಮಗ್ನನಾದರೂ ಮನಸ್ಸು ತಿರುಗಿ ಭೋಲಾನ ಜೊತೆ ಕಳೆದ ಅದೇ ದಿನಗಳ ಮೆಲುಕು ಹಾಕತೊಡಗಿತು.

* * *

ಭೋಲಾ ಮೊದಲ ಬಾರಿ ‘ಸೇಫ್ಟಿವಾಲ್ವ್‌ನ’ ವಿಚಾರ ಹೇಳಿದಾಗ ನಾನು ಅವನ ಮೂರ್ಖತೆಗೆ ನಗೆಯಾಡಿದ್ದೆ. “ಈ ಘಟಿಂಗನಿಗೆ ಒಮ್ಮೆ ‘ಪ್ರಸಾದ’ ಸಿಕ್ಕಿಬಿಟ್ಟರೆ ‘ಸೇಫ್ಟಿವಾಲ್ವ್‌’ನ ಮಹಿಮೆ ಗೊತ್ತಾಗುತ್ತದೆ” ಎಂದು ಮನಸ್ಸಿನಲ್ಲೇ ಎಣಿಸಿಕೊಂಡಿದ್ದೆ. ಸ್ವಲ್ಪ ಹೊತ್ತು ಓದುತ್ತ ಕುಳಿತ ಭೋಲಾ ನಂತರ ನಿದ್ದೆ ಮಾಡಿದ. ಆದರೆ ನಾನು ರಾತ್ರಿಯಿಡೀ ನಿದ್ದೆಯಿಲ್ಲದೆ ಅವನ ಕುರಿತಾಗಿಯೇ ಯೋಚಿಸುತ್ತಿದ್ದೆ. ನನ್ನ ಮದುವೆ ಆಗಬೇಕಾದ ವಯಸ್ಸಿಗಿಂತ ಸ್ವಲ್ಪ ಮೊದಲೇ ಆಗಿದ್ದರಿಂದ ನನಗೆ ಇಂತಹ ಪರಿಸ್ಥಿತಿಯಿಂದ ಕಷ್ಟಪಡಬೇಕಾಗಿರಲಿಲ್ಲ. ಆ ಬಗ್ಗೆ ನನಗೆ ಸಮಾಧಾನವಿತ್ತು. ಅಂದು ರಾತ್ರಿ ಬಹಳ ಹೊತ್ತಿನ ಮೇಲೆ ನಿದ್ದೆ ಬಂದಾಗ

ನಾನೊಂದು ಕೆಟ್ಟ ಕನಸು ಕಂಡೆ. ರೋಗಿಯಾದ ಭೋಲಾನ ಮೂಗಿನಿಂದ ಕೀವು ಸುರಿಯುತ್ತಿತ್ತು. ಶರೀರ ಪೂರ್ತಿ ವ್ರಣಗಳಿಂದ ಭಿದ್ರ–ವಿಚ್ಛಿದ್ರವಾಗಿತ್ತು. ಈ ಅವಸ್ಥೆಯಲ್ಲಿ ಅವನು ರೈಲುಮಾರ್ಗದ ಅಡ್ಡ ಸೇತುವೆಯ ಮೇಲೆ ಕುಳಿತು ಭಿಕ್ಷೆ ಬೇಡುತ್ತಿದ್ದುದನ್ನು ಕಂಡೆ, ಕಣ್ಣು ತೆರೆದಾಗ ನಾನು ನೋಡಿದ್ದು ಕನಸಲ್ಲ. ನಿಜವಾಗಿಯೂ ಭೋಲಾನಿಗೆ ಅಂತಹ ಸ್ಥಿತಿ ಬಂದೊದಗಿದೆಯೇನೋ ಎಂಬ ಭ್ರಮೆಯುಂಟಾಯಿತು.

ಒಂದು ವಾರ ಕಳೆದ ನಂತರ ಭೋಲಾ ತಿರುಗಿ ಮಾಯವಾದ, ರಾತ್ರಿ ತಡವಾಗಿ ಬಂದು ತನ್ನ ಸಾಹಸ ಕಾರ್ಯಗಳ ಬಗ್ಗೆ ಹೇಳಲಾರಂಭಿಸಿದಾಗ ನನಗೂ ಅದನ್ನು ತಿಳಿಯುವ ಆಸಕ್ತಿಯುಂಟಾಯಿತು. ನಾನು ಅವನಲ್ಲಿ ನನ್ನನ್ನೂ ಒಂದು ಸಲ ಅಲ್ಲಿಗೆ ಕರಕೊಂಡು ಹೋಗುತ್ತೀಯಾ ಎಂದು ಕೇಳಿದ.

ಮೊದಲು ಅವನು ನುಣುಚಿಕೊಳ್ಳಲು ಪ್ರಯತ್ನಿಸಿದರೂ ನಾನು ಕೇಳದಾದಾಗ ಕೊನೆಗೆ ಒಪ್ಪಿಕೊಂಡ. "ಹದಿನೈದು ಇಪ್ಪತ್ತು ರೂಪಾಯಿ ಜೋಬಿನಲ್ಲಿಟ್ಟು ಕೊಂಡಿರಬೇಕು" ಅವನೆಂದ, "ಹೋಗಿಯೇ ಬಿಡುವ."

"ಹೋಗಿಯೇ ಬಿಡುವ" ಆತ ಭಾರೀ ಅನುಭವಸ್ಥ ವಿಲಾಸೀ ಪುರುಷನಂತೆ, ತನ್ನ ಆಯುಷ್ಯವನ್ನೆಲ್ಲ ವೇಶ್ಯೆಯರ ಸಂಗದಲ್ಲೇ ಕಳೆದವನವಂತೆ, ರಸಿಕತೆಯಿಂದ ಹೇಳಿದ. ಆದರೆ ಅವನ ವೇಷ–ಭೂಷಣಗಳನ್ನು ನೋಡಿದರೆ ಅವನು ಅಲ್ಲಿಗೆ ಕಾಲಿಡುತ್ತಿರುವುದು ಇದೇ ಮೊದಲು ಅನ್ನುವ ಹಾಗಿತ್ತು.

"ದುಡ್ಡು ನಾನು ತೆಗೆದುಕೊಳ್ಳುತ್ತೇನೆ. ಆದರೆ ನಾನು ಬರೇ ನೋಡಲು ಮಾತ್ರ ಬರುವುದು" ನಾನೆಂದೆ.

"ಅಲ್ಲಿ ನೋಡಲಿಕ್ಕೆ ಅಂತಹ ಪ್ರದರ್ಶನವೇನೂ ಇರುವುದಿಲ್ಲ" ಅವನು ನಕ್ಕ. "ನಾನು ಬಹಳ ಅಗತ್ಯವೆನ್ನಿಸಿದರೆ ಮಾತ್ರ ಹೋಗುತ್ತೇನೆ. ಬುದ್ಧಿ ಕೆಟ್ಟು ಹೋಗುತ್ತದೆ ಅನ್ನಿಸಿದಾಗ. ಈಗಲಂತೂ ಕಾಂಪಿಟೆಶನ್ ಕೂಡಾ ಹೆಚ್ಚಾಗುತ್ತಿದೆ."

ನನ್ನ ಅತಿ ಆತುರ ನೋಡಿ ಭೋಲಾ ತಾನು ಮಾರನೇ ದಿನವೇ ನನಗೆ ಎಲ್ಲವನ್ನೂ ತೋರಿಸಿಕೊಡುತ್ತೇನೆ ಎಂದು ಹೇಳಿದ.

"ಆದರೆ ನೀನು ಇದಕ್ಕೆಲ್ಲ ಹೊಸಬನೆಂದು ತೋರಿಸಿಕೊಳ್ಳಬಾರದು. ನಿನ್ನ ವರ್ತನೆ, ಚಲನ–ವಲನಗಳಲ್ಲಿ ನೀಸು ದಿನಾ ಅಂತಹ ಜಾಗಕ್ಕೆ ಭೇಟಿ ಕೊಡುವವನು ಎಂದು ನೋಡಿದವರು ತಿಳಿಯುವಂತಾಗಬೇಕು" ಅವನೆಂದ, "ಬರುವವನು ಖಾಯಂ ಗಿರಾಕಿಯೇ ಹೊರತು ಬರೇ ನೋಡುವುದಕ್ಕೆ ಬಂದವನಲ್ಲ ಎನ್ನುವುದು ಅವರಿಗೆ ತಿಳಿಯಲಿ. ಹಾಗಿದ್ದರೆ ಮಾತ್ರ ಅವರೇನೂ ಆಕ್ಷೇಪಿಸುವುದಿಲ್ಲ."

"ಅದರ ಚಿಂತೆ ನಿನಗೆ ಬೇಡ" ನಾನೆಂದೆ. "ಕಾಲೇಜಿನ ನಾಟಕಗಳಲ್ಲಿ ಮೂರು ಸಲ ಬಹುಮಾನ ಪಡೆದಿದ್ದೇನೆ. ಅವರಿಗೆ ಸ್ವಲ್ಪವೂ ಸಂಶಯ ಬಾರದಂತೆ ನಟಿಸುತ್ತೇನೆ."

ಮರುದಿವಸ ಸಂಜೆ ನಾನು ಸಲ್ವಾರ್‌ಕಮೀಜ್‌ನ ಮೇಲೆ ಓವರಕೋಟ್ ಧರಿಸಿ ತಲೆಗೆ ಪಕ್ಕಾ ಲೋಫರ್‌ಗಳಂತೆ ನ್ಯೆಟ್‌-ಕ್ಯಾಪ್ ಇಟ್ಟು ಭೋಲಾನ ಜೊತೆ ಹಿಡಿದೆ. ಆದರೆ ಕೈಯಲ್ಲಿದ್ದ ಅಲ್ಪ-ಸ್ವಲ್ಪ ಹಣವನ್ನು ಟ್ರಂಕಿನಲ್ಲಿಟ್ಟು ಬಿಟ್ಟೆ. ಕೈಯಲ್ಲಿ ಹಣವಿಲ್ಲದೇ ಇದ್ದರೆ ಆಸೆ ಜಾಗೃತವಾಗಲಾರದು ಎಂಬ ದೃಷ್ಟಿಯಿಂದ, ಭೋಲಾನಲ್ಲಿ ಮಾತ್ರ ನಾನದನ್ನು ಹೇಳಲಿಲ್ಲ.

ಮೊದಲು ನಾವು ಬೀಡನ್‌ರೋಡಿನ ಒಂದು ಹೋಟೆಲಿಗೆ ಹೋದೆವು. ಭೋಲಾ ಈ ಮೊದಲೇ ಅಲ್ಲಿಗೆ ಬಂದಿದ್ದರಿಂದ ಸೀದಾ ಕೌಂಟರಿನ ಬಳಿ ಹೋಗಿ ಮೆಲದನಿಯಲ್ಲಿ ನನಗೂ ಕೇಳಿಸದಂತೆ ಎನೋ ಕೇಳಿದ. ಉತ್ತರ ರೂಪವಾಗಿ ಬಟ್ಲರ್ ನಮ್ಮನ್ನು ಒಳಕೋಣೆಗೆ ಕರೆದುಕೊಂಡು ಹೋದ. ಅಲ್ಲಿ ಹಾಸಿಗೆ ಹಾಸಿ ಸಜ್ಜುಗೊಳಿಸಿದ್ದ ಎರಡು ಮಂಚಗಳಿದ್ದವು. ಬಟ್ಲರ್ "ಈಗ ಕರೆದುಕೊಂಡು ಬರುತ್ತೇನೆ" ಎನ್ನುತ್ತ ಹೊರಗೆ ಹೋದ.

"ನೀನು ಏನು ಕೇಳಿದ್ದೆ ಅವರಲ್ಲಿ?" ಭೋಲಾನನ್ನುದ್ದೇಶಿಸಿ ನಾನು ಕೇಳಿದೆ.

"ಅದೇ ಏನಾದರೂ 'ಮಾಲು-ಗೀಲು ಸಿಗುತ್ತದೆಯೇ ಅಂತ"

"ಮಾಲು ಅಂದರೆ ಏನೆಂದು ಇವರಿಗೆಲ್ಲ ಗೊತ್ತಿರುತ್ತದೆಯೇ?"

"ಹೂಂ, ದೇಶೀ ಹೋಟಲುಗಳಲ್ಲಿ ಎಲ್ಲರಿಗೂ ತಿಳಿಯುತ್ತದೆ. ಆಂಗ್ಲ ಹೋಟಲುಗಳಲ್ಲಿ 'ಗೇಮ್‌ಗರ್ಲ್' ಇದೆಯೇ ಅಂತ ಕೇಳಿದರೆ ಗೊತ್ತಾಗುತ್ತದೆ."

ಅಷ್ಟರಲ್ಲಿ ಒಂದು ಬಾಗಿಲು ತೆರೆಯಿತು. ಭೋಲು ಹೇಳಿದ. "ನೋಡು, ಅವರಿಗೆ ಖಂಡಿತ ನೀನು ನಿತ್ಯದ ಗಿರಾಕಿಯಲ್ಲ ಅಂತ ಗೊತ್ತಾಗಬಾರದು."

"ಅದರ ಚಿಂತೆ ನನಗೆ ಬಿಡು. ನಿನ್ನ ಕೆಲಸ ನೀನು ನೋಡಿಕೋ"

ಹೇಳುವುದಂತೂ ಹೇಳಿಯಾಯಿತು. ಆದರೆ ನನ್ನ ಹೃದಯ ಡವ-ಡವನೆ ಹೊಡೆದುಕೊಳ್ಳಲಾರಂಭಿಸಿತು. ಆದರೂ ಮುಖದಲ್ಲಿ ಅದನ್ನು ತೋರಿಸಿಕೊಳ್ಳಲಿಲ್ಲ.

ಬಟ್ಲರ್ ಒಬ್ಬ ಹುಡುಗಿಯನ್ನು ಕರೆದುಕೊಂಡು ಬಂದ. ಆಕೆ ಹುಡುಗಿಯೇನಲ್ಲ. ತುಂಬುಪ್ರಾಯದ ತರುಣಿ. ತೆಳ್ಳಗೆ-ಬೆಳ್ಳಗೆ ಆರೋಗ್ಯವಾಗಿದ್ದ ಸುಂದರಿ. ಸುಮಾರು ಮೂವತ್ತು ವರ್ಷ ಪ್ರಾಯದವಳಿರಬೇಕು. ಭೋಲಾನಿಗಿಂತ ಎರಡು ಇಂಚು ಹೆಚ್ಚು ಎತ್ತರವಾಗಿದ್ದಳು. ನನ್ನಷ್ಟಿರಬಹುದು. ನೋಡಲು ಚೆನ್ನಾಗಿಯೇ ಇದ್ದಳು. ಆದರೆ ಆಕೆಯ ಮಾಲುಗಣ್ಣುಗಳಿಂದಾಗಿ ಉಳಿದ ಸೌಂದರ್ಯ ಎದ್ದು ಕಾಣುತ್ತಿರಲಿಲ್ಲ.

ಬಟ್ಲರ್ ಅವಳನ್ನು ಕೋಣೆಯಲ್ಲಿ ಬಿಟ್ಟು ಹೊರಟಹೋದ. ಸ್ವಲ್ಪ ಹೊತ್ತು ಮೌನ ತುಂಬಿತು. ಆ ಒಂದು ಕ್ಷಣ 'ನಾನೆಲ್ಲಿಗೆ ಬಂದಿದ್ದೇನೆ' ಅನ್ನುವ ವಿಚಾರ ನನ್ನನ್ನು ನಡುಗಿಸಿತು. ಆ ತರುಣಿಯ ಸೌಂದರ್ಯವನ್ನು ವೀಕ್ಷಿಸುವ-ಪರೀಕ್ಷಿಸುವ ಅಧಿಕಾರ ನನಗೆಲ್ಲಿದೆ? ನನಗೆ ಸೋದರಿಯರಿಲ್ಲದಿರುವುದೇನೋ ನಿಜ. ಆದರೆ ನನ್ನ ಹೆಂಡತಿ ಮನೆಯಲ್ಲಿ ಕುಳಿತು ನನ್ನ ಐ. ಸಿ. ಎಸ್. ಪರೀಕ್ಷೆ ಮುಗಿಯುವುದನ್ನೇ ಕಾಯುತ್ತ ವಿರಹವೇದನೆಯನ್ನು

ಅನುಭವಿಸುತ್ತಿರಬಹುದು. ಈ ಮಾಲುಗಣ್ಣಿನ ಯುವತಿಗಿಂತ ಹೆಚ್ಚು ರೂಪವತಿಯಾಗಿದ್ದಳಾಕೆ. ಆದರೆ....ಈಕೆ ಕೂಡಾ ಯಾರದೋ ಸೋದರಿಯೋ ಹೆಂಡತಿಯೋ ಆಗಿರಬಹುದು. ಯಾರಿಗೆ ಗೊತ್ತು ಆ ಹೋಟೆಲಿಗೆ ಯಾವ ಅಸಹಾಯಕ ಪರಿಸ್ಥಿತಿಯ ಒತ್ತಡದಿಂದ ಬಂದಿರುವಳೋ....?

ಭೋಲಾ ಆಕೆಯನ್ನು ಮೃದುವಾಗಿ ಪ್ರಶ್ನಿಸಿದ. "ನಿನ್ನ ಹೆಸರೇನು?"–– ನನಗೆ ನನ್ನ ಕರ್ತವ್ಯದ ಅರಿವಾಯಿತು.

"ಗುಲಾಬಿ" ಯುವತಿ ತನ್ನ ಮಾಲುಗಣ್ಣುಗಳನ್ನು ನೆಲದ ಮೇಲೂರಿ ತುಸು ನಾಚಿಕೆಯಿಂದೆಂಬಂತೆ ಉತ್ತರಿಸಿದಳು.

ಮುಂದೆ ಏನು ಕೇಳುವುದೆಂದು ಭೋಲಾ ಯೋಚಿಸುತ್ತ ಕುಳಿತ. ಯುವತಿಯ ಕಣ್ಣುಗಳು ನನ್ನ ಮೇಲೆ ನೆಟ್ಟವು. ನನಗೆ ಸ್ವಲ್ಪ ದಿಗಿಲಾದರೂ ತೋರಿಸಿಕೊಳ್ಳದೆ ಕಣ್ಣುಗಳಲ್ಲಿ ಕಾಮುಕರಂತೆ ಉನ್ಮಾದ ತುಂಬಿಸಿ ಮುಗಳ್ನಗುತ್ತ ನಾನು ಹಾಡಿದೆ.

ಗೆಳತಿಯ ಕೆನ್ನೆಗಳಲ್ಲಿ ಅರಳಲಿಲ್ಲ ಒಂದೇ ಒಂದು ಗುಲಾಬಿ.

ಆದರೇನು ಅವಳ ಮೈಯೆಲ್ಲ ಗುಲಾಬಿಯಾಗಿ ನಗುತ್ತಿದೆ.

"ಆಗಲಿ, ತಮ್ಮ ದಯೆ" ತರುಣಿಯ ಕೃತಕ ಲಜ್ಜೆ ಮುಗಳ್ನಗುವಾಗಿ ಮಾರ್ಪಟ್ಟಿತು. ತನ್ನ ಮಾಲುಗಣ್ಣುಗಳನ್ನು ನನ್ನೆಡೆಗೆ ಬೀರುತ್ತ ಆಕೆ ನನ್ನನ್ನು ಆಹ್ವಾನಿಸಿದಳು.

ಅಷ್ಟರಲ್ಲಿ ಬಟ್ಲರ್ ಒಳಗೆ ಬಂದು ಪ್ರಶ್ನಾರ್ಥಕವಾಗಿ ನಮ್ಮೆಡೆಗೆ ನೋಡಿದ. ಭೋಲಾ ಮಾತನಾಡುವುದಕ್ಕೆ ಮೊದಲೇ ನಾನು ಗುಲಾಬಿಗೆ ಸ್ವಲ್ಪ ಹೊರಗೆ ಹೋಗುವಂತೆ ಸನ್ನೆಮಾಡಿದೆ.

ಅವಳು ಹೋದ ನಂತರ ನಾನು ಬಟ್ಲರ್‌ನ ಹತ್ತಿರ ಹೋಗಿ ಟೊಪ್ಪಿಯನ್ನು ಇನ್ನೂ ಸ್ವಲ್ಪ ಬಗ್ಗಿಸಿ ಬಲಗಣ್ಣನ್ನು ತಿಕ್ಕುತ್ತ ಹೇಳಿದೆ. "ಗೆಳೆಯಾ, ಸ್ವಲ್ಪ ನಮ್ಮ ಮತ್ತು ಅವಳ ವಯಸ್ಸಿನ ಬಗ್ಗೆ ಯೋಚಿಸಬೇಕಿತ್ತು. ಯಾವುದಾದರೂ ಕೋಳಿಮರಿ ಇದ್ದರೆ ತಾ. ಇದೇನು ಬೆಳೆದ ಹೆಂಟೆಯನ್ನು ತಂದಿದ್ದೀಯಾ?"

"ಈಗ ಇದೇ ಇರುವುದು" ಬಟ್ಲರ್ ತುಸು ತಡೆದು ಹೇಳಿದ. "ಹಾಗಾದರೆ ಇನ್ನೊಮ್ಮೆ ಬರುತ್ತೇನೆ ಬ್ಯಾ ಬ್ಯಾ" ಕೈಯುತ್ತಿ ಬೀಸುತ್ತ ನಾನು ಭೋಲಾನ ಜತೆ ಹೊರಬಂದೆ.

ಭೋಲಾ ಹೇಳಿದ. "ಮಾಲು ಚೆನ್ನಾಗಿತ್ತಲ್ಲ ಗೆಳೆಯಾ?"

"ಸಾಕು ನಿಲ್ಲಿಸು!" ನಾನು ಸಿಟ್ಟಿನಿಂದ ಹೇಳಿದೆ. "ನನಗಂತೂ ಹೇಸಿಗೆಯಾಯ್ತು ಅಲ್ಲಿ!"

"ಆದರೆ ನಿನ್ನ ಮುಖ ನೋಡಿದರೆ ಹಾಗೆನ್ನಿಸುವುದಿಲ್ಲವಲ್ಲ?" ಭೋಲಾ ಹೇಳಿದ. "ನೀನು ಈ ಗಲ್ಲಿಗೆ ಬಂದು ಬಹಳ ಅನುಭವವಿದ್ದಂತೆ ನಟಿಸಿದ್ದೀ."

"ನಟಿಸಿದ್ದು ಹೌದು. ಆದರೆ ಅಲ್ಲಿಂದ ಮೌನವಾಗಿ ಎದ್ದು ಹೊರಗೆ ಬರಬೇಕು ಅನ್ನಿಸುತ್ತಿತ್ತು. ಹುಂ, ಇನ್ನಾದರೂ ಹೋಗೋಣ ಹಿಂತಿರುಗಿ."

ಆದರೆ ಊಟ ನೋಡಿಯೋ ಏನೋ ಭೋಲಾನ ಹಸಿವು ಹೆಚ್ಚಾಗಿ ಬಿಟ್ಟಿತ್ತು. ಅವನೆಂದ "ಇಲ್ಲ, ಇಲ್ಲ ನಿನಗೆ 'ಗ್ರ್ಯಾಂಡ್ ಹೋಟೆಲ್' ತೋರಿಸುತ್ತೇನೆ."

"ಸಾಕು ಮಹರಾಯ, ನೋಡಿ ಆಯ್ತು ನನ್ನ ಆಸೆ ಪೂರೈಸಿತು."

ಆದರೆ ಭೋಲಾನ ಆಸೆ ಬಲವಂತವಾಯಿತು. ಮನೆಗೆ ವಾಪಾಸು ಹೋಗೋಣವೆಂದು ನಾನು ಅವರಸಪಡಿಸಿದಷ್ಟೂ ಅವನು ಗ್ರ್ಯಾಂಡ್ ಹೋಟೆಲಿಗೆ ಹೋಗೋಣವೆಂದು ಒತ್ತಾಯಿಸ ತೊಡಗಿದ. "ನೀನೇನೂ ಮಾಡಬೇಕಾಗಿಲ್ಲ. ಬರೇ ನೋಡಿದರೆ ಸಾಕು" ಆತನೆಂದ, ನಾನು ಒಪ್ಪದಾಗ ಕೊನೆಗೆ ಸಿಟ್ಟುಗೊಂಡು ಹೇಳಿದ. "ಅಲ್ಲಿಂದ ಅಷ್ಟೆಲ್ಲ ಬಲವಂತ ಪಡಿಸಿದೆ ಇಲ್ಲಿಗೆ ಕರೆದುಕೊಂಡು ಬಾ ಅಂತ. ಈಗ ತಿರುಗಿ ಮಕ್ಕಳ ಹಾಗೆ ಹೋಗೋಣವೆಂದು ಅವಸರ ಪಡಿಸುತ್ತೀ. ಹೋಟೆಲನ್ನು ನೋಡಿಯೇ ಗಾಬರಿಯಾಗುತ್ತೀಯಲ್ಲ. ಇಲ್ಲಿ ಹತ್ತಾರು ವೇಶ್ಯಾಗೃಹಗಳಿವೆ ಗೊತ್ತೇ?"

ನನ್ನ ಉತ್ಸುಕತೆಯೆಲ್ಲ ಮಾಯವಾಗಿತ್ತು. ಆದರೆ ಭೋಲಾನನ್ನು ನಾನೇ ಒತ್ತಾಯಪಡಿಸಿ ಕರಕೊಂಡು ಬಂದಿದ್ದರಿಂದ ಅವನ ಜತೆಬಿಟ್ಟು ಹಿಂತಿರುಗಿ ಹೋಗುವುದು ಚೆನ್ನಾಗಿರುವುದಿಲ್ಲ ಅನ್ನಿಸಿತು. ಕೊನೆಗೆ ಅವನೊಂದಿಗೆ ಸ್ಟೇಶನ್ ರೋಡಿನ ಕಡೆಗೆ ನಡೆದೆ. "ನೀನು ಏನು ಬೇಕಾದರೂ ಮಾಡಿಕೋ, ನಾನಂತೂ ಸುಮ್ಮನಿರುತ್ತೇನೆ" ಅಂದೆ ನಾನು.

"ಇಲ್ಲ, ನೀನು ಒಳಗೇ ನಿಲ್ಲಬೇಕಾಗಿಲ್ಲ. ಮಾಲು ಬಂದ ಕೂಡಲೇ ನಾನೇ ನಿನ್ನನ್ನು ಹೊರಗೆ ಕಳುಹಿಸುತ್ತೇನೆ. ಇಲ್ಲಿ ನಾನು ಏನೂ ಮಾತನಾಡಲೇ ಇಲ್ಲ. ಇನ್ನು ನೋಡು, ಕವನ ಹಾಡುಗಳೇನೋ ನನಗೆ ಗೊತ್ತಿಲ್ಲ, ಆದರೆ..." ಆತ ಕಣ್ಣು ಮಿಟುಕಿಸಿದ.

ಆದರೆ ಅಸ್ವಸ್ಥಗೊಂಡ ನನ್ನ ಮನಸ್ಸು ಒರೆ–ಕೋರೆ ದಾರಿಗಳಲ್ಲಿ ದಿಕ್ಕುಗಾಣದೆ ತಿರುಗುತ್ತಿತ್ತು. ನಾನು ಭೋಲಾನ ಮಾತುಗಳನ್ನು ಕೇಳಿಸಿಕೊಳ್ಳಲಿಲ್ಲ. ಸುಮಾರು ಎರಡು ಮೈಲು ದೂರ ನಡೆದು ಹೋಗಿ (ದಾರಿಯಲ್ಲಿ ಪ್ರಾಯಶಃ ಭೋಲಾ ಮಾತ್ರ ಮಾತನಾಡುತ್ತಿದ್ದ) ಸುಮಾರು ರಾತ್ರಿ ಒಂಭತ್ತೂಕಾಲು ಗಂಟೆಗೆ ಗ್ರ್ಯಾಂಡ್ ಹೋಟೆಲ್ ತಲುಪಿದೆವು. ಬಹಳ ದೊಡ್ಡ ಕಟ್ಟಡವದು. ಎರಡೂ ಗೇಟುಗಳ ಮೇಲಿಂದ ಅರ್ಧಚಂದ್ರಾಕೃತಿಯ ಹಲಗೆಯ ಮೇಲೆ ಇಂಗ್ಲೀಷಿನಲ್ಲಿ 'ಗ್ರ್ಯಾಂಡ್ ಹೋಟೆಲ್" ಅಂತ ಬರೆದಿತ್ತು. ಆದರೆ ಬಾರ್ ನ ಸಮಯ ಕಳೆದಿದ್ದರಿಂದ ಹೊರಗೆ ಬೆಳಕು ಕಡಿಮೆಯಿತ್ತು. ಆ ಮಬ್ಬು ಬೆಳಕಿನಲ್ಲಿ ಕಟ್ಟಡದ ಭವ್ಯತೆ ಎದ್ದು ಕಾಣುತ್ತಿತ್ತು. ರಾತ್ರಿಯ ಮಾತು ಹಾಗಿರಲಿ, ನನಗಂತೂ ಹಗಲು ಹೊತ್ತಿನಲ್ಲಿ ಕೂಡಾ ಅಲ್ಲಿಗೆ ಹೋಗುವ ಧೈರ್ಯ ಬರುತ್ತಿರಲಿಲ್ಲ. ಆದರೆ ಭೋಲಾ ಈ ಮೊದಲು ಒಂದೆರಡು ಬಾರಿ ಅಲ್ಲಿಗೆ ಬಂದು ಹೋಗಿದ್ದ. ಅಲ್ಲದೆ, ಅವನು ಖಾಕಿ ಬಣ್ಣದ ಸಮವಸ್ತ್ರ ಧರಿಸಿ ನನ್ನಂಥದೇ ನೈಟ್‌ಕ್ಯಾಪ್ ತಲೆಗಿಟ್ಟು ಮೋಟಾರ್ ಡ್ರೈವರನಂತೆ ಕಾಣುತ್ತಿದ್ದ ವ್ಯಕ್ತಿಯೊಬ್ಬನಲ್ಲಿ ಸೀದಾ ಹೋಗಿ ಮಾತನಾಡಿದ. (ನಂತರ

ಅವನು ಹೋಟೆಲು ಗೃಡೆಂದು ಗೊತ್ತಾಯಿತು.) ಅವನು ನಮ್ಮನ್ನು ಕೂಡಲೇ ಒಂದು ಕೋಣೆಗೆ ಕರಕೊಂಡು ಹೋಗಿ ಕುಳಿತುಕೊಳ್ಳಿಸಿ ಒಳಗಿನ ಬಾಗಿಲಿನಿಂದ ಹೊರಟು ಹೋದ.

ಕೋಣೆ ಬಹಳ ದೊಡ್ಡದೇನಿರಲಿಲ್ಲ. ಅದರಲ್ಲಿ ಬಟ್ಟೆ ಹಾಸಿದ ಎರಡು ಮಂಚ, ಒಂದು ಡ್ರೆಸ್ಸಿಂಗ್ ಟೇಬಲ್, ಮತ್ತು ಎರಡು ಆರಾಮ ಕುರ್ಚಿಗಳನ್ನು ಬಿಟ್ಟರೆ ಬೇರೇನೂ ಇರಲಿಲ್ಲ. ನಡೆದು ಸುಸ್ತಾಗಿದ್ದರಿಂದ ನಾನು ಹೋಗಿ ಆರಾಮ ಕುರ್ಚಿಯಲ್ಲಿ ಬಿದ್ದುಕೊಂಡೆ, ಭೋಲಾ ಮಂಚದ ಒಂದು ಬದಿಯಲ್ಲಿ ಕುಳಿತ.

ತುಸು ಹೊತ್ತಿನಲ್ಲಿ ದುಂಡು ದುಂಡಗೆ ಚೆನ್ನಾಗಿದ್ದ, ಆದರೆ ಹೆಚ್ಚೇನೂ ಎತ್ತರವಲ್ಲದ ಒಬ್ಬ ಹುಡುಗಿಯನ್ನು ಗೃಡು ಕೋಣೆಗೆ ಕಳುಹಿಸಿದ. ಆಕೆ ಬಂದು ಮಂಚದ ಬಳಿ ನಿಂತಳು.

"ಇಷ್ಟು ಸುಂದರ ಹುಡುಗಿ ಇಲ್ಲಿಗೆ ಹೇಗೆ ಬಂದಳು?" ನಾನು ಯೋಚಿಸಲಾರಂಭಿಸಿದೆ. ಆದರೆ ಭೋಲಾ ಅವಳ ತೋಳನ್ನು ಹಿಡಿದು ತನ್ನ ಬಳಿ ಕುಳಿತುಕೊಳ್ಳಿಸಿದ. ಅವಳನ್ನು ತನ್ನ ಎರಡೂ ತೋಳುಗಳಿಂದ ಬಳಸುತ್ತ ಅವಳ ಹೆಸರನ್ನು ಕೇಳಿದ– ಈ ರೀತಿ ಮಾತಿಗೆ ತೊಡಗುವ ಕ್ರಮವನ್ನು ಅವನು ತನ್ನನ್ನು ಅಲ್ಲಿಗೆ ಮೊದಲು ಕರೆದುಕೊಂಡು ಬಂದ ಮಿತ್ರರಿಂದ ಕಲಿತಿದ್ದ.

ಆ ಹುಡುಗಿಯ ಹೆಸರೇನೆಂದು ಈಗ ನನಗೆ ನೆನಪಿಲ್ಲ. ನಾನು ಅವಳ ದುಂಡಗಿನ ಚಂದ್ರನಂತಹ ಸುಂದರ, ಮುಗ್ಧ ಮುಖವನ್ನೇ ನೋಡುತ್ತಿದ್ದೆ. ಅವಳು ಆ ಮಂಚದ ಅಭಿನೇತ್ರಿಯೆಂದು ಸ್ವಲ್ಪವೂ ಅನ್ನಿಸುವಂತಿರಲಿಲ್ಲ. ಹೆಸರು ಹೇಳುತ್ತ ನಾಚಿಕೆಯಿಂದ ಅವಳು ಭೋಲಾನ ಭುಜದ ಮೇಲೆ ಮುಖ ಊರಿದಳು. ಭೋಲಾನ ಪುರುಷತ್ವ ಜಾಗೃತವಾಯಿತು. ದಾರಿಯುದ್ದಕ್ಕೂ ಅವನು, ಗ್ರ್ಯಾಂಡ್ ಹೋಟೆಲಿನ ಸುಂದರಿಯರ ಜೊತೆ ಚಕ್ಕಂದವಾಡಿಯೇ ತಾನು ಹಿಂದೆ ಹೋಗುವುದೆಂದು ಜಂಬಕೊಚ್ಚಿದ್ದ. ಆದರೆ ಸ್ವಲ್ಪ ಹೊತ್ತಿನಲ್ಲಿ ಗೃಡು ಬಂದಾಗ ಹುಡುಗಿ ಅವನ ತೋಳಿನಿಂದ ಬಿಡಿಸಿಕೊಂಡಳು. ಭೋಲಾ ಸ್ವಲ್ಪ ಅಸಹನೆಯಿಂದ ಕೇಳಿದ. "ಒಂದು ಶಾಟ್‌ಗೆ ಎಷ್ಟು?"

"ಹತ್ತು ರೂಪಾಯಿ"

"ಏನಪ್ಪಾ, ಏನು ಹೇಳ್ತಿದ್ದೀಯಾ, ದಿನಾ ಬರುವವರು ನಾವು."

"ಮಾಲು ಕೂಡಾ ಸ್ವಲ್ಪ ನೋಡಿ."

ಭೋಲಾ ತನ್ನ ಜೋಬಿಗೆ ಕೈ ಹಾಕಿ ಹುಡುಕಿದ. ದುಡ್ಡು ಬಹುಶಃ ಕಡಿಮೆ ಇದ್ದಿರಬೇಕು. ಆದ್ದರಿಂದ ತನ್ನ ಅಸಮಾಧಾನವನ್ನು ಸ್ವಲ್ಪ ಹಿಡಿತದಲ್ಲಿಟ್ಟುಕೊಂಡು ಪುನಃ ಕೇಳಿದ "ಸ್ವಲ್ಪ ಸರಿಯಾಗಿ ಮಾತನಾಡು ಗೆಳೆಯಾ. ಇಲ್ಲವಾದರೆ ಹೋಗುತ್ತೇನೆ."

ಮಧ್ಯಮ ಎತ್ತರದ, ಕೋಲುಮುಖದ ಗೃಡು ಬಹಳ ಚಾಣಾಕ್ಷನಂತೆ ಕಾಣುತ್ತಿದ್ದ. ಅವನ ಮೂಗು ಗಿಡುಗನ ಮೂಗಿನಂತಿತ್ತು. ತೀಕ್ಷ್ಣ ಕಣ್ಣುಗಳಲ್ಲಿ ಕ್ರೌರ್ಯ ಎದ್ದು ಕಾಣುತ್ತಿತ್ತು.

ಒಂದು ಕ್ಷಣ ಕಣ್ಣು ಮುಚ್ಚಿ, ಭೋಲಾನ ಕಡೆಗೆ ನೋಡಿದನಾತ. ಸ್ವಲ್ಪ ಹೊತ್ತಿನಲ್ಲಿ ಐದು ರೂಪಾಯಿಗೆ ವ್ಯವಹಾರ ಕುದುರಿತು.

"ಬಾರಯ್ಯ ಬಕ್ಷಿ, ಹೋಗೋಣ" ಎನ್ನುತ್ತ ಭೋಲಾ ಗೈದಿನ ಹಿಂದೆ ನಡೆದ.

ನಾನು ಎದ್ದುನಿಂತೆ. ಇದೆಲ್ಲ ಹೇಗೆ ಕ್ಷಣಾರ್ಧದಲ್ಲಿ ನಡೆಯಿತೆಂದರೆ ನನಗೆ ಏನು ಹೇಳಲೂ ಸಾಧ್ಯವಾಗಲಿಲ್ಲ. ನನ್ನ ಯೋಚನಾಶಕ್ತಿ ಉಡುಗಿ ಹೋಗಿತ್ತು. ನಾನು ಮೌನವಾಗಿ ಅವರನ್ನು ಹಿಂಬಾಲಿಸಿದೆ.

ಆದರೆ ಗೈದು ನನ್ನನ್ನು ಒಳಹೋಗಲು ಬಿಡದೆ ಗೋಡೆಯಾಗಿ ಅಡ್ಡ ನಿಂತ. "ತಾವು ತಡೆಯಿರಿ" ಅವನು ಅಧಿಕಾರ ವಾಣಿಯಿಂದೆಂಬಂತೆ ಹೇಳಿದ. "ತಮಗಾಗಿ ಇದಕ್ಕಿಂತಲೂ ವಿಶೇಷವಾದ ಮಾಲು ತೆಗೆದು ಕೊಂಡು ಬರುತ್ತೇನೆ."

ನಾನು ಅಲ್ಲೇ ನಿಂತು ಬಿಟ್ಟೆ. ಮುಂದುಗಡೆಯಿದ್ದ ದೊಡ್ಡ ಹಾಲಿನಲ್ಲಿ ಗೋಡೆಗೊರಗಿಸಿ ಮಂಚ ಹಾಗೂ ಸ್ಟೂಲುಗಳಿದ್ದವು. ಮಧ್ಯೆ ಬಾಲ್‌ಡಾನ್ಸ್‌ಗಾಗಿ ಚೌಕಾಕೃತಿಯಲ್ಲಿ ನುಣುಪು ನೆಲವಿತ್ತು. ಬಲ ಬದಿಯಲ್ಲಿ ಬಾರ್ ಇತ್ತು. ಒಂಭತ್ತು ಗಂಟೆ ಯಾವಾಗಲೋ ಬಡಿದಿತ್ತು. ಆದ್ದರಿಂದ ಹಾಲಿನಲ್ಲಿ ಒಂದೋ–ಎರಡೋ ಬಲ್ಬುಗಳು ಮಾತ್ರ ಉರಿಯುತ್ತಿದ್ದವು. ಹಾಲಿನಿಂದ ಹೋಟೆಲಿನ ಒಳಭಾಗಕ್ಕೆ ಹೋಗಲು ಒಂದು ಬಾಗಿಲಿತ್ತು. ಗೈದು ಅದರ ಒಳಗೆ (ಪ್ರಾಯಶಃ ಬೇರಾವುದೋ ಕೋಣೆಗೆ) ಭೋಲಾ ಮತ್ತು ಆ ಸುಂದರಿಯನ್ನು ಬಿಟ್ಟು ವಾಪಾಸು ಬಂದ. ಅವನ ಹಿಂದಿನಿಂದ ಇನ್ನೊಬ್ಬ ಹುಡುಗಿ ಬರುತ್ತಿದ್ದಳು. ನಾನು ನನಗರಿವಿಲ್ಲದಂತೆ ಹಿಂದೆ ಸರಿದು ಭೋಲಾ ಕುಳಿತಿದ್ದ ಮಂಚದ ಮೇಲೆ ಹೋಗಿ ಕುಳಿತೆ.

ಗೈದು ಹುಡುಗಿಯನ್ನು ಕೋಣೆಯಲ್ಲಿ ಬಿಟ್ಟು ಹೋದ. ಬಡಕಲಾಗಿ ಕಡ್ಡಿಯಂತಿದ್ದ. ಊಟ ಕಾಣದೆ ಎಷ್ಟು ಕಾಲವಾಯಿತೋ ಎಂಬಂತಿದ್ದ. ನೇರವಾಗಿ ಗುಡ್ಡಗಾಡು ಪ್ರದೇಶದಿಂದ ಬಂದವಳಂತೆ ಕಾಣುತ್ತಿದ್ದ ಹುಡುಗಿ.

ತುಸು ಹೊತ್ತು ನಾನು ಅವಳನ್ನೇ ನೋಡುತ್ತ ಇದ್ದೆ. ಅವಳನ್ನು ನೋಡುತ್ತಿದ್ದರೆ ಜಿಗುಪ್ಸೆ ಮೂಡುತ್ತಿತ್ತು. ಏನು ಮಾಡಬೇಕು ಎನ್ನುವುದು ತಿಳಿಯದೆ ನಾನು ಚಡಪಡಿಸಿದೆ. ಹೋಟೆಲಿನ ಪ್ರಸಿದ್ಧಿ ಮತ್ತು ಗೈದಿನ ಕಣ್ಣುಗಳಲ್ಲಿ ಅಡಗಿದ್ದ ಆ ಪಾಶವಿಕ ಕ್ರೌರ್ಯ (ಆತ ಪಕ್ಕಾ ಗೂಂಡಾನಂತೆ ಕಾಣುತ್ತಿದ್ದ.) ಹಾಗೂ ನನ್ನ ಖಾಲಿ ಜೇಬಿನ ಅಸಹಾಯಕತೆಯಿಂದಾಗಿ ನಾನು ಬಹಳಷ್ಟು ಹಿಂಸೆಪಟ್ಟೆ. ಕೊನೆಗೆ ನನಗರಿವಿಲ್ಲದಂತೆ ನಾನು ಅವಳನ್ನು ಪ್ರಶ್ನಿಸಿದೆ;

"ನಿನ್ನ ಹೆಸರೇನು?"

"ಮುಖ್ತಾರ."

ಫಕ್ಕನೆ ಏನೋ ಹೊಳೆದಂತಾಗಿ ತುಟಿಯಂಚಿನಲ್ಲಿ ನಗು ಚಿಮ್ಮಿ ಕೇಳಿದ: "ಭೂಪ್ರದೇಶಕ್ಕೆ ಮುಖ್ತಾರ (ಒಡತಿ)ಳೋ ಅಥವಾ ಹೃದಯದ ಮುಖ್ತಾರಳೋ?"

"ನೀವು ಹೇಗನ್ನುತ್ತಿರೋ ಹಾಗೆ."

ನಾನು ಉತ್ತರಿಸುವುದಕ್ಕೆ ಮೊದಲೇ ಆಕೆ ನಗುತ್ತ ಬಂದು ನನ್ನ ಬಳಿ ಕುಳಿತಳು. ನನ್ನ ಜೇಬಿನಲ್ಲಿ ಹಣವಿರುತ್ತಿದ್ದರೆ ಎದ್ದು ಅವಳ ಕೈ ಹಿಡಿದು ಕೋಣೆಯಿಂದ ಹೊರಗೆ ಕಳುಹಿಸಿ, ಗೈಡನ್ನು ನಾಲ್ಕು ಬೈದು ಹೆಮ್ಮೆಯಿಂದ ಹೆಜ್ಜೆಸಪ್ಪಳ ಮಾಡುತ್ತ ಹೊರ ನಡೆಯುತ್ತಿದ್ದೆ. ಆದರೆ ನನಗದು ಅಪರಿಚಿತ ಸ್ಥಳವಾಗಿತ್ತು. ಜೇಬು ಪೂರ್ತಿ ಖಾಲಿಯಾಗಿತ್ತು. ಆದ್ದರಿಂದ ನಾನು ಅಸಹಾಯಕನಾಗಿ ಅಲ್ಲೇ ಮುದುಡಿ ಕುಳಿತೆ. ಮನಸ್ಸಿನಲ್ಲೇ ಇದು ಎಂತಹ ಸುಳಿಗೆ ಸಿಕ್ಕಿಬಿದ್ದೆನೋ ಅನ್ನಿಸಿತು. ಬೀಡನ್ ರೋಡಿನ ಹೋಟೆಲಿನಿಂದಲೇ ಹಿಂತಿರುಗಿ ಹೋಗಬೇಕಾಗಿತ್ತು ಅಂದುಕೊಂಡೆ. ನಾನು ತಲೆ ತಗ್ಗಿಸಿದೆ. ಆದರೂ ತುಟಿಗಳಲ್ಲಿ ಮುಗುಳ್ನಗೆ ತಂದುಕೊಳ್ಳುತ್ತ ಆಕೆಯ ಭುಜದ ಮೇಲೆ ಕೈಯಾಡಿಸಿದೆ.

ಸಂದರ್ಭಕ್ಕೆ ಸರಿಹೊಂದುವ ಕವಿತೆಯ ಸಾಲೊಂದನ್ನು ನೆನಪಿಸಲು ಪ್ರಯತ್ನಿಸಿದೆ. ಎಷ್ಟು ಯೋಚಿಸಿದರೂ ಯಾವುದೂ ನೆನಪಾಗಲಿಲ್ಲ. ಗಾಬರಿಯಿಂದ, ಆಕೆಯಲ್ಲಿ ಮಾತನಾಡುವ ಬದಲು ಆಕೆಯ ತೋಳುಗಳನ್ನು ಒತ್ತಿದೆ.

ಆಕೆ ನಾಚಿಕೆಯಿಂದ ಮುದುಡಿಕೊಳ್ಳಲಿಲ್ಲ. ಬದಲಾಗಿ ಇದನ್ನೇ ನಿರೀಕ್ಷಿಸುತ್ತಿದ್ದಳೋ ಎಂಬಂತೆ ಒಮ್ಮೇಲೇ ನನ್ನ ಮೈಮೇಲೆ ಬಿದ್ದಳು. ಆಕೆಯ ತಲೆ ನನ್ನ ಭುಜಕ್ಕೊರಗಿತು. ನನ್ನ ಕೊರಳ ಮೇಲೆ ಆಕೆಯ ತುಟಿಗಳ ಸ್ಪರ್ಶದ ಅನುಭವ ನನಗಾಯಿತು.

ನಾನು ಗಡಬಡಿಸಿ ಎಳುವುದಕ್ಕೆ ಮೊದಲೇ ಗೈಡು ಒಳಗೆ ಬಂದ. ಕೂಡಲೇ ನನ್ನ ಉಡುಗಿ ಹೋದ ಚೈತನ್ಯ ಮರಳಿ ಬಂದ ಹಾಗಾಯಿತು. ನಾನು ಎದ್ದು ಮುಖ್ತಾರಳನ್ನು ಸ್ವಲ್ಪ ಹೊರಗೆ ಹೋಗಲು ಹೇಳಿದೆ. ನಂತರ ಬೀಡನ್ ರೋಡಿನ ಹೋಟೆಲಿನಲ್ಲಿ ಹೇಳಿದ ಮಾತುಗಳನ್ನು ಇನ್ನೂ ಸ್ವಲ್ಪ ಒತ್ತು ಸೇರಿಸಿ ಪುನರುಚ್ಚರಿಸಿದೆ.

'ಇಷ್ಟು ಹೊತ್ತಿಗೆ ಇದೇ ಇರುವುದು' ಅಥವಾ 'ಈಗ ಬೇರೆ ಮಾಲು ತೆಗೆದುಕೊಂಡು ಬರುತ್ತೇನೆ' ಎಂದು ಗೈಡು ಹೇಳಿಲಿಲ್ಲ. ಆತ ನನ್ನನ್ನು ತಿರಸ್ಕಾರ ಪೂರ್ವಕ ಒಮ್ಮೆ ನೋಡಿದ. ಆ ನೋಟದಲ್ಲಿದ್ದ ಉಪೇಕ್ಷೆ ನನ್ನ ದೇಹದ ಎಲ್ಲಾ ಪದರಗಳನ್ನೂ ಭೇದಿಸಿ ಮರ್ಮಕ್ಕೆ ಹೊಕ್ಕು ಹೊಡೆಯುತ್ತಿರುವಂತಾಯಿತು ನನಗೆ, ಆತನ ಅನುಭವಿ ಕಣ್ಣುಗಳಿಗೆ ಬಹುಶಃ ನಿಜಸ್ಥಿತಿಯ ಅರಿವಾಗಿರಬೇಕು.... "ನೀವು ಹೊರಗೆ ಬಂದು ಕುಳಿತುಕೊಳ್ಳಿ" ಹೆಚ್ಚು ಕಡಿಮೆ ಅಜ್ಞಾಪಿಸುವ ಧ್ವನಿಯಲ್ಲಿ ಆತ ಹೇಳಿದ. ನಂತರ ಬಾಗಿಲ ಬಳಿ ಹೋಗಿ ಹಾಲಿನಲ್ಲಿದ್ದ ಒಂದು ಮಂಚದ ಕಡೆ ಬೊಟ್ಟುಮಾಡಿ ತೋರಿಸಿದ.

ನನಗೆ ಅವಮಾನದಿಂದ ಬವಳಿ ಬರುವಂತಾಯಿತು. ನಾನು ಸೀದಾ ಹೋಗಿ ಮಂಚದ ಮೇಲೆ ಉಸ್ಸೆಂದು ಬಿದ್ದು ಸಮಾಧಾನದ ನಿಟ್ಟುಸಿರೆಳೆದೆ.

* * *

ಭೋಲಾ ತುಂಬಾ ಹೊತ್ತು ಕಳೆದ ನಂತರ ಬರುತ್ತಾನೆ ಎಂದು ನಾನು ತಿಳಿದು ತಲೆಯಿಂದ ಟೊಪ್ಪಿ ತೆಗೆದು ಮಂಚದ ಮೇಲೆ ಆರಾಮವಾಗಿ ಮಲಗಿದ್ದೆ. ಆದರೆ ಮನಸ್ಸು

ಮಾತ್ರ ಭೋಲಾ ಮತ್ತು ಆ ಮುಗ್ಧ ಚೆಲುವೆ ಈಗ ಏನು ಮಾಡುತ್ತಿರಬಹುದು ಎಂದು ಚಿಂತಿಸಲಾರಂಭಿಸಿತು.

ನಾನು ಮಲಗಿ ಐದು ನಿಮಿಷ ಕೂಡಾ ಕಳೆದಿರಲಾರದು. ಒಳಗಿನ ಬಾಗಿಲಿನಿಂದ ಭೋಲಾ ಹೊರಗೆ ಬರುತ್ತಿರುವುದು ಕಾಣಿಸಿತು.

"ಯಾಕೆ!" ನಾನು ಆಶ್ಚರ್ಯದಿಂದ ಕೇಳುತ್ತ ಎದ್ದು ಕುಳಿತೆ.

"ಸಾಕು, ಬಾ ಹೋಗೋಣ"

"ಇಷ್ಟು ಬೇಗ ಮುಗಿಸಿದಿಯೇನು?"

"ಇನ್ನೇನು?–ಅವಳಿಗೆ ನಾನು ಐದೇ ರೂಪಾಯಿ ಕೊಟ್ಟದ್ದು ಅನ್ನುವುದು ಗೊತ್ತಿತ್ತು. ಮೂರ್ಖಿ ಹೆಣ್ಣು ಯಾವುದಕ್ಕೂ ಒಪ್ಪುವುದಿಲ್ಲ ಎಂತಹ ಸೊಕ್ಕು ಅವಳಿಗೆ!"

ನಾನು ಭೋಲಾನ ಕಡೆಗೊಮ್ಮೆ ಸಹಾನುಭೂತಿಯಿಂದ ನೋಡಿದೆ. ನಂತರ ಮಾತನಾಡದೆ ಅವನನ್ನು ಹಿಂಬಾಲಿಸುತ್ತ ಹಾಲಿನಿಂದ ಹೊರಬಂದೆ. ಅಷ್ಟರಲ್ಲಿ ಒಂದು ಕಾರು ಪೋರ್ಚಿನಲ್ಲಿ ಬಂದು ನಿಂತಿತು. ಸ್ವಲ್ಪ ದೂರ ನಡೆದು ನಾನು ಒಮ್ಮೆ ಹಿಂದೆ ತಿರುಗಿ ನೋಡಿದೆ. ಅದೇ ಮುಗ್ಧ ಚೆಲುವೆ. ಮಣ್ಣಿನಲ್ಲಿ ಹೊರಳಾಡಿದ ನಂತರ ರೆಕ್ಕೆ ಝಾಡಿಸಿಕೊಳ್ಳುವ ಕೋಳಿಯಂತೆ ಅವಸರದಿಂದ ಸೀರೆಯನ್ನು ಶರೀರಕ್ಕೆ ಸುತ್ತಿಕೊಳ್ಳುತ್ತ ಹಾಲಿನ ಹೊರ ಜಗಲಿಗೆ ಬಂದು ನಿಂತಳು. ಗೈಡು ಮೋಟಾರಿನ ಬಳಿ ಹೋಗಿ ಅದರೊಳಗಿದ್ದ ಸವಾರನೊಂದಿಗೆ ವ್ಯವಹಾರ ಕುದುರಿಸುತ್ತಿದ್ದ.

"ಸಾರ್, ಅವನು.....ಕರೆಯುತ್ತಿದ್ದಾರೆ."

"ಅವನು" ಅಂತ ಹೇಳಿ ಆಳು ಪಕ್ಕನೆ ನಿಲ್ಲಿಸಿದ. ಬಹುಶಃ ಅವನು "ಹುಚ್ಚ" ಎಂದು ಹೇಳ ಹೊರಟಿದ್ದನೆಂದು ಕಾಣುತ್ತದೆ. ಕೊನೆಗೆ ಹೇಗೆ ಹೇಗೋ ವಾಕ್ಯ ಮುಗಿಸಿದ.

ನಾನು ಡ್ರಾಯಿಂಗ್‌ರೂಂಗೆ ಬಂದೆ. ಭೋಲಾ ಊಟ ಮುಗಿಸಿ ಎದ್ದು ಕೈಯನ್ನು ಕೋಟು–ಪಂಚೆಗಳಿಂದಲೇ ಒರೆಸಿಕೊಳ್ಳುತ್ತಿದ್ದ. ನಾನು ಆಳಿನ ಕಡೆಗೆ ಸಿಟ್ಟಿನಿಂದ ನೋಡಿದೆ.

"ಸಾರ್, ನಾನು ಈಗಲೇ ಅವರಿಗೆ ವಾಷ್‌ಬೇಸಿನ್ ತೋರಿಸುತ್ತೇನೆ, ಬನ್ನಿ ಎಂದಿದ್ದೆ. ಆದರೆ..."

"ಸಾಕು ಬಿಡಪ್ಪ, ತೊಳೆಯಬೇಕೆಂದೇನೂ ಇಲ್ಲ" ಭೋಲಾ ಹೇಳಿದ, "ನನಗೆ ನಿನ್ನ ಯಾವುದಾದರೂ ಶರಟು–ಧೋತಿಯಿದ್ದರೆ ಕೊಡುತ್ತೀಯಾ? ನೋಡು. ನನ್ನದೆಲ್ಲ ಹೇಗೆ ಹರಿದು ಹೋಗಿದೆ!"

ಅವನು ಎದ್ದು ಕೋಣೆಯ ಸುತ್ತ ಶತಪಥ ಹಾಕತೊಡಗಿದ. ನಾನು ಆಳಿಗೆ ಆದೇಶವಿತ್ತೆ. "ಒಳಗೆ ಹೋಗಿ ಅಮ್ಮಾವ್ರಿಗೆ ನನ್ನ ಯಾವುದಾದ್ರೂ ಶರಟು–ಪಂಚೆ ಕಳುಹಿಸಬೇಕೆಂದು ಹೇಳು. ಈ ಸಾಹೇಬರಿಗೆ ಕೊಡಬೇಕಿತ್ತು."

ಆಳು ಒಂದು ಹೆಜ್ಜೆ ಇಟ್ಟಿದ್ದನಷ್ಟೆ. ನಾನು ಪುನಃ ಹೇಳಿದೆ. "ನೋಡು ಹರಿದದ್ದೋ, ಹಳತಾದ್ದೋ ತರಬೇಡ. ಸ್ವಲ್ಪ ಚೆನ್ನಾಗಿರುವುದನ್ನೇ ತಾ."

ಆಳು ಹೋದ ನಂತರ ನಾನು ಮೆಲ್ಲನೆ ಕೇಳಿದೆ: "ನಿನಗೆ ಆ ಗ್ರ್ಯಾಂಡ್ ಹೋಟೆಲಿನ ಗಯ್ಯಾಳಿಯ ನೆನಪಿದೆಯೇನು?"

ಭೋಲಾ ನಿಂತ. ಸ್ವಲ್ಪ ಹೊತ್ತು ಅನ್ಯಮನಸ್ಕನಾಗಿ ಎಲ್ಲೋ ನೋಡಿದ. ಅವನ ಮುಖ ಒಮ್ಮೆಲೇ ನಿಸ್ತೇಜವಾಯಿತು. ನಂತರ ನಿಧಾನವಾಗಿ ಅದರಲ್ಲಿ ಬೆಳಕು. ತಿರುಗಿ ಬಂತು. ಕಣ್ಣುಗಳು ಹೊಳೆದವು.

"ನೀನು ಶಹನಾರ್ಖ್ಳ ಬಗ್ಗೆ ಹೇಳುತ್ತಿದ್ದೀಯಾ?"

"ನನಗೆ ಹೆಸರು ಮರೆತು ಹೋಗಿದೆ. ನಿನಗೆ ನೆನಪಿರಬಹುದು– ಒಂದು ರಾತ್ರಿ ನೀನು ನನ್ನನ್ನು ಗ್ರ್ಯಾಂಡ್ ಹೋಟೆಲಿಗೆ ಕರಕೊಂಡು ಹೋಗಿದ್ದೆ."

ಭೋಲಾನ ಕಣ್ಣುಗಳು ಇನ್ನೊಮ್ಮೆ ಮಿನುಗಿದವು. ಅವನೆಂದ; "ಹುಂ, ಹೌದು, ಆ ಸಂಜೆ ಮೊದಲು ನಾನು ಬೀಡನ್ ರೋಡಿನ ಹೋಟೆಲಿನಲ್ಲಿ ಆ ಮಾಲುಗಣ್ಣಿನ ಗುಲಾಬಿಯನ್ನು ಭೇಟಿಯಾಗಿ, ನಂತರ ಗ್ರ್ಯಾಂಡ್ ಹೋಟೆಲಿಗೆ ಹೋಗಿದ್ದೆವು."

"ಹೌದು, ಹೌದು."

"ಆ ದುರಹಂಕಾರಿ ಹೆಣ್ಣು ನನ್ನ ಸರ್ವನಾಶ ಮಾಡಿಬಿಟ್ಟಳು."

"ಹೇಗೆ?"

ಭೋಲ ನಿಂತು ಬಿಟ್ಟು ನಿಧಾನವಾಗಿ ವಿವರಿಸಿದ:

"ಮೊದಲನೇ ದಿವಸ ನಾವು ಹೋದಾಗ ಅವಳು ನನ್ನನ್ನು ಎರಡೇ ನಿಮಿಷದಲ್ಲಿ ಹೊರಗಟ್ಟಿದ್ದು ನಿನಗೆ ನೆನಪಿರಬಹುದು. ಒಳಗೊಳಗೇ ನನಗೆ ಅಸಾಧ್ಯ ಸಿಟ್ಟು ಉಕ್ಕಿ ಬರುತ್ತಿತ್ತು. ಅವಳೆಷ್ಟು ಮುಗ್ಧಳಾಗಿ ಕಾಣುತ್ತಿದ್ದಳೆಂದರೆ ಅವಳ ಬಗ್ಗೆ ಬೇರಾವ ಭಾವನೆ ತಳೆಯುವುದೂ ನನ್ನಿಂದಾಗುತ್ತಿರಲಿಲ್ಲ. ನಾನು ಕಡಿಮೆ ದುಡ್ಡು ಕೊಟ್ಟದ್ದರಿಂದ ಅವಳು ನನಗೆ ಅವಕಾಶ ಕೊಡಲಿಲ್ಲವೆಂದು ನಾನು ತಿಳಿದೆ. ಆದರೆ ಇನ್ನೊಂದು ಸಲ ನಾನು ಅವಳಿಗೆ ಹತ್ತು ರೂಪಾಯಿ ಕೊಟ್ಟು ಒಂದು ಗಂಟೆಯ ಅವಕಾಶ ತೆಗೆದುಕೊಂಡು ಅವಳ ಪಕ್ಕ ಮಲಗಿದರೂ, ಅವಳು ನನಗೆ ಅವಳನ್ನು ಬೇಕಾದಂತೆ ಉಪಯೋಗಿಸುವ ಸ್ವಾತಂತ್ರ್ಯ ಕೊಡಲಿಲ್ಲ. ಮುಟ್ಟಿದರೆ ಸಿಡಿದೇಳುತ್ತಿದ್ದಳು."

"ಆಗ ನನಗನ್ನಿಸಿತು, ನಾನು 'ಪ್ರಸಾದ' ದಿಂದ ನನ್ನನ್ನು ರಕ್ಷಿಸಿಕೊಳ್ಳಲೆಂದು ವಿಜ್ಞಾನದ ಸಹಾಯ ತೆಗೆದುಕೊಳ್ಳುವುದು ಅವಳಿಗಿಷ್ಟವಿಲ್ಲ; ಅದುವೇ ನನ್ನ ಮತ್ತು ಅವಳ ನಡುವಿನ ಅಂತರಕ್ಕೆ ಕಾರಣವಿರಬಹುದು ಎಂದುಕೊಂಡೆ. ನಿಜವಾಗಿ ನೋಡಿದರೆ ಅದೇನೂ ದೊಡ್ಡ ವಿಷಯವಲ್ಲ–ಬರೇ ರಬ್ಬರಿನ ಚೀಲದ ಪ್ರಯೋಗ ಮಾತ್ರವಾಗಿತ್ತು. ಆದರೂ–ಚಮಚದಿಂದ ಅನ್ನ ತಿಂದರೆ ಹಸಿವು ಹಿಂಗುತ್ತದೆಯೇ ವಿನಃ ತೃಪ್ತಿ ಸಿಗುವುದಿಲ್ಲವಲ್ಲ? ಹೀಗೆಂದೆನಿಸಿ ನಾನು ಅದೆಲ್ಲವನ್ನೂ ಬಿಟ್ಟು ಬಿಟ್ಟೆ..... ಆದರೆ ಅವಳು ಒಳ್ಳೆಯ ಮನೆತನದವಳಾಗಿರಲಿಲ್ಲ. ಬರೇ ಅನಾಗರಿಕ ಹೆಣ್ಣಾಗಿದ್ದಳು......ಇದೆಲ್ಲ ಅವಳ ವ್ಯವಹಾರದ ಒಂದು ಅಂಗ ಮಾತ್ರವಾಗಿತ್ತು..... ನನ್ನ ಪುರುಷತ್ವವನ್ನು ತೋರಿಸಲೆಂದು ಅವಿವೇಕಿಯಾಗಿ ಅದೆಷ್ಟು ಕತ್ತಲ ಗುಹೆಗಳಲ್ಲಿ ಕಾಲಿಡುತ್ತ ಹೋದೆನೋ..... ಆದರೆ ಕೊನೆಗೂ ನಾನು ಅವಳ ಸೊಕ್ಕು ಅಡಗಿಸಿದೆ!"

ಭೋಲಾನ ಕಣ್ಣುಗಳಲ್ಲಿ ಹೆಮ್ಮೆಯ ತೀಕ್ಷ್ಣ ಹೊಳಪು ಕಾಣಿಸಿಕೊಂಡಿತು. ನಾನು ಮಂತ್ರಮುಗ್ಧನಂತೆ ಅವನನ್ನೇ ನೋಡುತ್ತ ನಿಂತೆ.

"ನಿನಗೆ ನಾನು ಹುಚ್ಚ ಅನ್ನಿಸುತ್ತದೆಯೇ?" ಅವನು ನಿರ್ಲಕ್ಷ್ಯ ಭಾವದಿಂದ ನಗುತ್ತ ಕೇಳಿದ.

"ಇಲ್ಲ....ನಾನು....ನಾನು..." ನನಗೆ ಉತ್ತರಿಸಲಾಗಲಿಲ್ಲ.

"ನಾನು ಸ್ವಸ್ಥಮನಸ್ಸಿನವನಂತೆ ಕಾಣುತ್ತಿದ್ದೇನೆಯೇ?" ಭೋಲಾ ಘೊಳ್ಳೆಂದು ನಕ್ಕ. "ನಾನು ಹುಚ್ಚ. ಹೌದು.. ನನಗೆ ಇನ್ನು ಯಾವ ಚಿಕಿತ್ಸೆಯೂ ಇಲ್ಲ. ನಾನು ಬರೇಲಿ ಮತ್ತು ಆಗ್ರಾಕ್ಕೆ ಹೋಗಿ ಬಂದಿದ್ದೇನೆ. ಅವರೆಲ್ಲ ನನ್ನ ಆರೋಗ್ಯ ಸರಿಯಾಗಿದೆ ಅಂತ ಹೇಳಿ ಬಿಟ್ಟು ಬಿಟ್ಟಿದ್ದಾರೆ. ಆದರೆ ನನಗೆ ಚೆನ್ನಾಗಿ ಗೊತ್ತು ನನ್ನ ರಕ್ತದಿಂದ ಈ ರೋಗ ಬೇರೆಯಾಗಲು ಸಾಧ್ಯವಿಲ್ಲವೆಂದು."

ನನಗೆ ಬಹಳ ಕಸಿವಿಸಿಯಾಯಿತು. ಅವನು ಎಷ್ಟು ತಿಳಿದವನಂತೆ ಮಾತನಾಡುತ್ತಿದ್ದನೆಂದರೆ ಅವನು ಹುಚ್ಚನೆಂದು ಪಕ್ಕನೆ ಹೇಳುವಂತಿರಲಿಲ್ಲ.

ಅಷ್ಟರಲ್ಲಿ ಆಳು ಬಟ್ಟೆ ಹಿಡಿದುಕೊಂಡು ಬಂದ.

ಭೋಲಾ ಅದರ ಪರಿವೆಯಿಲ್ಲದವನಂತೆ ಎಲ್ಲವನ್ನೂ ಮುದ್ದೆ ಮಾಡಿ ತೋಳಿನ ಮೇಲೆ ಹಾಕಿಕೊಂಡು ಹೊರಟ.

ನಾನು ಕೈ ಕೈ ಹಿಸುಕಿಕೊಂಡು ಅವನಲ್ಲಲ್ಲ, ನನ್ನಲ್ಲೇ ಎಂಬಂತೆ ಗಟ್ಟಿಯಾಗಿ ಹೇಳಿಕೊಂಡೆ. "ಗೆಳೆಯಾ, ನಿನ್ನ ಆಸೆ –ಆಕಾಂಕ್ಷೆಗಳೇನಿದ್ದವು? ಇದೇನಾಯಿತು ನಿನಗೆ? ನೀನು ದೊಡ್ಡ ಅಂಬಾಸಡರ್ ಆಗಬೇಕಿತ್ತು."

"ಇಲ್ಲ ಕಣೋ ನಾನೀಗ ಅಂಬಾಸಡರ್ ತಾನೇ ಆಗಿರುವುದು? ದೇವರು ನನ್ನನ್ನು ತನ್ನ ಪ್ರತಿನಿಧಿಯಾಗಿ ಇಲ್ಲಿಗೆ ಕಳಿಸಿದ್ದಾನೆ. ಪ್ರತಿದಿನವೂ ಅಲ್ಲಿ–ಇಲ್ಲಿ ತಿರುಗಾಡಿ ಎಲ್ಲಾ ವಾರ್ತೆಗಳನ್ನು ನಾನು ದೇವರಿಗೆ ಕಳುಹಿಸುತ್ತಿದ್ದೇನೆ."

ಇಷ್ಟು ಹೇಳಿ ಹೋಗಲೆಂದು ಭೋಲಾ ಬೆನ್ನು ತಿರುಗಿಸಿದ. ಹೋಗುವಾಗ ನನಗೆ ಕೃತಜ್ಞತೆಗಳನ್ನು ಸಲ್ಲಿಸುವುದಾಗಲೀ ಅಥವಾ ಸ್ನೇಹ ಪೂರ್ವಕ ಕೈ ಕುಲುಕುವುದಾಗಲೀ ಅವನಿಗೆ ಅಗತ್ಯವೆಂದು ಕಾಣಲಿಲ್ಲ.

●

03

ಅಸಹಾಯಕತೆ

ಲಾಲ ವಾರೆಗಣ್ಣಿನಿಂದ ನೋಡಿದ– ಆಯಾ ಬಾಗಿಲಲ್ಲಿ ನಿಂತು ನಿರ್ನಿಮೇಷ ನೇತ್ರಗಳಿಂದ ಅವನೆಡೆಗೇ ನೋಡುತ್ತಿದ್ದಳು.

ಅವನಿಂದ ಸಹಿಸಲಾಗಲಿಲ್ಲ. ಆಯಾ ಇನ್ನೆಲ್ಲಿ ಪುನಃ ಮುಂದೆ ಬಂದು ತನ್ನ ಮುಖವನ್ನು ಅದೇ ಹುಚ್ಚು ಪ್ರೀತಿಯಿಂದ ಸವರುತ್ತಾಳೋ ಎಂದು ಅವನಿಗೆ ಭಯವಾಯಿತು. ತಾಳ್ಮೆ ಕಳೆದುಕೊಂಡು ಆತ ಸಿಟ್ಟಿನಿಂದ ಚೀರಿದ – "ಒಮ್ಮೆ ಹೇಳಿದರೆ ಗೊತ್ತಾಗುವುದಿಲ್ಲವೇ ನಿನಗೆ ? ನಿನ್ನ ಒಡತಿಯಲ್ಲಿ ನಾನಾಗಲೇ ಹೇಳಿದ್ದೆ ನಿನಗೆ ಒಂದು ತಿಂಗಳ ಸಂಬಳ ಕೊಟ್ಟು ಬಿಡು ಅಂತ. ಇನ್ನು ನಿನಗೆ ಈ ಮನೆಯಲ್ಲಿ ನಿಲ್ಲಲು ಅವಕಾಶವಿಲ್ಲ. ಹೋಗು, ಹೊರಟು ಹೋಗು ! !"

"ನಾ ವೂತೆಯೀನಿ ಅಯ್ನೋರೆ, ಸಂಬಳ ತಗೊಂಡಿದೀನಿ ನಾವೋಯ್ತೀನಿ ನೀವೇನೂ ಬ್ಯಾಸರ ಮಾಡ್ಕೊಬ್ಯಾಡಿ....ದ್ಯಾವ್ರು ನಿಮ್ಮನ್ನ ಸುಕವಾಗಿಟ್ಟಿರಲಿ..." ರಮಿಸುವ ಧಾಟಿಯಲ್ಲಿ ಹೇಳುತ್ತ ಆಯಾ ಒಮ್ಮೆ ಅವನೆಡೆಗೆ ವಾತ್ಸಲ್ಯದ ನೋಟ ಬೀರಿ ಬೆನ್ನು ತಿರುಗಿಸಿ ಹೋಗಿಬಿಟ್ಟಳು.

ಲಾಲನ ಸಿಟ್ಟಿನಿಂದ ಸೆಟೆದ ಮನಸ್ಸು ಒಮ್ಮೆಲೇ ಮೆತ್ತಗಾಗಿ ಬಿಟ್ಟಿತು. ಅಸಹಾಯಕತೆಯ ಒಂದು ನಿಟ್ಟುಸಿರು ಅವನ ಬಾಯಿಯಿಂದ ಹೊರಗೆ ಬಿತ್ತು. ಉಣ್ಣಲು ಊಟ, ಉಡಲು ಬಟ್ಟೆ ಹಾಗೂ ತಲೆಯ ಮೇಲೊಂದು ಸೂರು–ಇಷ್ಟನ್ನು ಬಿಟ್ಟರೆ ಆಯಾಳಿಗೂ ಬೇರೆ ಆಸೆ–ಆಕಾಂಕ್ಷೆಗಳಿರಬಹುದು, ಅವಳ ಜೀವನದಲ್ಲೂ ಒಂದು ಅಭಾವವಿರಬಹುದು ಎಂಬುದರ ಬಗ್ಗೆ ಆತ

ಇದುವರೆಗೆ ಎಂದೂ ಯೋಚಿಸಿರಲಿಲ್ಲ. ಎಷ್ಟಾದರೂ ಅವಳೂ ಒಂದು ಮನುಷ್ಯ ಜೀವವೇ ಹೊರತು ಯಂತ್ರವಲ್ಲ– ಎಂಬ ಯೋಚನೆ ಮನಸ್ಸಿಗೆ ಬಂದ ಕೂಡಲೇ ಲಾಲನಿಗೆ ತಾನು ಮಾಡಿದ ತಪ್ಪಿಗಾಗಿ ಪಶ್ಚಾತ್ತಾಪವಾಗಲಾರಂಭಿಸಿತು. ಭಂಗನೆ ಹಾರಿ ಹಾಲಿಗೆ ಬಂದ ಲಾಲ ಆಯಾಳನ್ನು ಪುನಃ ಕರೆಯಲೇ ಎಂದು ಯೋಚಿಸಿದ. ಆದರೆ ಅವಳಾಗಲೇ ಗೇಟನ್ನು ದಾಟಿ ದೂರ ಹೋಗಿಯಾಗಿತ್ತು. ಇದ್ದಕ್ಕಿದ್ದಂತೆ ಅವನ ಸ್ಮೃತಿಪಟಲ ಬಿಚ್ಚಿಕೊಂಡು ಹಿಂದೆ ನಡೆದ ಹಲವಾರು ಸಂಗತಿಗಳು ಅವನ ಕಣ್ಣುಂದೆ ಹಾದು ಹೋಗಲಾರಂಭಿಸಿದವು. ಹಿಂದಿನ ಎರಡು ರಾತ್ರಿಗಳಲ್ಲಿ ನಡೆದ ಎಲ್ಲಾ ಘಟನೆಗಳೂ ಒಂದರ ಹಿಂದೆ ಇನ್ನೊಂದರಂತೆ ಅವನ ಕಲ್ಪನೆಯಲ್ಲಿ ಸಾಲುಗಟ್ಟಿದವು.

* * *

ಒಂದೂವರೆ ವರ್ಷಕ್ಕೆ ಹಿಂದೆ ಡಾಕ್ಟರರು ಲಾಲನ ಶ್ವಾಸಕೋಶಗಳನ್ನು ಪರೀಕ್ಷಿಸಿ ಕ್ಷಯರೋಗದ ಸಾಧ್ಯತೆಯ ಬಗ್ಗೆ ಸಂದೇಹ ವ್ಯಕ್ತಪಡಿಸಿದ್ದರು. ಆಗ ಅವನ ಪತ್ನಿ ಅವನನ್ನು ಚಳಿಗಾಲ ಮುಗಿಯುತ್ತಲೇ ಪಂಚಗನಿಯಲ್ಲಿದ್ದ ಸ್ಯಾನಿಟೋರಿಯಂಗೆ ಸೇರಿಸುವುದೆಂದು ನಿಶ್ಚಯಿಸಿದಳು. ತಾನು ಸ್ಯಾನಿಟೋರಿಯಂನ ಹೊರಗಡೆ ಪಕ್ಕದಲ್ಲೇ ಒಂದು ಫ್ಲಾಟ್ ತೆಗೆದುಕೊಂಡು ಆಯಾ ಮತ್ತು ಮಕ್ಕಳ ಜೊತೆ ಇರಬಹುದೆಂದು ಯೋಚಿಸಿದಳು. ಆದರೆ ಅವರ ಮೊದಲಿನ ಆಯಾ ಸಮಯಕ್ಕೆ ಸರಿಯಾಗಿ ಕೈಕೊಟ್ಟಳು. ಇನ್ನೂ ತುಂಬುಪ್ರಾಯದ ತರುಣಿಯಾದ ಆಕೆ ತನ್ನ ಬಾಯ್ ಫ್ರೆಂಡಿನ ಜತೆ ಓಡಿಹೋದಳು, ರೋಗಿಯಾಗಿದ್ದ ಲಾಲನ ಮುಂದೆ ಈಗ ಹೊಸ ಆಯಾಳನ್ನು ಹುಡುಕುವ ಸಮಸ್ಯೆ ಬಂದು ನಿಂತಿತು.

ಲಾಲನ ಭಾವಮೈದುನ ಲಿಟ್ಟಿ ಅಲ್ಲೇ ಸಿನಿಮಾ ಕಂಪೆನಿಯಲ್ಲಿ ಪ್ರಾಪರ್ಟಿಮ್ಯಾನ್ ಆಗಿದ್ದ. ಅವನು ಬಹಳ ಚಾಣಾಕ್ಷ, ಒಂದೇ ದಿನದ ನೋಟೀಸಿನಲ್ಲಿ ಕಾಡಿಗೆಯ ಪುಟ್ಟ ಕರಡಿಗೆಯಿಂದ ಹಿಡಿದು ಎತ್ತಿನ ಗಾಡಿಯವರೆಗೂ ಯಾವುದೇ ಅಗತ್ಯದ ವಸ್ತುಗಳನ್ನು ಸ್ಟುಡಿಯೋದಲ್ಲಿ ಹಾಜರುಪಡಿಸುವಂತಹ ಕಾರ್ಯದಕ್ಷತೆಯಿತ್ತು ಅವನಲ್ಲಿ. ಹತ್ತು–ಹದಿನ್ಯೆದು ದಿನಗಳ ತನಕ ಹೊಸ ಆಯಾ ಸಿಗದೆ ಇದ್ದಾಗ ಒಮ್ಮೆ ಲಾಲ ತನ್ನ ಭಾವಮೈದುನನ್ನು ಕರೆದು 'ನೀನು ಇಷ್ಟೆಲ್ಲ ಚತುರನಾಗಿದ್ದೂ ಏನು ಪ್ರಯೋಜನ, ನನಗೊಬ್ಬ ಆಯಾಳನ್ನು ಹುಡುಕಿ ತರುವ ತಾಕತ್ತಿಲ್ಲದಿದ್ದ ಮೇಲೆ' ಎಂದು ಹೇಳಿದ. ಆಗ ಲಿಟ್ಟಿ ನೆಟಿಗೆ ಮುರಿಯುತ್ತ "ನೋಡುತ್ತಿರಿ, ಇನ್ನು ಇಪ್ಪತ್ತನಾಲ್ಕು ಗಂಟೆಯ ಒಳೆಗೆ ಒಬ್ಬ ಆಯಾಳನ್ನು ಕರೆತಂದು ನಿಮ್ಮ ಮುಂದೆ ನಿಲ್ಲಿಸುತ್ತೇನೆ" ಎಂದ.

ಮಾತಿಗೆ ತಪ್ಪಲಿಲ್ಲ ಲಿಟ್ಟಿ, ಇಪ್ಪತ್ತನಾಲ್ಕು ಗಂಟೆಗಳೊಳಗೆ ಒಬ್ಬ ಆಯಾಳನ್ನು ನಿಜವಾಗಿಯೂ ಕರೆತಂದಿದ್ದ.

ಗ್ರಾಂಟ್ ರೋಡಿನ ಬಿಲಿಮೋರಿಯಾದ ಕ್ಲಿನಿಕ್ ಸಿಂದ ಶ್ವಾಸಕೋಶಕ್ಕೆ ಗಾಳಿ ತುಂಬಿಸಿ ಲಾಲ ಬರುತ್ತಿದ್ದಂತೆ ಮೆಟ್ಟಲ ಬಳಿ ಲಿಟ್ಟಿ ಸಿಕ್ಕಿದ.

"ಆಯಾಳನ್ನು ಕರೆದುಕೊಂಡು ಬಂದಿದ್ದೇನೆ ಭಾವಯ್ಯ" ಆತ ನಗುತ್ತ ಹೇಳಿದ. "ಕೆಲಸದಲ್ಲಂತೂ ಬಹಳ ಜಾಣೆ, ಆದರೆ ನೋಡಲು ಮಾತ್ರ ಸುಂದರಿಯಲ್ಲ."

"ಅವಳು ಸುಂದರಿಯಾಗಿದ್ದು ನಮಗೇನಾಗಬೇಕಿದೆ?" ನಕ್ಕು ನುಡಿದ ಲಾಲ ಹೋಗಿಬಂದ ಆಯಾಸದಿಂದ ಏದುಸಿರು ಬಿಡುತ್ತ ಪತ್ನಿಯ ಆಧಾರ ತೆಗೆದುಕೊಂಡು ಮೆಲ್ಲ–ಮೆಲ್ಲನೆ ಮೇಟ್ಟಲೇರಿದ, ದೊಡ್ಡ ಸೂಜಿಯಿಂದ ಚುಚ್ಚಿದ ಎಂ.ಪಿ. ಇಂಜೆಕ್ಷನ್‌ನಿಂದಾಗಿ ಆತನ ಪಕ್ಕೆ ವಿಪರೀತವಾಗಿ ನೋಯುತ್ತಿತ್ತು.

ಆಯಾಳನ್ನು ನೋಡಿದೊಡನೆ ಮಾತ್ರ ಸ್ವಲ್ಪ ಹೆಚ್ಚೇ ಕುರೂಪಿಯಾಗಿದ್ದಾಳೆ ಅನ್ನಿಸಿತು ಲಾಲನಿಗೆ, ಸಣಕಲು ಕಡ್ಡಿಯಂತಹ ಶರೀರ, ಒಣಗಿದ ಮೈ, ಸ್ವಲ್ಪ ಬಾಗಿದ ಬೆನ್ನು, ಉಬ್ಬು ಹಲ್ಲು, ಮೂರು–ನಾಲ್ಕು ದಿನಗಳಿಂದ ಹೊಟ್ಟೆಗಿಲ್ಲದವರಂತೆ ಬಾಡಿದ ಮುಖ, ವಾರಗಟ್ಟಲೆಯಿಂದ ಕೊಳೆ ಹಿಡಿದ ಬಟ್ಟೆ !

ಒಳಗಿನ ಕೋಣೆ ತಲುಪುತ್ತಲೇ ಲಾಲನ ಪತ್ನಿಯೆಂದಳು. "ಇವಳು ನೋಡಿದರೆ ಕಪಿಯ ಹಾಗಿದ್ದಾಳಲ್ಲ?"

"ಹಾಗಾದರೆ ಇಟ್ಟುಕೊಳ್ಳುವುದು ಬೇಡ, ಬೇರೆ ಹುಡುಕೋಣ" ಲಾಲ ಹೇಳಿದ. ನಂತರ ಮಂಚದ ಮೇಲೆ ಮಲಗಿ ನೋಯುತ್ತಿದ್ದ ಬಲ ಪಕ್ಕೆಯನ್ನು ಗಟ್ಟಿಯಾಗಿ ಒತ್ತಿ ನೀವುತ್ತ ಮತ್ತೆ ಆತನೆಂದ. "ಕೆಲಸ ಚೆನ್ನಾಗಿ ಮಾಡುತ್ತಾಳ ಅಂತಿದ್ದರೆ ಇಟ್ಟುಕೊಳ್ಳೋಣ. ಆಯಾ ಸುಂದರಿಯಾಗಿದ್ದರೆ ಮತ್ತೆ ನಿನಗೇ ತೊಂದರೆ, ಮೊದಲಿನವಳ ಹಾಗೆ ಸಮಯಕ್ಕೆ ಕೈ ಕೊಟ್ಟರೂ ಆಯ್ತು." ನೋವನ್ನು ಸಹಿಸುವ ಜತೆಗೇ ನಗಲು ಪ್ರಯತ್ನಿಸಿದ ಲಾಲ.

"ಹುಷಾರಿಲ್ಲದಿದ್ದರೂ ತುಂಟಾಟ ಬಿಟ್ಟಿಲ್ಲ ನೀವು" ಹುಸಿಮುನಿಸು ತೋರಿಸುತ್ತ ಹೇಳಬೇಕೆನಿಸಿದರೂ, ಅವನ ರೋಗದ ನೆನಪು ಮಾಡಿ ಬೇಸರ ಪಡಿಸಲು ಲಾಲನ ಪತ್ನಿಯ ಮನಸ್ಸು ಒಡಂಬಡಲಿಲ್ಲ. ಸ್ನೇಹ ತುಂಬಿದ ನೋಟದಿಂದ ತಾಯಿ ತನ್ನ ತುಂಟಮಗುವನ್ನು, ಗದರಿಸುವಂತೆ ಸಿಟ್ಟು ನಟಿಸುತ್ತ ಪತಿಯೆಡೆಗೆ ಒಮ್ಮೆ ನೋಡಿದಳಷ್ಟೆ.

ಆದರೆ ಪತಿಯ ಮಾತು ಆಕೆಯ ಮನಸ್ಸನ್ನು ಕಲಕಿತ್ತು. ಎಳೆಯ ಪ್ರಾಯದ, ಸುಂದರಿಯೂ ಆಗಿದ್ದ ಹಿಂದಿನ ಆಯಾಳಿಂದ ಆಕೆಗೆ ಸಾಕಷ್ಟು ಕಹಿ ಅನುಭವವಾಗಿತ್ತು. ಅದರ ನೆನಪಿನಿಂದಲೇ ಆಕೆ ಈ ಕುರೂಪಿಯನ್ನು ಇಟ್ಟುಕೊಳ್ಳಲು ಒಪ್ಪಿಕೊಂಡಳು. ಸುಂದರಿಯಲ್ಲದಿದ್ದರೇನಂತೆ, ಕೆಲಸ ಚೆನ್ನಾಗಿ ಮಾಡಿದರೆ ಸಾಕು ಎಂದುಕೊಂಡಳು.

ಕೆಲವೇ ತಿಂಗಳುಗಳಲ್ಲಿ ಹೊಟ್ಟೆ ತುಂಬ ಊಟ, ಸಾಕಷ್ಟು ವಿಶ್ರಾಂತಿ ಹಾಗೂ ನಿಶ್ಚಿಂತೆಯಿಂದಾಗಿ ಆಯಾಳ ಶರೀರ ತುಂಬಿಕೊಂಡು ಬಂದಿತ್ತು. ಬಟ್ಟೆಕೂಡಾ ಅವಳು ಧೋಬಿ ಒಗೆದದ್ದನ್ನೇ ಧರಿಸತೊಡಗಿದಳು. ನೋಡಲು ಮಾತ್ರ ಈಗಲೂ ಕಪಿಯ ಹಾಗೇ ಕಾಣುತ್ತಿದ್ದರೂ, ಮೊದಲಿನಂತೆ ಅಸಹ್ಯವೆಂದು ಅನ್ನಿಸುವಂತಿರಲಿಲ್ಲ.

ಮಗುವನ್ನು ನೋಡಿಕೊಳ್ಳುವುದರಲ್ಲಿ ಅವಳದ್ದು ಎತ್ತಿದ ಕೈ, ಅದಕ್ಕೆ ಊಟ ಮಾಡಿಸುವುದು, ಆಡಿಸುವುದು, ಮಲಗಿಸುವುದು ಎಲ್ಲವನ್ನೂ ಪ್ರತಿನಿತ್ಯ ಸರಿಯಾದ ಸಮಯಕ್ಕೆ ವ್ಯವಸ್ಥಿತವಾಗಿ ಮಾಡುತ್ತಿದ್ದಳು ಆಯಾ. ಮಗು ಯಾವುದೇ ಕೆಟ್ಟ ಹವ್ಯಾಸಗಳನ್ನು ಬೆಳೆಸಿಕೊಳ್ಳದಂತೆ ಎಚ್ಚರ ವಹಿಸುತ್ತಿದ್ದಳು. ಬೇಸಿಗೆ ಶುರುವಾಗುತ್ತಲೇ ಲಾಲ ಪಂಚಗನಿಯ ಸ್ಯಾನಿಟೋರಿಯಂಗೆ ದಾಖಿಲಾದ, ಅವನ ಹೆಂಡತಿ ಅಲ್ಲೇ ಪಕ್ಕದ ಒಂದು ಚಿಕ್ಕ ಬಂಗಲೆಯ ಭಾಗವನ್ನು ತೆಗೆದುಕೊಂಡು ಆಯಾ ಮತ್ತು ಮಗುವಿನೊಂದಿಗೆ ಇರಲಾರಂಭಿಸಿದಳು. ಬೆಳಗ್ಗೆ ಮತ್ತು ಸಂಜೆ ಎರಡೂ ಹೊತ್ತು ಆಕೆ ಲಾಲನನ್ನು ನೋಡಲೆಂದು ಸ್ಯಾನಿಟೋರಿಯಂಗೆ ಬರುತ್ತಿದ್ದಳು. ಮಾತಿನ ಮಧ್ಯೆ ಆಯಾಳ ವಿಷಯ ಬಂದಾಗಲೆಲ್ಲ ಅವಳನ್ನು ಬಾಯ್ತುಂಬ ಹೊಗಳುತ್ತಿದ್ದಳು. ಇಬ್ಬರೂ ಕೂಡಾ ತಮಗೆ ಅಂತಹ ಯೋಗ್ಯ ಹಾಗೂ ಪ್ರಾಮಾಣಿಕಳಾದ ಆಯಾ ಸಿಕ್ಕಿದ್ದು ಭಾಗ್ಯವೇ ಸರಿ ಎಂದು ಹೇಳಿಕೊಳ್ಳುತ್ತಿದ್ದರು.

ಆರು ತಿಂಗಳು ಸ್ಯಾನಿಟೋರಿಯಂನಲ್ಲಿ ಕಳೆದು ಸಾಕಷ್ಟು ಗುಣಮುಖನಾಗಿ ಬಂಗಲೆಗೆ ಬಂದ ಲಾಲ (ಎಂ.ಪಿ. ಇಂಜೆಕ್ಷನ್ ಮಾತ್ರ ಇನ್ನೂ ತೆಗೆದುಕೊಂಡಿರಬೇಕಾಗಿತ್ತು). ಬಂಗಲೆಯ ಮುಂದಿನ ಭಾಗದಲ್ಲಿ ಒಂದು ದೊಡ್ಡ ಹಾಲು, ಹಿಂದೆ ಎರಡು ಕೋಣೆಗಳಿದ್ದವು. ಹೂದೋಟದ ಕಡೆಗೆ ಮುಖಮಾಡಿ ಇದ್ದ ಹಾಲಿನ ಗೋಡೆ ಪೂರ್ತಿ ಗಾಜಿನದ್ದಾಗಿತ್ತು. ಆದರೆ ಬಿಸಿಲು ಬೀಳುತ್ತಿರಲಿಲ್ಲ. ಬೆಳಕು ಮಾತ್ರ ಚೆನ್ನಾಗಿ ಬರುತ್ತಿತ್ತು. ಅಲ್ಲಿ ಕುಳಿತರೆ ತೋಟದ ಸೌಂದರ್ಯವನ್ನು ಸವಿಯಬಹುದಾಗಿತ್ತು. ಲಾಲನನ್ನು ನೆಗೆಟಿವ್ ಅಂತ ಹೇಳಿಯೇ ಡಾಕ್ಟರರು ಹೊರಗೆ ಕಳಿಸಿದ್ದರೂ ಇನ್ನು ಮುಂದೆ ಈ ರೋಗದ ಸಂಭಾವ್ಯತೆ ಕೂಡಾ ತನ್ನ ಹೆಂಡತಿ-ಮಕ್ಕಳಲ್ಲಿ ಎಂದು ಕಾಣಿಸಿಕೊಳ್ಳಬಾರದು ಎಂಬುದು ಲಾಲನ ಇಚ್ಛೆಯಾಗಿತ್ತು. ಆದ್ದರಿಂದ ಅವನು ಬಾತ್‌ರೂಂನ ಬಳಿಯಿದ್ದ ಕೋಣೆಯನ್ನು ತನ್ನ ಹೆಂಡತಿ-ಮಕ್ಕಳಿಗೆ ಬಿಟ್ಟು ತನ್ನ ಮಂಚವನ್ನು ಇನ್ನೊಂದು ಕೋಣೆಗೆ ಸಾಗಿಸಿದ. ಅದೇ ಕೋಣೆಯ ಇನ್ನೊಂದು ಬದಿಯಲ್ಲಿ ಇಟ್ಟಿಗೆಯ ಸಹಾಯದಿಂದ ಒಂದು ಕಟ್ಟೆ ಕಟ್ಟಿ ಬಿದಿರು-ಚಾಪೆಗಳ ತಟ್ಟಿಯಿಂದ ಪರದೆ ರಚಿಸಿ ತನಗಾಗಿ ಪ್ರತ್ಯೇಕ ಬಾತ್‌ರೂಂನ ವ್ಯವಸ್ಥೆ ಮಾಡಿಕೊಂಡ.

ಹಿಂದಿನ ಈ ಎರಡೂ ಕೋಣೆಗಳಿಂದಲೂ ಹಾಲಿಗೆ ಹೋಗಲು ಪ್ರತ್ಯೇಕ ಬಾಗಿಲುಗಳಿದ್ದವು. ಹಾಗೆಯೇ ಆ ಕೋಣೆಗಳ ಮಧ್ಯೆಯೂ ಒಂದು ಬಾಗಿಲಿತ್ತು. ಆದರೆ ಮಗು ತನ್ನ ಕೋಣೆಗೆ ಬರದಿರಲೆಂದು ಲಾಲ ಆ ಬಾಗಿಲನ್ನು ಮುಚ್ಚಿದುತ್ತಿದ್ದ. ಲಾಲನ ಪತ್ನಿ ಇರುವ ಕೋಣೆಯ ಹೊರಗೆ ಹಾಲಿನಲ್ಲಿ ಚಾಪೆಯ ಮೇಲೆ ತನ್ನ ಹಾಸಿಗೆ ಬಿಡಿಸಿ ಆಯಾ ಮಲಗುತ್ತಿದ್ದಳು. ಬೆಳಗಾಗುತ್ತಲೇ ಹಾಸಿಗೆ ಸುತ್ತಿಟ್ಟು ಕಿಚನ್‌ನ ಹತ್ತಿರವಿದ್ದ ಗೋದಾಮಿನಲ್ಲಿಡುತ್ತಿದ್ದಳು. ಸಂಜೆಗೆ ತಿಂಡಿ ತಯಾರಿಸಿ ಹಾಲಿಗೆ ತೆಗೆದುಕೊಂಡು ಬರುತ್ತಿದ್ದಳು. ಗಂಡ-ಹೆಂಡತಿಯರಿಬ್ಬರೂ ಹೊರಗಡೆ ತಿರುಗಾಡಲು ಹೋದಾಗ ಮಗುವನ್ನು ಮಡಿಲಲ್ಲಿ ಕುಳಿತುಕೊಳ್ಳಿಸಿ ಮನರಂಜಿಸುವ ಕಥೆಗಳನ್ನು ಹೇಳುತ್ತಿದ್ದಳು.

ರಾತ್ರಿಯ ಊಟದ ನಂತರ ಪತ್ನಿ ಹೆಚ್ಚಾಗಿ ಪತಿಯ ಕೋಣೆಯಲ್ಲಿ ಸ್ವಲ್ಪ ಹೊತ್ತು ಕುಳಿತಿರುತ್ತಿದ್ದಳು. ಮಗು ಆಯಾಳ ಕಥೆ ಕೇಳುತ್ತ ಅಲ್ಲೇ ನಿದ್ದೆಹೋಗುತ್ತಿತ್ತು. ಆಮೇಲೆ ಆಯಾ ಮಗವನ್ನು ಅದರ ಅಮ್ಮನ ಹಾಸಿಗೆಯಲ್ಲಿ ಮಲಗಿಸಿ ಬಂದು "ಅಮ್ಮಾವ್ರೇ, ನಾನು ಮಲ್ಲಕಂತೀನಿ" ಎಂದು ಹೇಳುತ್ತ ತನ್ನ ಹಾಸಿಗೆಯ ಕಡೆ ಹೋಗುತ್ತಿದ್ದಳು.

ಹೋಗಿ ಮಲಗುತ್ತಿದ್ದಳೇನೋ ನಿಜ, ಆದರೆ ತನ್ನ ಪತ್ನಿ ಕೋಣೆಯಿಂದ ಹೊರಗೆ ಹೋಗುವ ತನಕವೂ ಆಯಾಗೆ ನಿದ್ರೆ ಬೀಳುತ್ತಿರಲಿಲ್ಲವೆಂದು ಲಾಲನಿಗೆ ಖಚಿತವಾಗಿ ಗೊತ್ತಿತ್ತು. ಏಕೆಂದರೆ ಮಗು ನಿದ್ದೆಯ ಮಧ್ಯೆ ಎದ್ದು ಅಳಲಾರಂಭಿಸಿದರೆ ತನ್ನ ಪತ್ನಿಗಿಂತಲೂ ಮೊದಲೇ ಗಡಬಡಿಸಿ ಎದ್ದು ಮಗುವನ್ನೆತ್ತಿಕೊಂಡು ಮುದ್ದಿಸಿ ಲಲ್ಲೆಗರೆದು ಆಯಾ ಸಮಾಧಾನ ಪಡಿಸುತ್ತಿದ್ದದ್ದನ್ನು ಲಾಲ ಗಮನಿಸಿದ್ದ. ಅಂತೆಯೇ ಆಯಾಳ ಕರ್ತವ್ಯನಿಷ್ಠೆಯನ್ನು ಆತ ಮನಸ್ಸಿನಲ್ಲೇ ಮೆಚ್ಚಿಕೊಂಡಿದ್ದ.

ಲಾಲನ ಪತ್ನಿಗೆ ಆಯಾಳ ಮೇಲೆ ಎಲ್ಲಿಲ್ಲದ ಅಭಿಮಾನ. ಮಗು ದೊಡ್ಡದಾಗಿದ್ದರಿಂದ ಈಗ ಅಡಿಗೆ ಕೆಲಸವನ್ನೆಲ್ಲ ಆಯಾ ತಾನೇ ಮಾಡುತ್ತಿದ್ದಳು. ಮುಸುರೆ ತಿಕ್ಕಲು ಮತ್ತು ಮನೆಯನ್ನು ಗುಡಿಸಿ ಸ್ವಚ್ಛಗೊಳಿಸಲು ಭೀಮಾಬಾಯಿ ಎಂಬ ಹೆಂಗಸೊಬ್ಬಳು ಬರುತ್ತಿದ್ದಳು. ಆಯಾ ತರತರದ ಮೀನು ಮತ್ತು ಮಾಂಸದ ಪದಾರ್ಥಗಳನ್ನು ಮಾಡುತ್ತಿದ್ದಳು. ಅವಳಿಗೆ ಮೀನು ಮತ್ತು ಅನ್ನವೆಂದರೆ ಬಹಳ ಇಷ್ಟ. ಆದರೆ ಲಾಲನ ಕುಟುಂಬದವರು ಪಂಜಾಬಿಗಳಾಗಿದ್ದರಿಂದ ಅವರಿಗೆ ಅನ್ನವಾಗಲೀ, ಅಕ್ಕಿಯಿಂದ ತಯಾರಿಸಿದ ತಿಂಡಿಯಾಗಲೀ ಸೇರುತ್ತಿರಲಿಲ್ಲ. ಆದ್ದರಿಂದ ತನಗೆ ಮೀನು ಮತ್ತು ಅನ್ನ ಬೇಯಿಸಿ ತಿಂದುಕೊಳ್ಳಲು ಅನುಮತಿ ಕೊಡಬೇಕೆಂದು ಆಯಾ ಒಡತಿಯಲ್ಲಿ ಕೇಳಿದಾಗ ಆಕೆ ಬೇಡವೆನ್ನಲಿಲ್ಲ. ಮಗುವನ್ನು ಈಗ ಅಡಿಗೆ ಮನೆಯಲ್ಲೇ ಕುಳಿತುಕೊಳ್ಳಿಸಿ ಅವನಿಗೆ ಕತೆ ಹೇಳುತ್ತ ಕೆಲಸ ಮಾಡುತ್ತಿದ್ದಳು. ಆಯಾ ಕತೆಯಲ್ಲಿದ್ದರೆ ಇಂಗ್ಲೀಷ್ ಅಥವಾ ಹಿಂದಿಯಲ್ಲಿ ತನಗೆ ಗೊತ್ತಿರುವ ಶಬ್ದಗಳನ್ನೋ ವಾಕ್ಯಗಳನ್ನೋ ಅವನಿಗೆ ಕಲಿಸುತ್ತಿದ್ದಳು. ಅವಳು ಈ ರೀತಿ ಮಾಡುವುದು ಲಾಲಾ ಪತ್ನಿಗೆ ಬಹಳ ಸಂತೋಷ ಕೊಡುತ್ತಿತ್ತು. ದಿನವೂ ಲಾಲನಲ್ಲಿ ಈ ವಿಷಯ ಹೇಳಿ ಆಕೆ ಆಯಾಳನ್ನು ಹೊಗಳುತ್ತಿದ್ದಳು.

ಇಷ್ಟೇ ಅಲ್ಲದೆ ಆಯಾ ಲಿಟ್ಟಿಯನ್ನು ಕೂಡಾ ಬಹಳ ಭಯ–ಭಕ್ತಿಯಿಂದ ಕಾಣುತ್ತಿದ್ದಳು. ಅದು ಲಾಲ ಮತ್ತು ಅವನ ಪತ್ನಿಗೂ ಇಷ್ಟವಿತ್ತು. ಲಿಟ್ಟಿ ತನ್ನ ಭಾವನ ಆರೋಗ್ಯ–ಸ್ಥಿತಿ ಗತಿಗಳ ಬಗ್ಗೆ ವಿಚಾರಿಸುವ ನೆವದಿಂದ, ಆದರೆ ನಿಜವಾಗಿಯೂ ಹಣದ 'ಅಡಚಣೆ' ಯ ಕಾರಣದಿಂದ (ಅದು ಅವನಿಗೆ ದಿನಾ ಇದ್ದದ್ದೇ) ತನ್ನ ಅಕ್ಕನಿಂದ ಆರ್ಥಿಕ ನೆರವು ಯಾಚಿಸಲಿಕ್ಕೋಸ್ಕರ ಬರುತ್ತಿದ್ದ. ಅವನು ಬಂದಾಗಲೆಲ್ಲ ಆಯಾ ಹಿಗ್ಗಿ ಹೀರೇಕಾಯಿಯಾಗಿಬಿಡುತ್ತಿದ್ದಳು. ಕೂಡಲೇ ಆರು ಮೊಟ್ಟೆಗಳನ್ನು ಹಾಕಿ ಪುಡ್ಡಿಂಗ್ ತಯಾರಿಸಿ ಪ್ಲೇಟಿನಲ್ಲಿ ಹಾಕಿ ಹೋಟೆಲಿನ ಮಾಣಿಯ ಹಾಗೆ ಲಿಟ್ಟಿಯ ಮುಂದೆ ತಂದಿಡುತ್ತಿದ್ದಳು. ಲಾಲನ ಪತ್ನಿಗೆ ಒಳಗೊಳಗೇ ಖುಷಿಯಾದದರೂ ಬಾಯಿಮಾತಿನಲ್ಲಿ

ಮಾತ್ರ "ಲಿಟ್ಟಿ ಬಂದರೆ ಮಾತ್ರ ಮೊಟ್ಟೆಗಳ ಪುಡ್ಡಿಂಗ್ ಮಾಡ್ತೀಯಾ, ನಮಗೆ ಏನೂ ಇಲ್ಲ" ಎಂದು ಆಯಾಳನ್ನು ತಮಾಷೆ ಮಾಡುತ್ತಿದ್ದಳು. ಆಯಾ ನಾಚಿ ನೀರಾಗುತ್ತಿದ್ದಳು. ಆಗ ಅವಳ ಗಲ್ಲದಲ್ಲಿ ಸಣ್ಣ ನೀರಿಗೆ ಬೀಳುತ್ತಿತ್ತು. ಲಾಲ ಕೂಡಾ ಕೆಲವೊಮ್ಮೆ ಈ ಕಾರಣ ಹಿಡಿದುಕೊಂಡು ಆಯಾಳನ್ನು ಗೇಲಿಮಾಡಿ ರೇಗಿಸುತ್ತಿದ್ದ.

ಈ ಬಾರಿ ಲಿಟ್ಟಿ ಬಂದಾಗಲೂ ಎಂದಿನ ಹಾಗೆ ಪುಡ್ಡಿಂಗ್ ತಯಾರಿಸಿದ್ದಳು ಆಯಾ, ಪ್ಲೇಟು ತುಂಬಿದ ಆ ನಸು ಹಳದಿ–ಕೆಂಪು ಮಿಶ್ರಿತ ಪುಡ್ಡಿಂಗಿನ ಘಮ–ಘಮ ವಾಸನೆ ಲಾಲನ ಮೂಗಿನ ಹೊಳ್ಳೆಗಳಲ್ಲಿ ತುಂಬಿಕೊಂಡಿತು. ತಿರುಗಿ ಅದೇ ಹಳೆಯ ತಮಾಷೆಯನ್ನು ಹೇಳಿ ಲಾಲ ಆಯಾಳನ್ನು ರೇಗಿಸಿದ. ಅದೇ ರೀತಿ ನಾಚಿದಳು ಆಯಾ. ಲಿಟ್ಟಿ ತನ್ನ ಭಾವನ ಆರೋಗ್ಯದ ಬಗ್ಗೆ ವಿಚಾರಿಸಿದ. ಲಾಲ ಊಟ ಮಾಡಿ ವಿಶ್ರಾಂತಿ ತೆಗೆದುಕೊಳ್ಳಲೆಂದು ಹೊರಗೆ ಹೋಗಿದ್ದಾಗ ಲಿಟ್ಟಿ ತನಗೊಂದು ಮದುವೆ ಪ್ರಸ್ತಾಪ ಬಂದಿದೆಯೆಂದು ಅಕ್ಕನಲ್ಲಿ ಹೇಳಿದ. ಹುಡುಗಿಯ ಅಣ್ಣ ಒಂದು ಕಂಪೆನಿಯಲ್ಲಿ ಕೆಲಸ ಮಾಡುತ್ತಿರುವುದಾಗಿಯೂ, ಆತನ ಮೂಲಕವೇ ಈ ಪ್ರಸ್ತಾಪ ಬಂದಿರುವುದಾಗಿಯೂ ತಿಳಿಸಿದ. ಅಲ್ಲದೆ ಹುಡುಗಿಯನ್ನು ತಾನು ಮೆಚ್ಚಿದ್ದೇನೆಂದೂ ಹೇಳಿದ. ಮದುವೆಯಾಗಿ ಸಂಸಾರ ಹೂಡಲು ಅವನು ತಯಾರಿದ್ದ. ಆದರೆ ಅಗತ್ಯದ ಸಾಮಾನುಗಳನ್ನೇನೂ ಇದುವರೆಗೆ ಜೋಡಿಸಿದುವ ಸುದ್ದಿಗೆ ಅವನು ಹೋಗಿರಲಿಲ್ಲ. ಮದುವೆಯ ಖರ್ಚು ಕೂಡಾ ನಿಭಾಯಿಸುವುದು ಹೇಗೆ ಎಂಬ ಸಮಸ್ಯೆ ಅವನ ಮುಂದೆ ಇತ್ತು. ಆದ್ದರಿಂದ ಈ ವಿಷಯದಲ್ಲಿ ಸಲಹೆ–ಸೂಚನೆಗಳಿಗಾಗಿ ಅವನು ಅಕ್ಕನ ಬಳಿಗೆ ಬಂದಿದ್ದ.

ರಾತ್ರಿ ಮಲಗುವ ಮೊದಲು ಲಾಲನ ಪತ್ನಿ ಅವನ ಬಳಿ ಬಂದು ಹೇಗೆ ಹೇಗೋ ಸುತ್ತ ಬಳಸಿ ಮಾತನಾಡುತ್ತ ಲಿಟ್ಟಿಯ ಸಮಸ್ಯೆಯ ಬಗ್ಗೆ ಹೇಳತೊಡಗಿದಳು. ಅವನ ಮದುವೆ ಮುಗಿದು ಸಂಸಾರ ಹೂಡುವ ತನಕದ ಎಲ್ಲ ಜವಾಬ್ದಾರಿಯನ್ನು ತಾನೇ ಹೊರುವುದಾಗಿ ಅಪ್ಪ–ಅಮ್ಮ ಸಾಯುವ ಹೊತ್ತಿಗೆ ಮಾತು ಕೊಟ್ಟದ್ದನ್ನು ಗಂಡನಿಗೆ ನೆನಪಿಸುತ್ತಿದ್ದಂತೆ ಕಣ್ಣೀರು ಉಕ್ಕಿಬಂತು ಆಕೆಗೆ. ಅಪ್ಪ–ಅಮ್ಮ ಜೀವದಲ್ಲಿದ್ದಿದ್ದರೆ ಇಂತಹ ಕಷ್ಟ ಅನುಭವಿಸಬೇಕಾಗಿ ಬರುತ್ತಿತ್ತೇ ಲಿಟ್ಟಿಗೆ...? ಬರೇ ಎರಡು–ಮೂರು ದಿನಗಳ ಪ್ರಶ್ನೆ ಅಷ್ಟೇ, ಲಾಲ ಆಕೆಯ ಅನುಪಸ್ಥಿತಿಯಲ್ಲಿ ಹೇಗಾದರೂ ಮಾಡಿ ನಿಭಾಯಿಸಿದರೆ....ಹೇಗೂ ಭೀಮಾಬಾಯಿ ಮತ್ತು ಆಯಾ ಇರುತ್ತಾರೆ; ಅಗತ್ಯ ಬಂದರೆ ಮಾಲಿಯನ್ನೂ ಕರೆದುಕೊಳ್ಳಬಹುದು. ಲಿಟ್ಟಿಯ ಮದುವೆ ಮಾತುಕತೆ ಮುಗಿಸಿ ಅವನ ಸಂಸಾರಕ್ಕೆ ಪಂಚಾಂಗ ಹಾಕಿ ಕೊಟ್ಟರೆ ಆ ಜವಾಬ್ದಾರಿಯ ಚಿಂತೆ ಕಳೆದು ಒಮ್ಮೆ ನಿಶ್ಚಿಂತೆಯಿಂದಿರಬಹುದು.

ಲಾಲ ಹೂಂಗುಟ್ಟಿದ್ದ. ಅವನ ಹೆಂಡತಿ ಮಾರನೆಯ ದಿನ ಮೊದಲ ಬಸ್ಸಿಗೆ ಹೊರಡುವುದೆಂದು ನಿಶ್ಚಯಿಸಿದಳು.

* * *

ಆದರೆ ಬೆಳಗ್ಗೆ ಆಕೆ ಹೊರಡುವ ಸನ್ನಾಹದಲ್ಲಿದ್ದಾಗ ಆಯಾ ತಾನೂ ಕೂಡಾ ಹೊರಡುವ ತಯಾರಿ ನಡೆಸಹತ್ತಿದಳು. ಕೇಳಿದರೆ ತಾನೊಬ್ಬಳೇ ಇಲ್ಲಿ ಉಳಿಯುವುದು ಸಾಧ್ಯವಿಲ್ಲ ಎಂದುಬಿಟ್ಟಳು.

"ನೀನೂ ಒಟ್ಟಿಗೆ ಬಂದರೆ ಅಯ್ಯೋರಿಗೆ ಊಟ–ತಿಂಡಿ ಮಾಡಿ ಕೊಡುವವರು ಯಾರು? ಅವರನ್ನು ಒಬ್ಬರನ್ನೇ ಇಲ್ಲಿ ಬಿಟ್ಟು ಹೋಗುವುದೇ?" ಲಾಲನ ಪತ್ನಿ ಧ್ವನಿಯೆತ್ತರಿಸಿ ಆಯಾನನ್ನು ಗದರಿಸಿದಳು.

"ನಂಗೆ ಎದರ್ಕೆ ಆಗುತ್ತೆ." ಆಯಾ ನುಡಿದಳು. "ನಾ ನಿಲ್ಲಾಕಿಲ್ಲ ನಿಮ್ ಜೋಡಿ ಬಂದುಬುಡ್ತೀನಿ."

ಸಾಮಾನು ಕಟ್ಟಿಟ್ಟು ಆಗಿತ್ತು. ಕೂಲಿಯವನು ಬಂದ. ಆಯಾ ಜಪ್ಪಯ್ಯ ಎಂದರೂ ತನ್ನ ಭಲ ಬಿಡಲಿಲ್ಲ. ಕೊನೆಗೆ ಉಪಾಯಗಾಣದ ಲಾಲನ ಪತ್ನಿ ಅವಳನ್ನು ಮೆಲುಮಾತಿನಿಂದ ವಿಚಾರಿಸಹೊರಟಳು.

"ನಿನಗೆ ಯಾವುದರ ಭಯ, ಹೇಳು?"

"ನಂಗೆ ರಾತ್ರಿ ಹೊತ್ತು ಭಯ ಆಗುತ್ತೆ."

"ಹಾಗೆ ಭಯವಾಗುವುದಾದರೆ ನನ್ನ ಕೋಣೆಯಲ್ಲಿ ಮಲಗು, ಒಳಗಿನಿಂದ ಎರಡೂ ಬಾಗಿಲು ಭದ್ರವಾಗಿ ಮುಚ್ಚಿಕೋ."

ಆದರೆ ಆಯಾ ಕೇಳಲಿಲ್ಲ. ಅಲ್ಲೇ ಟ್ರಂಕಿನ ಮೇಲೆ ಕುಳಿತು ಅವಳು ಅಳಹತ್ತಿದಳು. ತಾನು ಇಲ್ಲಿ ನಿಲ್ಲುವುದಿಲ್ಲವೆಂದೂ ಅಮ್ಮಾವ್ರ ಜತೆ ಬರುತ್ತೇನೆಂದೂ ಬಿಕ್ಕಳಿಸುತ್ತ ಬಡಬಡಿಸಿದಳು.

ಲಾಲ ಒಮ್ಮೆ ಅವಳೆಡೆಗೆ ನೋಡಿದ– ಆಯಾ ಸೀರೆಯ ಅಂಚಿನಿಂದ ಕಣ್ಣೊರಸಿಕೊಳ್ಳುತ್ತಿದ್ದಳು. ಅಳುವಾಗ ಅವಳು ಇನ್ನಷ್ಟು ಕುರೂಪಿಯಾಗಿ ಕಂಡಳು. ಅವನಿಗೆ ಅಸಾಧ್ಯ ಸಿಟ್ಟು ಬಂತು. ಅವಳ ಕೂದಲು ಹಿಡಿದು ದರದರನೆ ಎಳೆದುಕೊಂಡು ಹೋಗಿ ಮನೆಯಿಂದ ಹೊರಗೆ ಹಾಕಬೇಕೆನ್ನಿಸಿತು. ಆಯಾ ತಮಗೆಲ್ಲರಿಗೂ ಸಾಕಷ್ಟು ವಿಶ್ರಾಂತಿ, ನೆಮ್ಮದಿ ಮತ್ತು ಸುಖ ಕೊಟ್ಟದ್ದು ನಿಜವಾದರೂ ಅವಳ ಯಾವೊಂದು ಆಸೆಗೂ ತಾವು ಇಲ್ಲ ಎಂದಿರಲಿಲ್ಲ– ಈ ಮಧ್ಯೆ ಅವಳಿಗೆ ಎರಡು ಸೀರೆ ತೆಗೆದುಕೊಟ್ಟಿದ್ದರು. ಬೇಕೆನ್ನಿಸಿದ ಲಂಗ– ರವಕೆಗಳನ್ನು ಹೊಲಿಸಿಕೊಟ್ಟಿದ್ದರು. ಸುಖವಾಗಿ ಮಲಗಲು ಹಚ್ಚಡ–ಹೊದಿಕೆಗಳನ್ನು ಕೊಟ್ಟಿದ್ದರು. ಅವಳಿಗೆ ಮೀನು ಮತ್ತು ಅನ್ನ ಇಷ್ಟವಾದುದರಿಂದ ಪ್ರತ್ಯೇಕ ಅಡಿಗೆ ಮಾಡಿಕೊಳ್ಳಲು ಅವಕಾಶ ಕಲ್ಪಿಸಿಕೊಟ್ಟಿದ್ದರು. ಪ್ರತಿದಿನವೂ ಅವಳು ಹೊಸ–ಹೊಸ ಜಾತಿಯ ಮೀನುಗಳನ್ನು ಬೇಯಿಸಿ ತಿನ್ನುತ್ತಿದ್ದಳು. "ವಿಲಾಯಿತಿ ಸಾಬೂನು ಇವಳಿಗೆ ಬೇಕು; ಬ್ರಷ್–ಕ್ರೀಮ್ ಬೇಕು....ಇಷ್ಟೆಲ್ಲ ಮಾಡಿದರೂ ಎರಡು ದಿನಗಳ ಮಟ್ಟಿಗೆ ಕೆಲಸ ಮಾಡಲು ಇಲ್ಲಿ ನಿಲ್ಲಲಿಕ್ಕಾಗವುದಿಲ್ಲ ಇವಳಿಗೆ... ಎಂಥ ಸೊಕ್ಕು! ಹೆದರಿಕೆಯಾಗುತ್ತದಂತೆ,

ಬಾರೀ ಈ ಮನೆಯನ್ನೇ ಯಾರಾದರೂ ಹೊತ್ತುಕೊಂಡು ಹೋಗ್ತಾರೇನೋ" ಲಾಲ ಸಿಟ್ಟಿನಿಂದ ತನ್ನಲ್ಲೇ ಹೇಳಿಕೊಂಡ.

ಎಷ್ಟಾದರೂ ತಮ್ಮನ ಮದುವೆಯ ಮಾತುಕತೆ. ಲಾಲನ ಹೆಂಡತಿಗೆ ಹಾರಿಹೋಗಿ ಒಮ್ಮೆ ಮುಂಬಯಿ ತಲಪಿದರೆ ಸಾಕೆನ್ನಿಸಿತ್ತು. ಆದರೆ ಗಂಡನೊಬ್ಬನನ್ನೇ ಬಿಟ್ಟು ಹೋಗುವುದಾದರೂ ಹೇಗೆ? ಈಗ ಏನು ಮಾಡುವುದೆಂದು ತಿಳಿಯದೆ ಕಂಗೆಟ್ಟಳು ಆಕೆ. ತನ್ನ ತಮ್ಮನ ವಧುವನ್ನು ನೋಡಬೇಕೆನ್ನುವ ಆತುರ ಅವಳಲ್ಲಿ ಎಷ್ಟಿರಬಹುದೆಂದು ಲಾಲ ಊಹಿಸಬಲ್ಲವನಾಗಿದ್ದ ಆಕೆಯ ಕಣ್ಣುಗಳಲ್ಲಿ ಕಣ್ಣೀರು ನೋಡಿ ಅವನ ರಕ್ತ ಕುದಿಯಿತು. ಕೋಪದ ಕೆಂಡವಾಗಿ ಹೊರಬಂದ ಆಯಾಳೆಡೆಗೆ ನೋಡಿ ಗರ್ಜಿಸಿದ "ತೊಲಗು ಇಲ್ಲಿಂದ, ಇನ್ನು ಮುಂದೆ ಬರುವುದೇ ಬೇಡ" ನಂತರ ಒಳಬಂದು ಹೆಂಡತಿಗೆ ಅವಳು ನಿಶ್ಚಿಂತೆಯಿಂದ ಹೋಗಬಹುದೆಂದೂ, ತಾನು ಮಾಲಿಗೆ ಹೇಳಿ ಬೆಳಗ್ಗೆ–ಸಂಜೆಯ ಚಹ– ತಿಂಡಿಯ ವ್ಯವಸ್ಥೆ ಮಾಡಿಕೊಳ್ಳುವೆ, ಹಾಗೂ ಊಟ ಹೋಟೆಲಿನಲ್ಲಿ ಮಾಡಿಕೊಳ್ಳುವೆನೆಂದೂ ಹೇಳಿದ. ರಾತ್ರಿ ಹೊತ್ತು ಹಾಲಿನಲ್ಲಿ ಮಲಗಲು ಮಾಲಿಗೆ ಹೇಳಿದರಾಯಿತೆಂದ, ಲಿಟ್ಟಿಯ ವಿಷಯ ಮಾತುಕತೆಯೆಲ್ಲ ಮುಗಿಸಿದ ನಂತರ ಒಂದು ಕ್ಷಣವೂ ತಡಮಾಡದೇ ಕೂಡಲೇ ಹಿಂತಿರುಗಿ ಬಾ ಎಂದು ಪತ್ನಿಗೆ ಆದೇಶ ನೀಡಿದ.

ಆದರೆ ಅಷ್ಟರಲ್ಲಿ ಆಯಾ ಸೀರೆಯ ಸೆರಗಿನಿಂದ ಕಣ್ಣೊರಸಿಕೊಳ್ಳುತ್ತ ಎದ್ದು ನಿಂತು ಕೆಲಸ ಮಾಡತೊಡಗಿದಳು. ಲಾಲನ ಪತ್ನಿ ಆಯಾಳ ಬೆನ್ನು ತಟ್ಟುತ್ತ ಇನ್ನು ಬರೇ ಎರಡು ದಿನಗಳಲ್ಲಿ ತಾನು ಬರುವೆನೆಂದು ಭರವಸೆ ನೀಡುತ್ತ ಗಾಬರಿಯಾಗುವ ಅಗತ್ಯವಿಲ್ಲವೆಂದು ಅವಳನ್ನು ಹುರಿದುಂಬಿಸಿದಳು.

* * *

ತನ್ನ ಪತ್ನಿಯನ್ನು ಬಸ್‌ಹತ್ತಿಸಿ ಲಾಲ ಹಿಂತಿರುಗಿ ಬಂದಾಗ ಆಯಾ ಹೇಳಿದಳು. "ನೀರು ಬೆಚ್ಚಗಾಗ್ಯೆತೆ ಆಯ್ನೋರೆ, ನೀವು ಸ್ನಾನಕ್ಕೆ ವೋಗಿ."

ಭಾನುವಾರವಾಗಿತ್ತು, ಲಾಲ ಆ ದಿವಸ ಮಾಲಿಶ್ ಮಾಡಿ ಸ್ನಾನ ಮಾಡುವ ಪರಿಪಾಠ ಇಟ್ಟುಕೊಂಡಿದ್ದ, ಕೆಲವೊಮ್ಮೆ ಅವನ ಪತ್ನಿ ಅವನಿಗೆ ಮಾಲಿಶ್ ಮಾಡುತ್ತಿದ್ದಳು. ಇನ್ನು ಕೆಲವು ಸಲ ಭೀಮಾಬಾಯಿ ಬರುತ್ತಿದ್ದಳು. ಮುದುಕಿಯಾದರೂ ಭೀಮಾಬಾಯಿಯ ಕೈಗಳಲ್ಲಿ ಸಾಕಷ್ಟು ಬಲವಿತ್ತಾದ್ದರಿಂದ ಬಹಳ ಚೆನ್ನಾಗಿ ಮಾಲಿಶ್ ಮಾಡುತ್ತಿದ್ದಳು.

"ಭೀಮಾಬಾಯಿ ಬರಲಿಲ್ಲವೇ?" ಲಾಲ ಪ್ರಶ್ನಿಸಿದ.

"ಆಕೆ ಇವೊತ್ತು ಬರಾಕಿಲ್ಲ ಅಯ್ನೋರೆ, ಬಾಹರಗಾಮಿಗೆ ಒಗವ್ಳೆ. ನೀವು ಎಳಿದ್ರೆ ನಾ ತಿಕ್ತೇನಿ" ಆಯಾ ತುಂಬು ಸ್ನೇಹದಿಂದ ನುಡಿದಳು.

"ಇಲ್ಲ, ನಾನೇ ಮಾಡಿಕೊಳ್ಳುತ್ತೇನೆ" ಲಾಲನ ಸಿಟ್ಟು ಇನ್ನೂ ಇಳಿದಿರಲಿಲ್ಲ.

ತನ್ನ ಕೋಣೆಗೆ ಹೋಗಿ ನೆಲದ ಮೇಲೆ ಚಾಪೆ ಹಾಸಿ ಮೆಲ್ಲನೆ ಮಾಲಿಶ್ ಮಾಡಿಕೊಳ್ಳಹತ್ತಿದ ಲಾಲ. ಈಗ ಅವನ ಜ್ವರ ಇಳಿದು ಮೈ–ಕೈ ತುಂಬಿಕೊಂಡಿದ್ದರೂ ಎಂ. ಪಿ. ಮಾತ್ರ ತಿಂಗಳಿಗೆ ಎರಡು ಬಾರಿ ತೆಗೆದುಕೊಳ್ಳುತ್ತಿದ್ದ. ಆದ್ದರಿಂದ ಬಲ ಪ್ರಯೋಗಿಸಿ ಮಾಡುವ ಯಾವ ಕೆಲಸವನ್ನೂ ಬೇಗ ಬೇಗನೆ ಮಾಡಲು ಅವನಿಂದ ಆಗುತ್ತಿರಲಿಲ್ಲ. ನಿಧಾನವಾಗಿ ಮಾಲಿಶ್ ಮಾಡುತ್ತಿದ್ದಂತೆ ಆಯಾ ಹಾಲಿನಲ್ಲಿ ನಿಂತು ಅವನನ್ನೇ ದಿಟ್ಟಿಸಿ ನೋಡುತ್ತಿರುವುದರ ಅರಿವಾಯಿತು. ಲಾಲನಿಗೆ .

"ಏನು ವಿಶೇಷ ಆಯಾ?" ಮಾಲಿಶ್ ಮಾಡುತ್ತ ಅವನು ಕೇಳಿದ. ಆಯಾ ಹತ್ತಿರ ಬಂದು ನಸುನಗುತ್ತ ಹೇಳಿದಳು. "ಅಯ್ಯೋರೇ, ನಾನು ಮಾಲಿಶ್ ಮಾಡುತ್ತೇನೆ."

"ಬೇಡ ಆಯಾ, ನೀನು ಹೋಗಿ ನೀರು ಸಿದ್ದ ಮಾಡು ನಾನೇ ನಿಧಾನವಾಗಿ ಮಾಡಿಕೊಳ್ಳುತ್ತೇನೆ."

ಆಯಾ ಸ್ವಲ್ಪ ಹೊತ್ತು ಅಲ್ಲೇ ನಿಂತು ಅವನನ್ನೇ ನೋಡುತ್ತಿದ್ದು ಒಳಗೆ ಹೋದಳು.

ಸಮಯಕ್ಕೆ ಸರಿಯಾಗಿ ಲಾಲನಿಗೆ ತಿಂಡಿಮಾಡಿಕೊಟ್ಟು ವಿಶ್ರಾಂತಿ ತೆಗೆದುಕೊಳ್ಳಲು ಒತ್ತಾಯಿಪಡಿಸಿದಳು ಆಯಾ. ಆದರೆ ಯಾವಾಗಲೂ ಮಧ್ಯಾಹ್ನದ ಊಟದ ನಂತರವೇ ಮಲಗುವುದು ರೂಢಿಯಾಗಿ ಬಿಟ್ಟಿತ್ತು ಲಾಲನಿಗೆ. ಆದ್ದರಿಂದ ಬಟ್ಟೆಧರಿಸಿ ಡಾಕ್ಟರ್ ಪರಾಡಕರರ ಮನೆಗೆ ವರ್ತಮಾನ ಪತ್ರಿಕೆ ನೋಡಿಬರಲೆಂದು ಹೊರಟ.

"ಟೇಮಿಗೆ ಸರಿಯಾಗಿ ಬಂದುಬುಡಿ ಅಯ್ಯೋರೆ" ಆಯಾ ಹೇಳಿದಳು. "ಊಟಕ್ಕೆ ತಡಮಾಡಬ್ಯಾಡಿ, ನಾನು ಸರಿಯಾದ ಸಮಯಕ್ಕೆ ಅಡಿಗೆ ಮಾಡಿ ಇಡ್ತೀನಿ"

"ಹುಂ, ಸರಿ, ಬೇಗ ಬರುತ್ತೇನೆ" ಎನ್ನುತ್ತ ಹೊರಗಿಳಿದ ಲಾಲ.

ಡಾಕ್ಟರರ ಮನೆಯಲ್ಲಿ ಪೇಪರು ಇನ್ನೂ ಬಂದಿರಲಿಲ್ಲ. ಆದ್ದರಿಂದ ಅವನು 'ಬೇಲ್ ಏರ್ ಸ್ಯಾನಿಟೋರಿಯಂ'ನ ಕೆಲವು ರೋಗಿ–ಮಿತ್ರರನ್ನು ಭೇಟಿಯಾಗಲೆಂದು ಹೋದ. ಅಲ್ಲಿ ಅವರೊಡನೆ ಕೇರಂ ಆಡಲು ಶುರು ಮಾಡಿದ. ಅಷ್ಟರಲ್ಲಿ ಕೆಲವರು ಹೊಸ ರೋಗಿಗಳು ಅವನ ಬಳಿ ಬಂದು ಭವಿಷ್ಯ ಹೇಳೆಂದು ಕೈತೋರಿಸಲಾರಂಭಿಸಿದರು. ಲಂಚ್‌ಗೆ ಗಂಟೆ ಹೊಡೆದಾಗ ಲಾಲ ಎದ್ದ. ಮನೆಗೆ ಹಿಂತಿರುಗಿ ಬರುವಾಗ ಸ್ವಲ್ಪ ತಡವಾಗಿತ್ತು. ಆಯಾ ಹೊರಗೆ ಮೆಟ್ಟಲಲ್ಲಿ ಕುಳಿತಿದ್ದಳು. ಅವಳ ಕೂದಲು ಇಳಿಬಿಟ್ಟಿತ್ತು. ಹೊಸ ಸೀರೆ ಕೂಡಾ ಉಟ್ಟಿದ್ದಳು ಅವಳು. ಆದರೆ ಬಿಚ್ಚಿಟ್ಟ ಅವಳ ಮೋಟು ಕೂದಲಿನಲ್ಲಿ ಅವಳು ವಿಚಿತ್ರವಾಗಿ ಕಾಣಿಸುತ್ತಿದ್ದಳು.

"ಭಾಳ ತಡಮಾಡ್ಬುಟ್ರಿ ಅಯ್ಯೋರು. ಎಷ್ಟೊತ್ತಿನಿಂದ ದಾರಿ ಕಾಯ್ತಾ ಇದ್ದೆ" ಎನ್ನುತ್ತ ಎದ್ದು ನಿಂತ ಆಯಾ ಅವನ ಹಿಂದೆಯೇ ಹಾಲಿಗೆ ಹೆಜ್ಜೆಯಿಟ್ಟಳು. ಪಕ್ಕನೇ ಏನೋ ಹೊಳೆದಂತೆ ತನ್ನ ಕೈಯನ್ನು ಲಾಲನ ಮುಂದೆ ಹಿಡಿದು "ಅಯ್ಯೋರೇ ನೀವು ಎಲ್ಲರ ಕೈ ನೋಡುತ್ತೀರಂತಲ್ಲ. ವಸೀ ನೋಡ್ತೀರಾ?" ಅಂದಳು.

ಲಾಲ ಫಾಮಿಸ್ಟ್ ಆಗಿರಲಿಲ್ಲ. ಹೀಗೆಯೇ ಸ್ಯಾನಿಟೋರಿಯಂನಲ್ಲಿದ್ದಾಗ ಸಮಯ ಕಳೆಯಲೆಂದು ಅವನು ಕ್ಯೂರೋ ಮತ್ತು ಬೆನಹಂ ಎಂಬವರು ಬರೆದ ಪುಸ್ತಕಗಳನ್ನು ಓದಿ ಜೊತೆರೋಗಿಗಳ ಕೈ ನೋಡುತ್ತಿದ್ದ. ಆಯಾ ಕೈ ತೋರಿಸಿದಾಗ ಒಮ್ಮೆ ಅದರ ಕಡೆ ದೃಷ್ಟಿ ಹಾಯಿಸಿದ ಲಾಲ. ಕೋಮಲವಾಗಿದ್ದರೂ ಅಡಿಗೆ ಕೆಲಸದಿಂದ ಜಡ್ಡುಗಟ್ಟಿದ ಕೈ. ಲಾಲನಿಗೆ ಗೊತ್ತಿತ್ತು. ಆಯಾಗೆ ಇನ್ನೂ ಮದುವೆಯಾಗಿಲ್ಲ ಎಂದು. ಆತ ನಸುನಗುತ್ತ ಹೇಳಿದ. "ನಿನ್ನ ಮದುವೆ ಆದಷ್ಟು ಬೇಗ ಆಗುವುದರಲ್ಲಿದೆ. ಹೆದರಬೇಡ."

ಮದುವೆ ಎಂದಾಕ್ಷಣ ನಾಚಿಕೆಯಿಂದ ಮುದುಡಿದಳು ಆಯಾ. ಮುಖ ಕೆಂಪಾಯಿತು. ಕೂಡಲೇ ಅವಳು ಇನ್ನಷ್ಟು ಹತ್ತಿರ ಸರಿದು ವಿಚಿತ್ರವೆಂಬಂತಹ ಮದೋನ್ಮತ್ತ ಧ್ವನಿಯಲ್ಲಿ ಉಸುರಿದಳು. "ಸರಿಯಾಗಿ ಯೋಳಿ ಅಯ್ನೋರೆ, ತಮಾಸೆ ಮಾಡಬ್ಯಾಡಿ"

ಲಾಲ ಅವಳ ಕೈ ಬಿಟ್ಟ.

"ಈಗ ಹೋಗಿ ಊಟಕ್ಕೆ ರೆಡಿಮಾಡು, ಹಸಿವಾಗುತ್ತಿದೆ. ಆಮೇಲೆ ಸಾವಧಾನದಿಂದ ಕೈ ನೋಡೋಣವಂತೆ."

ಊಟವಾದ ನಂತರ ಅವನು ನಿದ್ದೆ ಮಾಡಲು ಹೋದ. ಹಾಸಿಗೆಯಲ್ಲೇ ಅವನಿಗೆ ಸಂಜೆಯ ಚಹವನ್ನೂ ಕೊಟ್ಟಳು. ಆಯಾ ಚಹದ ನಂತರ ಕೈ ಕಾಲು ಮುಖ ತೊಳೆದು ಬಟ್ಟೆ ಬದಲಾಯಿಸಿ ಅವನು ಹೊರಡಲು ತಯಾರಾದಾಗ ಆಯಾ ಸಹ ಹೊಸ ಸೀರೆಯುಟ್ಟು ಹಾಲಿನಲ್ಲಿ ನಿಂತದ್ದು ಕಾಣಿಸಿತು ಲಾಲನಿಗೆ.

"ಯಾಕೆ ಆಯಾ?" ಅವನು ತುಸು ಅಚ್ಚರಿಯಿಂದ ಕೇಳಿದ.

"ಅಯ್ನೋರೆ, ನೀವು ತಿರುಗಾಟಕ್ಕೆ ಓಗಲ್ವ?"

ಪ್ರತಿದಿನ ಸಂಜೆ ಚಹದ ನಂತರ ಹೆಚ್ಚಾಗಿ ತನ್ನ ಪತ್ನಿಯನ್ನು ಕರೆದುಕೊಂಡು ಹೊರಗೆ ರಸ್ತೆಯಲ್ಲಿ ಒಂದಷ್ಟು ದೂರ ತಿರುಗಾಡಲು ಹೋಗುವುದು ಲಾಲನ ಅಭ್ಯಾಸವಾಗಿತ್ತು. ಈಗ ಅವನಿಗೆ ಆಯಾಳಲ್ಲಿ 'ಸೀನು ನನ್ನ ಜೊತೆ ತಿರುಗಾಡಲು ಬರುವುದೇನು' ಎಂದು ಕೇಳಬೇಕೆನ್ನಿಸಿತು. ಆದರೆ ಆತ ಇಷ್ಟೇ ಹೇಳಿದ. "ನಾನು ಡಾಕ್ಟರರ ಹತ್ತಿರಕ್ಕೆ ಇಂಜೆಕ್ಷನ್‌ಗಾಗಿ ಹೋಗುತ್ತಿದ್ದೇನೆ."

ಆಯಾಳ ಉತ್ತರಕ್ಕಾಗಿ ಕಾಯದೆಯೇ ವಾಕಿಂಗ್‌ಸ್ಟಿಕ್‌ನಿಂದ ಟಪ–ಟಪ ಸದ್ದು ಮಾಡುತ್ತ ಲಾಲ ಮೆಟ್ಟಲಿಳಿದು ಹೊರಟು ಹೋದ. ಹಿಂತಿರುಗಿ ಬಂದಾಗ ಕತ್ತಲಾವರಿಸಿತ್ತು. ಹಾಲ್‌ನಲ್ಲಿ ಬೆಳಕಿತ್ತಾದರೂ ಆಯಾ ಹೊರಗೆ ಕತ್ತಲೆಯಲ್ಲಿ ಮೆಟ್ಟಲ ಬಳಿ ಕುಳಿತಿದ್ದಳು.

"ಅಯ್ನೋರು ತಡಮಾಡ್ಬಿಟ್ರಿ, ನಂಗೆ ಎದರ್ಕೆ ಆಗ್ತಿತ್ತು." ಅವಳ ಧ್ವನಿಯಲ್ಲಿ ಎನೋ ಒಂದು ರೀತಿಯ ಆರ್ದ್ರತೆಯಿತ್ತು.

ಊಟ ಮಾಡಿ ಲಾಲ ಮಲಗುವ ಕೋಣೆಗೆ ಹೋದ. ಟೇಬಲ್‌ಲ್ಯಾಂಪ್ ಉರಿಸಿದಾಗ ಆಯಾ ಅವನ ಹಾಸಿಗೆಯನ್ನು ಸರಿಪಡಿಸಿ ರೇಶಿಮೆಯ ಹೊದಿಕೆಯನ್ನು ನಾಲ್ಕು ಮೂಲೆಯಲ್ಲಿ ಮಡಚಿ ಪ್ರತಿದಿನವೂ ಅವನ ಪತ್ನಿ ಮಾಡುವಂತೆ ಬಾಟಲಿಯಾಕಾರದಲ್ಲಿಟ್ಟಿದ್ದು ಅವನಿಗೆ ಕಂಡಿತು. ಮಾತನಾಡದೆ ಬಟ್ಟೆ ಬದಲಾಯಿಸಿ ಹಾಸಿಗೆಯಲ್ಲಿ ಕುಳಿತು ಕಾಲುಗಳನ್ನು ಹೊದಿಕೆಯೊಳಗೆ ತೂರಿಸಿ ಗೋಡೆಗೆ ಒರಗಿ ಕುಳಿತು ಓದಲೆಂದು ಒಂದು ಕಾದಂಬರಿಯನ್ನೆತ್ತಿಕೊಂಡ ಲಾಲ.

ಹೊರಗೆ ಗಾಢ ಮೌನ ತುಂಬಿತ್ತು. ಆ ಬಂಗಲೆ ಒಂದು ಕಾಲದಲ್ಲಿ ಹುಡು ಗಿಯರ ಶಾಲೆಯಾಗಿತ್ತು. ಮುಂದೆ ಐದು ಹಾಲುಗಳು, ಹಿಂದೆ ಹತ್ತು ಪುಟ್ಟ ಕೋಣೆಗಳಿದ್ದವು. ಅವೆಲ್ಲವನ್ನೂ ಐದು ವಿಭಾಗಗಳಾಗಿ ಮಾಲೀಕರು ವಿಂಗಡಿಸಿದ್ದರು. ಬದಿಗಿದ್ದ ಎರಡು ವಿಭಾಗಗಳನ್ನು ತುಂಬ ಮೊದಲೇ ಬಾಡಿಗೆಗೆ ಕೊಟ್ಟಿದ್ದರು. ಉಳಿದ ಮೂರು ವಿಭಾಗಗಳಲ್ಲಿ ನಡುವಿನದ್ದು ಲಾಲನ ಹೆಂಡತಿಗೆ ಸಿಕ್ಕಿತ್ತು. ಅದರ ಆಚೀಚೆ ಬದಿಯ ವಿಭಾಗಗಳೆರಡೂ ಖಾಲಿ ಇದ್ದವು. ಅಲ್ಲಿ ಜನರಿದ್ದಿದ್ದರೆ ಅವರ ಮಾತುಗಳಾದರೂ ಕಿವಿಗೆ ಬೀಳುತ್ತಿದ್ದವು. ಲಾಲನ ಮನೆಯಲ್ಲಂತೂ ಆಳವಾದ ಮೌನ ಹಬ್ಬಿತ್ತು. ಮಗು ಇದ್ದಿದ್ದರೆ ಸಂಜೆಯ ಏಕಾಕಿತನದ ಭಾವನೆ ಕಾಡುತ್ತಿರಲಿಲ್ಲ. ಆದರೆ ಈಗಿನ ವಿಚಿತ್ರ ಮೌನದಿಂದಾಗಿ ಲಾಲನಿಗೆ ತಾನೆಷ್ಟು ಏಕಾಕಿ ಅನ್ನಿಸಹತ್ತಿತ್ತು. ಮನೆಯ ಹಿಂದುಗಡೆಯಿದ್ದ ಮರದಿಂದ ಗಾಳಿ ಬೀಸುವ ಸದ್ದು ಹಾಗೂ ಕೆಲವೊಮ್ಮೆ ಬಿದಿರಿನ ದೊಡ್ಡ ಕೊಂಬೆಗಳು ಟಿನ್ನಿನ ಭಾವಣೆಗೆ ಅಪ್ಪಳಿಸಿದಾಗ ಆಗುವ ಶಬ್ದ ಮಾತ್ರ ಕೇಳಿಬರುತ್ತಿತ್ತು. ಅವುಗಳ ನಡುವಣ ಮೌನ ಮಾತ್ರ ಎಷ್ಟು ಗಾಢವಾಗಿತ್ತೆಂದರೆ ಲಾಲನಿಗೆ ತನ್ನದೇ ಎದೆಬಡಿತ ಚೆನ್ನಾಗಿ ಕೇಳಿಸುತ್ತಿತ್ತು.

ಆಯಾ ಊಟ ಮುಗಿಸಿ ಮುಸುರೆ ಪಾತ್ರೆಗಳನ್ನು ತೊಳೆಯುತ್ತಿದ್ದಳು. ಲಾಲ ಎದೆಯವರೆಗೆ ಹೊದಿಕೆಯನ್ನೆಳೆದುಕೊಂಡು ಕಾದಂಬರಿ ಓದುತ್ತಾ ಇದ್ದ. ಕಾದಂಬರಿ ನೀರಸವಾಗಿತ್ತೋ, ಅಥವಾ ಆ ಮೌನ ಅಸಹನೀಯವಾಗಿತ್ತೋ, ಅಂತೂ ಅವನಿಗೆ ತನ್ನ ಅಸೌಖ್ಯತೆ ಮತ್ತು ಅಸಹಾಯಕತೆಯ ನೋವಿನಿಂದ ಬಹಳಷ್ಟು ಹಿಂಸೆಯಾಗುತ್ತಿತ್ತು. ಪ್ರತಿದಿನ ನಡೆಯುತ್ತಿದ್ದುದಕ್ಕಿಂತ ಸ್ವಲ್ಪ ಹೆಚ್ಚೇ ನಡೆದಿದ್ದರಿಂದ ದಣಿವೂ ಆಗಿತ್ತು. ಕೆಲಸ ಮುಗಿಸಿ ಆಯಾ ಹೊರಗೆ ಬಂದರೆ ದೀಪವಾರಿಸಿ ಮಲಗಬಹುದೆಂದು ಯೋಚಿಸುತ್ತಿದ್ದ ಲಾಲ.

ಅಷ್ಟರಲ್ಲಿ ಆಯಾ ಹಾಲ್‌ನ ಬಾಗಿಲು ಹಾಕಿ ಚಿಲಕ ಸಿಕ್ಕಿಸುವ ಸದ್ದು ಕೇಳಿಸಿತು. ಅವನಿಗೆ, ಸ್ವಲ್ಪ ಹೊತ್ತಿನಲ್ಲಿ ಅವಳು ತನ್ನ ಹಾಸಿಗೆಯನ್ನು ತಂದು ಅವನ ಮಂಚದಿಂದ ತುಸು ದೂರ ನೆಲದ ಮೇಲೆ ಬಿಡಿಸಿ ಸರಿಪಡಿಸಲಾರಂಭಿಸಿದಳು.

ಲಾಲನಿಗೆ ದಿಗಿಲಾಯಿತು. ಕೇಳಿದ. "ಏನಿದು ಆಯಾ ಏನು ಮಾಡುತ್ತಿದ್ದೀ?"

"ನಂಗೆ ಅಲ್ಲಿ ಎದರ್ಕೆ ಆಗುತ್ತೆ. ನಾನು ಇಲ್ಲಿ ಮಲಕ್ಕಂತೀನಿ"

"ನಿನ್ನ ತಲೆ ಕೆಟ್ಟಿದೆಯೇನು?" ಲಾಲ ಗದರಿಸಿದ. "ಅಲ್ಲಿ ಹೆದರಿಕೆಯಾಗುವುದಾದರೆ ಅಮ್ಮಾವ್ರ ಕೋಣೆಯಲ್ಲಿ ಎರಡೂ ಬಾಗಿಲು ಹಾಕಿಕೊಂಡು ಮಲಗು."

"ಉಹುಂ, ನಾ ಇಲ್ಲೇ ಮಲಕ್ಕಂತೀನಿ" ಅವನ ಮಾತಿಗೆ ಗಮನ ಹರಿಸದೆ ಅವಳು ಹಾಸಿಗೆ ಹಾಸಿದಳು.

ಸಿಟ್ಟಿನಿಂದ ಲಾಲ ತನ್ನ ಹೊದಿಕೆಯನ್ನು ಬಿದಿಗೆ ಸರಿಸಿ ಮಂಚದಿಂದ ಎದ್ದ. ಆಯಾಳ ಹಾಸಿಗೆಯನ್ನು ಅಲ್ಲಿಂದ ಎಳೆದು ರಭಸದಿಂದ ಒಳಗಿನ ಕೋಣೆಗೆಸೆದ.

"ನೀನು ಆ ಕೋಣೆಯಲ್ಲಿ ಮಲಗು, ಬಾಗಿಲು ಒಳಗಿಂದ ಹಾಕಿಕೋ ಸಾಕು."

"ಅಯ್ಯೋ, ನಂಗೆ ಒಬ್ಬಳೇ ಮಲಗಕ್ಕೆ ಎದರ್ಕೆ"

ಲಾಲ ತತ್ತರಿಸಿದ. ಸೀದಾ ಹೋಗಿ ಮಧ್ಯದ ಬಾಗಿಲು ತೆರೆದಿಟ್ಟ.

"ಇಲ್ಲಿ ಬಾ, ಇಲ್ಲಿ ಮಲಗು. ನಾನು ಅಲ್ಲಿ ಮಂಚದ ಮೇಲೆ ಮಲಗಿರುತ್ತೇನೆ. ಹೆದರುವ ಕಾರಣವಿಲ್ಲ."

"ನಾನು ಅಲ್ಲೇ ಮಲಕ್ಕಂಡರೆ ಏನಾಗತ್ತೆ?" ಏನೂ ಗೊತ್ತಾಗದ ಪೆದ್ದಿಯಂತೆ ಕೇಳಿದಳು ಆಯಾ.

"ಆಗುವುದೇನು, ನಿನ್ನ ತಲೆ!" ಲಾಲ ತನ್ನಲ್ಲೇ ಹೇಳಿಕೊಂಡ. "ಎಂತಹ ಮೂರ್ಖಿತನ ನಿನ್ನದು? ರಾತ್ರಿ ನನಗೆ ಆಗಾಗ ಬಾತ್‌ರೂಂಗೆ ಹೋಗಬೇಕಾಗುತ್ತದೆ ನೀನು ದಾರಿಯಲ್ಲಿ ಅಡ್ಡ...."

"ಬಾತ್‌ರೂಂಗೆ ಓಗುವ ದಾರಿ ನಾ ಬಿಟ್ಟೇನಿ."

ಲಾಲ ಮೂತ್ರ ವಿಸರ್ಜನೆ ಮಾಡುವ ಪಾತ್ರೆಯನ್ನು ಮಂಚದ ಕೆಳಗೆ ಇಟ್ಟಿದ್ದ. ಇನ್ನು ಇವಳಿಗೆ ಹೇಗೆ ತಲೆ ಚಚ್ಚಿಕೊಳ್ಳುವುದು? ಅಂತೂ ಕೊನೆಗೆ ವಿಧಿಯಲ್ಲದೆ ಗೊಣಗುತ್ತ ತನ್ನ ಹಾಸಿಗೆಗೆ ಬಂದು ಮಲಗಿದ. ಆಯಾ ಚಾಪೆಯಿನ್ನೆತ್ತಿ, ಬಾಗಿಲ ಬಳಿ ಹಾಕಿ ಬಟ್ಟೆ ಹಾಸಿ ಮಲಗಿದಳು.

ನಿದ್ದೆ ಹಾರಿ ಹೋಗಿದ್ದರೂ ಕೂಡಾ ಟೇಬಲ್‌ಲ್ಯಾಂಪ್ ಆರಿಸಿ ಸುಮ್ಮನೆ ಮಲಗಿಬಿಟ್ಟ ಲಾಲ. ರಾತ್ರಿ ಅವನು ಎದ್ದಾಗಲೆಲ್ಲ ಆಯಾ ಇನ್ನೂ ಎಚ್ಚರವಾಗಿಯೇ ಇದ್ದಾಳೆ ಎಂದು ಅವನಿಗನ್ನಿಸುತ್ತಿತ್ತು. ಪ್ರತಿ ಬಾರಿಯೂ ನಿಟ್ಟುಸಿರಿನ ಸದ್ದು, ಜೊತೆಗೆ ಅವಳು ಮಗ್ಗುಲು ಬದಲಾಯಿಸುವುದರ ಅರಿವಾಗುತ್ತಿತ್ತು ಅವನಿಗೆ.

* * *

ಮಾರನೇ ದಿನ ಬೆಳಗ್ಗೆ ಲಾಲ ಎದ್ದಾಗ ಆಯಾಳ ಸುತ್ತಿಟ್ಟ ಹಾಸಿಗೆ ಕಂಡಿತು. ಹೊರಗೆ ಹೊತ್ತೇರಿತ್ತು. ಆಯಾ ಹಾಲ್‌ನ ಬಾಗಿಲಲ್ಲಿ ನಿಂತು ಅವನನ್ನೇ ದಿಟ್ಟಿಸಿ ನೋಡುತ್ತಿದ್ದಳು. ಕೂಡಲೇ ಅವನೆಂದ "ಅಯಾ, ಬೆಡ್‌ಟೀ ತೆಗೆದುಕೊಂಡು ಬಾ."

"ಈಗ ತತ್ತೀನಿ ಆಯ್ನೋರೆ ! ನೀವು ಎದ್ದು ಬ್ರಷ್ ಮಾಡ್ಕಳ್ಳಿ." ಪುನಃ ಅವಳು ಅದೇ ರೀತಿ ಅವನನ್ನು ನೋಡುತ್ತ ನಿಂತಳು. ಆಗ ತಾನೇ ಎಚ್ಚರವಾಗಿದ್ದರಿಂದ ಲಾಲನ ಅಂಗಾಂಗಗಳು ಸೆಟೆದು ನಿಂತಿದ್ದವು. ಆಯಾ ಒಮ್ಮೆ ಅಲ್ಲಿಂದ ಹೋಗಿಬಿಟ್ಟರೆ ತಾನು ಮಂಚದಿಂದ ಇಳಿದು ಬಾತ್‌ರೂಂಗೆ ಹೋಗಬಹುದಿತ್ತು ಎಂದುಕೊಂಡ ಲಾಲ. ಆದರೆ ಅವಳು ಅಲ್ಲಿಂದ ಅಲುಗಾಡುವ ಚಿಹ್ನೆಯೇನೂ ಕಾಣಲಿಲ್ಲ. ಅವನು ಸ್ವಲ್ಪ ಹೊತ್ತು ಕಾದ, ಕೊನೆಗೆ ಸಹನೆ ಮೀರಿ ಆತ ಧ್ವನಿಯೆತ್ತರಿಸಿ ಹೇಳಿದ. "ಆಯಾ, ನೀನು ಹೋಗಿ ಚಹದ ವ್ಯವಸ್ಥೆ ಮಾಡು."

"ನೀವು ಎದ್ದೇಳಿ ಅಯ್ನೋರೇ, ನಾನು...."

"ನೀನು ಹೋದರೆ ನಾನು ಏಳುತ್ತೇನೆ" ಲಾಲ ಗದರಿಸಿದ. ಮನಸ್ಸಿನಲ್ಲೇ ಎಣಿಸಿಕೊಂಡ "ಎಂತಹ ಕತ್ತೆ ಇವಳು, ಏನೂ ಅರ್ಥವಾಗುವುದಿಲ್ಲ."

ಅವನ ಧ್ವನಿಯ ಗಡಸುತನಕ್ಕೆ ಒಂದು ಕ್ಷಣ ಬೆದರಿದಳು ಆಯಾ ಆದರೆ ಮರುಕ್ಷಣ ಸಾವರಿಸಿಕೊಂಡು ಮುಂದೆ ಬಂದು ತುಂಬು ಸ್ನೇಹದಿಂದ ಅವನ ಮುಖ ನೇವರಿಸಿ ರಮಿಸುವ ಧಾಟಿಯಲ್ಲಿ ನುಡಿದಳು. "ಸಿಟ್ಟಾಗಬ್ಯಾಡಿ ಅಯ್ನೋರೆ, ನಾನೀಗಲೇ ಹೋಯ್ತೀನಿ."

ಆಯಾ ಒಳಗೆ ಹೋದಳು.

ದಿನವಿಡೀ ಲಾಲ ಸಪ್ಪಗಿದ್ದ. ಅವನ ಗಲ್ಲವನ್ನು ನೇವರಿಸುವಾಗ 'ಅದೇನೂ ದೊಡ್ಡ ವಿಷಯವೇ ಅಲ್ಲ' ಎನ್ನುವ ಭಾವವಿತ್ತು ಆಯಾಳ ಮುಖದಲ್ಲಿ, ಆ ನಂತರ ಅವನು ಅವಳನ್ನು ಕಣ್ಣೆತ್ತಿ ನೋಡಲು ಸಹ ಇಲ್ಲ. ಹತ್ತಿರ ಬರಲು ಅವಕಾಶ ನೀಡಲೂ ಇಲ್ಲ. ಮದ್ಯಾಹ್ನದ ಊಟವಾದ ನಂತರ ವಿಶ್ರಾಂತಿ ಕೂಡಾ ತೆಗೆದುಕೊಳ್ಳದೆಯೇ ಅವನು ಮನೆಯಿಂದ ಹೊರ ಬಂದು ಸಂಜೆಯ ಚಹ ಮತ್ತು ರಾತ್ರಿಯ ಊಟವನ್ನು ಹೋಟೆಲಿನಲ್ಲಿ ತೆಗೆದುಕೊಳ್ಳುವುದೆಂದು ನಿರ್ಧರಿಸಿದ.

ಮಧ್ಯಾಹ್ನವಿಡೀ ಸ್ಯಾನಿಟೋರಿಯಂನ ಹೊರಗಿನ ಹಾಗೂ ಒಳಗಿನ ಮಿತ್ರರೊಂದಿಗೆ ಕಳೆದ ಲಾಲ. ರಾತ್ರಿಯ ಊಟವನ್ನು ಹೋಟೆಲಿನಲ್ಲಿ ಮಾಡಿ ಸಾಕಷ್ಟು ತಡವಾಗಿಯೇ ಮನೆಗೆ ಮರಳಿದ.

ಆಯಾ ಹಿಂದಿನ ಸಂಜೆಯಂತೆ ಮೆಟ್ಟಲ ಬಳಿ ಕುಳಿತು ಅವನ ದಾರಿ ನೋಡುತ್ತಿದ್ದಳು. ತಾನು ಎಂದಾದರೂ ತಡವಾಗಿ ಬಂದಾಗ ಹೆಂಡತಿ ಅದೇ ರೀತಿ ದಾರಿ ಕಾಯುತ್ತ ಮೆಟ್ಟಲ ಬಳಿ ಕುಳಿತಿದ್ದರೆ ಲಾಲನೆಗೆ ಸಂತೋಷವಾಗುತ್ತಿತ್ತು. ಆದರೆ ಇಂದು ಆಯಾ ಕುಳಿತದ್ದು ನೋಡಿದ ಕೂಡಲೇ ಅವನಿಗೆ ಸಿಟ್ಟು ಬಂತು.

"ಅಯ್ಯೋರು ತಡ ಮಾಡ್ಬುಟ್ರಿ" ಎನ್ನುತ್ತ ಆಯಾ ಎದ್ದು ನಿಂತಳು. "ನಾ ಯೆಷ್ಟೊತ್ನಿಂದ ನಿಮ್ಮ ದಾರಿ ಕಾಯ್ತಾ ಇದ್ದೀನಿ, ತುಂಬ ಎದರ್ಕೆ ಆಯ್ತಿತ್ತು."

"ಸ್ಯಾನಿಟೋರಿಯಂನಲ್ಲಿ ಮಾತನಾಡುತ್ತ ತಡವಾದದ್ದು ತಿಳಿಯಲೇ ಇಲ್ಲ. ಲಾಲನೆಂದ, ಮತ್ತೆ ಸಹಜಭಾವದಿಂದ ಕೇಳಿದ. "ನಿನ್ನ ಊಟ ಆಯ್ತಾ?"

ಆಯಾ ಅವನ ಪ್ರಶ್ನೆಗೆ ಉತ್ತರಿಸಿದೆ "ಅಯ್ಯೋರೆ, ನೀವು ಇಂಗೆಲ್ಲ ಸೀತಗಾಳಿಗೆ ಒರಗೆ ಒದ್ರೆ ಉಸಾರು ತಪ್ಪಿ ತಿರುಗಿ ಆಸಿಗೆ ಇಡೀತೀರಾ" ಎಂದು ಆಕ್ಷೇಪಿಸುವ ಧ್ವನಿಯಲ್ಲಿ ಹೇಳಿದಳು.

ಲಾಲ ಸುಮ್ಮನಿದ್ದ. ತನ್ನ ಕೋಣೆಗೆ ಹೋಗಿ ಟೇಬಲ್‌ಲ್ಯಾಂಪ್ ಉರಿಸಿದ. ಆಯಾ ಹಾಸಿಗೆ ಹಾಸಿ ಹೊದಿಕೆ ಸರಿಪಡಿಸಿಟ್ಟಿದ್ದಳು. ಲಾಲ ಬಟ್ಟೆ ಬದಲಾಯಿಸಿ ಕಾಲು ಹೊದಿಕೆಯೊಳಗೆ ತೂರಿಸಿ ಗೋಡೆಗೊರಗಿ ಕುಳಿತ. ಮುಂದುಗಡೆ ಬಾಗಿಲ ಬಳಿ ಆಯಾ ತನ್ನ ಹಾಸಿಗೆ ಹಾಕಿದ್ದಳು. ದಿಂಬಿನ ಮೇಲುಗಡೆಯಿದ್ದ ಕಾದಂಬರಿಯನ್ನೆತ್ತಿಕೊಂಡು ಓದತೊಡಗಿದ ಲಾಲ.

ಅಷ್ಟರಲ್ಲಿ ಹೊರಗಿನ ಬಾಗಿಲ ಹಾಕಿ ಚಿಲಕ ಸಿಕ್ಕಿಸಿ ಆಯಾ ಬಂದಳು. ಆದರೆ ತನ್ನ ಹಾಸಿಗೆಯ ಬಳಿಗೆ ಹೋಗುವುದನ್ನು ಬಿಟ್ಟು ಅವಳು ಲಾಲನ ಮಂಚದ ಬಳಿಗೆ ಬಂದು ನಿಂತಳು.

"ಅಯ್ಯೋರೇ ನೀವು ಮಲಕ್ಕಳ್ಳಿ. ಆಗಲೊತ್ತು ನೀವು ಮಲಗಲಿಲ್ಲ. ನಿನ್ನೆ ರಾತ್ರೀನೂ ನಿದ್ದೆಮಾಡಲಿಲ್ಲ."

"ನಿನಗೆ ಹೇಗೆ ಗೊತ್ತು ನಾನು ನಿದ್ದೆಮಾಡಲಿಲ್ಲವೆಂದು?" ಅವಳ ಕಡೆಗೆ ನೋಡದೆಯೇ ನಗುತ್ತ ಲಾಲ ಕೇಳಿದ.

"ನೀವು ಎಷ್ಟು ಸಲ ಎದ್ದಿದ್ದೀರಿ ಅಂತ ನನಗೆ ಗೊತ್ತು. ಈಗ ನೀವು ಕ್ಕೊಳ್ಳಿ."

ಅವಳು ಸೀದಾ ಹೋಗಿ ಟೇಬಲ್ ಲ್ಯಾಂಪಿನ ಸ್ವಿಚ್ ಆಫ್ ಮಾಡಿದಳು. ಲಾಲ ಪುನಃ ಲ್ಯಾಂಪ್ ಉರಿಸಿ ಹೇಳಿದ. "ನೀನು ಹೋಗಿ ನಿದ್ದೆ ಮಾಡು. ನಾನು ಸ್ವಲ್ಪ ಓದಬೇಕು."

ಆದರೆ ಆಯಾ ತನ್ನ ಹಾಸಿಗೆಗೆ ಹೋಗುವ ಬದಲು ಅವನ ಮಂಚದಲ್ಲಿ ಬಂದು ಕುಳಿತಳು.

ಲಾಲ ಗಾಬರಿಗೊಂಡ. ಏನು ಹೇಳುವುದೆಂದು ಗೊತ್ತಾಗಲಿಲ್ಲ ಅವನಿಗೆ.

"ಏನಾಗಿದೆ ಆಯಾ?" ಸಾಧ್ಯವಾದಷ್ಟು ಸಹಜ ಧ್ವನಿಯಲ್ಲೇ ಆತ ಕೇಳಿದ.

"ಅಯ್ಯೋರು ನಂಗೆ ಮದುವೆ ಮಾಡಬೇಕು."

ಲಾಲ ಪ್ರಯತ್ನ ಪೂರ್ವಕವಾಗಿ ನಕ್ಕು ಹೇಳಿದ. "ಖಂಡಿತ ಮದುವೆ ಮಾಡಿಕೋ, ನಮ್ಮಿಂದ ಆಗುವ ಸಹಾಯ ಖಂಡಿತ ಮಾಡುತ್ತೇವೆ." ಆದರೆ ಮನಸ್ಸಿನಲ್ಲಿ

ಅವನೆಣಿಸಿಕೊಂಡ "ಈ ಗಯ್ಯಾಳಿಗೆ ನನ್ನ ಹಾಸಿಗೆಯ ಮೇಲೆ ಕುಳಿತುಕೊಳ್ಳುವ ಧೈರ್ಯ ಬಂದದ್ದು ಸಾಕಪ್ಪ !" ಅವನ ದೃಷ್ಟಿ ತನ್ನ ಮಿರಮಿರನೆ ಹೊಳೆಯುವ ರೇಶಿಮೆಯ ಹೊದಿಕೆಯ ಮೇಲೆ ಬಿತ್ತು. ಅದರ ಜತೆಗೆ ಆಯಾ ಧರಿಸಿಕೊಂಡದ್ದು ಚೆನ್ನಾಗಿ ಒಗೆದ ಬಟ್ಟೆಗಳನ್ನು ಎಂಬುದೂ ಗಮನಕ್ಕೆ ಬಂತು. ಮುಖಕ್ಕೆ ತೆಳುವಾಗಿ ಪೌಡರನ್ನು ಹಚ್ಚಿಕೊಂಡಿದ್ದಳು. ಆತ ಧೈರ್ಯ ಮಾಡಿ ಕೇಳಿದ. "ಏನು, ನಿನ್ನ ಜಾತಿಯವರನ್ನು ಎಲ್ಲಿಯಾದರೂ ನೋಡಿಟ್ಟಿದ್ದೀಯಾ?"

"ಉಹುಂ ನನ್ನನ್ನು 'ನೀವು' ಮದ್ವೆ ಆಗಬೇಕು ಅಂತ ಕೇಳ್ಕೊಳ್ತಿದೀನಿ." ಮೂವತ್ತೊಂದರ ಹರೆಯದ ಲಾಲ ತೆಳ್ಳಗಿದ್ದರೂ ಬಹಳ ಲಕ್ಷಣವಾಗಿದ್ದ. ಫ್ರೆನಿಕ್ ಮತ್ತು ಎಡ್‌ಹೀಯನ್ ಅಪರೇಷನ್ ಕೂಡ ಆತ ಮಾಡಿಸಿಕೊಂಡಿದ್ದ, ಪ್ರತಿ ಇಪ್ಪತ್ತು ದಿವಸಗಳಿಗೊಮ್ಮೆ ಕ್ಯಾಲ್ಸಿಯಂ ಮತ್ತು 'ಬಿ' ವಿಟಾಮಿನ್ ಇಂಜೆಕ್ಷನ್ ತೆಗೆದುಕೊಳ್ಳುತ್ತಿದ್ದ. ಟಾನಿಕ್ ಕೂಡಾ ತೆಗೆದುಕೊಳ್ಳುತ್ತಿದ್ದ. ಆದರೂ ಆತ ಬೊಜ್ಜು ಬೆಳೆಸಿಕೊಂಡಿರಲಿಲ್ಲ. ಈಗೀಗ ಶುಶ್ರೂಷೆ–ವಿಶ್ರಾಂತಿಗಳು ಸರಿಯಾಗಿ ಸಿಗುತ್ತಿದ್ದುದರಿಂದ ಮೈ ಕೈ ತುಂಬಿಕೊಂಡು ಸುಂದರನಾಗಿ ಕಾಣುತ್ತಿದ್ದ. ಆಯಾಳ ಮಾತು ಕೇಳಿ ಅವನು ಕಕ್ಕಾವಿಕ್ಕಿಯಾದ, ಗಾಬರಿಯಿಂದ ತನ್ನ ಹಣೆಗೂದಲನ್ನು ಹಿಂದಕ್ಕೆ ಸರಿಸುವ ನೆಪಹೂಡಿ, ತನ್ನ ಮನಸ್ಸಿನ ಭಾವನೆಗಳನ್ನು ಮುಖದ ಮೇಲೆ ಪ್ರಕಟವಾಗದಂತೆ ಜಾಗ್ರತೆ ವಹಿಸಿದ. ಒಮ್ಮೆ ಗಂಭೀರವಾಗಿ ಆಯಾಳನ್ನು ದಿಟ್ಟಿಸಿ ನೋಡಿದ. ಅವಳ ಮುಖದಲ್ಲಿ ಸ್ವಲ್ಪ ಆತಂಕದ ಚಿಹ್ನೆಯಿತ್ತಷ್ಟೇ ಹೊರತು ನಾಚಿಕೆ ಲವಲೇಶವೂ ಇರಲಿಲ್ಲ. ಅವಳಿಗೆ ಏನು ಉತ್ತರ ಕೊಡುವುದೆಂದು ಲಾಲನಿಗೆ ಹೊಳೆಯಲಿಲ್ಲ.

ಮೇಲೆ ಟಬ್ಬಿನ ಭಾವಣೆಗೆ ಬಿದಿರಿನ ರೆಂಬೆ ಅಪ್ಪಳಿಸಿ ತನ್ನ ಚೀತ್ಕಾರದಿಂದ ರಾತ್ರಿಯ ಮೌನವನ್ನು ಭೇದಿಸುತ್ತಿತ್ತು. ಲಾಲನಿಗೆ ಮಾತ್ರ ಏನೂ ಕೇಳಿಸುತ್ತಿರಲಿಲ್ಲ. ಆಯಾಗೆ ಏನು ಉತ್ತರ ಕೊಡುವುದೆಂದು ಇನ್ನೂ ಅವನಿಗೆ ತಿಳಿಯಲಿಲ್ಲ. ಮೊದಲು ಅವನಿಗೆ ಅವಳ ಮೇಲೆ ಸಿಟ್ಟು ಬಂತು. ಆದರೆ ಆತ ಹಲ್ಲುಕಚ್ಚಿ ಸಹಿಸಿದ. ತನ್ನ ಸ್ವರವನ್ನು ಸಾಧ್ಯವಾದಷ್ಟು ಸಹಜವಾಗಿರಿಸಲು ಪ್ರಯತ್ನಿಸಿದ. ಸ್ವಲ್ಪ ಮುಂದೆ ಬಂದು ಆಯಾಳ ಬೆನ್ನು ತಟ್ಟುತ್ತ ಹೇಳಿದ "ನೀನು ಹುಚ್ಚಿಯಾಗಿ ಬಿಟ್ಟಿರುವೆ ಆಯಾ, ನಾನೊಬ್ಬ ರೋಗಿ, ನಾನು ಅಮ್ಮಾವ್ರ ಹತ್ತಿರ ಹೋಗಿಯೇ..."

ಆಯಾ ನಕ್ಕಳು "ನಂಗೆಲ್ಲಾ ಗೊತ್ತೈತಿ ಅಯ್ಯೋರೇ, ನೀವು ಯೋಳಿದ್ದು ಸರಿ" ಎನ್ನುತ್ತ ತನ್ನ ಕೈಯನ್ನು ಹಿಂದೆಸರಿಸಿ ಲಾಲನ ಹೊದಿಕೆಯ ಮೇಲೆ ಮಲಗಿದಳು. ಹೊದಿಕೆಯೊಳಗಿನ ಅವನ ಕಾಲುಗಳು ಅವಳ ಭಾರಕ್ಕೆ ಹಿಸುಕಿಹೋದವು. ಲಾಲ ಅವಳ ಬೆನ್ನಿಗೆ ಕೈಕೊಟ್ಟು ಬಲವಂತವಾಗಿ ಅವಳನ್ನು ಅಲ್ಲಿಂದ ಎಬ್ಬಿಸಿದ.

"ನಿನಗೆ ಹುಚ್ಚು ಹಿಡಿದಿದೆ ಆಯಾ! ಹೋಗು, ಹೋಗಿ ಮಲಗು!" ಆತ ಹೇಳುತ್ತ ತನ್ನೆಲ್ಲ ಶಕ್ತಿ ಉಪಯೋಗಿಸಿ ಅವಳನ್ನು ಅವಳ ಹಾಸಿಗೆಗೆ ದೂಡಿ ಟೇಬಲ್ ಲ್ಯಾಂಪ್ ಆರಿಸಿ ಹಾಸಿಗೆಯ ಮೇಲೆ ಬಿದ್ದುಕೊಂಡ.

"ಅ....ಅಯ್ಯೋ.....ರೇ...."

ಮೌನವನ್ನು ಭೇದಿಸುತ್ತ ಆಯಾಳ ನಿಟ್ಟುಸಿರಿನಂತಹ ಕ್ಷೀಣ ಧ್ವನಿ ಕೇಳಿಬಂತು. ಲಾಲ ಮುಖವನ್ನು ಗೋಡೆಯ ಕಡೆಗೆ ತಿರುಗಿಸಿದ. ಬಿದಿರ ರೆಂಬೆಗಳು ಭಾವಣೆಗೆ ಅಪ್ಪಳಿಸಿ ಪುನಃ ಚೀತ್ಕರಿಸಿದವು. ಲಾಲ ಸುಮ್ಮನಿದ್ದ. ಒಂದು ಕ್ಷಣ ಅವನ ಒಳಮನಸ್ಸು ಪ್ರಶ್ನಿಸಿತು. "ಆಯಾಳ ಬದಲು ಒಬ್ಬ ಸುಂದರ ತರುಣಿ ಇಲ್ಲಿ ಇದ್ದಿದ್ದರೆ ತಾನು ಇದೇ ರೀತಿ (ರೋಗಿಯಾಗಿದ್ದರೂ ಸಹ) ನಿರ್ವಿಣ್ಣನಾಗಿರುತ್ತಿದ್ದೇನೆ?

"ಅ....ಯ್ಯೋ.....ರೇ....."

ಆಯಾಳ ನರಳುವಿಕೆ ಜೋರಾಗಿ ಬಿಟ್ಟಿತು.

ಲಾಲನಿಗೆ ಭಯವಾಯಿತು. ಈ ತಿಳಿಗೇಡಿಯನ್ನು ಸಂಭಾಳಿಸುವುದು ಹೇಗೆ?

"ಅಯ್ಯೋರೇ...."

ಲಾಲ ದಿಕ್ಕೆಟ್ಟುಹೋದ. ಅವಳನ್ನು ಹೇಗಾದರೂ ಮಾಡಿ ಶಾಂತಗೊಳಿಸದೇ ಇದ್ದರೆ ಅವಳ ನಿರಾಶೆ ದ್ವೇಷಕ್ಕೆ ತಿರುಗಿ "ಅಯ್ಯೋರು ನನ್ನ ಮೇಲೆ ಬಲಾತ್ಕಾರ ಮಾಡಲೆತ್ನಿಸಿದರು" ಎಂದು ಕಿರಿಚಿಬಿಟ್ಟರೆ?.. ಅವನು ತೀರಾ ದುರ್ಬಲ ರೋಗಿಯೆಂಬುದೇನೋ ನಿಜ ಆದರೂ ಯಾರೂ ಅವನ ಮಾತನ್ನು ನಂಬಲಾರರು. ಮೊದಲೇ ಜನರು ಹೇಳುತ್ತಾರೆ ಈ ರೋಗವಿರುವಾಗ ಮನುಷ್ಯ ಹೆಚ್ಚು ವಿಷಯಾಸಕ್ತನಾಗಿರುತ್ತಾನೆಂದು..... ಆದರೆ ಈ ಕುರೂಪಿಯ ಜತೆಗೆ.... ಕೇವಲ ಅದರ ಕಲ್ಪನೆ ಬರುತ್ತಲೇ ಲಾಲನಿಗೆ ತನ್ನ ಮೇಲೆ ಯಾರೋ ಕೊಡಗಟ್ಟಲೆ ನೀರೆರೆದಂತಹ ಅನುಭವವಾಯಿತು.

"ಅಯ್ಯೋ...ರೇ...."

ಬುದ್ಧಿಗೆಟ್ಟ ಆಯಾ ಸಿಕ್ಕಾಪಟ್ಟೆ ನರಳುತ್ತಿದ್ದಳು. ಗಡಬಡಿಸಿ ಎದ್ದ ಲಾಲ ಟೇಬಲ್‌ಲ್ಯಾಂಪ್ ಉರಿಸಿದ. ಭಂಗನೆ ನೆಗೆದು ಅವಳ ಮುಂದೆ ಹೋಗಿ ನಿಂತ.

ಆಯಾ ಮಿಸುಕಾಡದೆ ಮಲಗಿದ್ದಳು. ಕೈಕಾಲು ಬಿಟ್ಟು – ಬಾಯಾರಿ ಒಣಗಿ ಬಿರುಕೊಡೆದ ಭೂಮಿಯಂತೆ ನಿರ್ಭೀತ ಹಾಗೂ ನಿರ್ಲಜ್ಜಳಾಗಿ. ಅನಿಶ್ಚಿತ ಮೋಡದಂತೆ ಸೆಟೆದು ನಿಂತಿದ್ದ ಲಾಲ. ನಂತರ ಇದ್ದಕ್ಕಿದ್ದಂತೆ ಗಟ್ಟಿ ಮನಸ್ಸು ಮಾಡಿ ಅವಳ ಹಾಸಿಗೆಯ ಮೇಲೆ ಮೊಣಕಾಲೂರಿ ಕುಳಿತ.

"ನೋಡು ಆಯಾ, ನೀನು ವಯಸ್ಸಿನಲ್ಲಿ ನನಗಿಂತ ದೊಡ್ಡವಳು. ಎಲ್ಲಿಯೋ ತಪ್ಪಿ ಬೀಳುತ್ತಿದ್ದೀಯಾ, ನಾನು ನಿನ್ನನ್ನು ಈ ಅವಸ್ಥೆಯಲ್ಲಿ ಎಂದೂ ನೋಡಿರಲಿಲ್ಲ. ನಾನು ರೋಗಿ, ನನ್ನಿಂದ ಏನು ಮಾಡಲೂ ಸಾಧ್ಯವಿಲ್ಲ."

"ಅಯ್ಯೋ.....ರೇ..."

ಬಲವಂತವಾಗಿ ಬಿಗಿಹಿಡಿಯಲೆತ್ನಿಸಿದರೂ ಆಯಾಳ ಬಿಕ್ಕಳಿಕೆ ನಿಲ್ಲಲ್ಲಿಲ್ಲ. ಆ ದೀನ ಬೇಡಿಕೆಯಲ್ಲಿ ಅದೆಷ್ಟು ತೃಷೆಯಿತ್ತೋ–ಸಹಿಸಲಾರದೆ ಆಯಾ ತನ್ನ ಎದೆಯನ್ನು ಒತ್ತಿ ಹಿಡಿದುಕೊಂಡಳು. ಅದೆಲ್ಲಿ ಒಡೆದು ಹೋಗುವುದೋ ಎಂಬಂತೆ. ಅವಳ ಕಣ್ಣುಗಳು ಮಂಜಾಗುತ್ತಿರುವಂತೆ ಕಂಡಿತು. ಅವಳಿಗೆ ಫಿಟ್ಸ್ ಬರುತ್ತಿದೆಯೆಂದು ತಿಳಿದು ಆತ ಮೃದುವಾಗಿ ಕೇಳಿದ. "ಏನಾಗುತ್ತಿದೆ ಆಯಾ? ಮೂರ್ಛೆ ತಪ್ಪುವಂತಾಗುತ್ತಿದೆಯೇ?"

"ನನ್ನ ಮನಸ್ಸಿಗೆ ಗಾಬರಿಯಾಗಿದೆ ಅಯ್ಯೋರೆ, ನಾ ಸತ್ತೆ ಓಗ್ತೇನಿ."

ಲಾಲನ ಯೋಚಿಸುವ–ಅರ್ಥ ಮಾಡಿಕೊಳ್ಳುವ ಶಕ್ತಿಯಲ್ಲವೂ ಉಡುಗಿ ಹೋಗಿತ್ತು. ಗಾಬರಿಯಿಂದ ಅವನು ಅವಳ ಎದೆಯ ಮೇಲೆ ಕ್ಯೆಯಿಟ್ಟ, "ಎಲ್ಲಿ ನೋವಾಗುತ್ತಿದೆ?" ಎಂದು ಅವನು ಕೇಳಬೇಕೆಂದಿದ್ದ. ಆದರೆ ಆಯಾಳ ರವಿಕೆಯ ಗುಂಡಿಗಳು ಸಡಿಲಾಗಿ ಬಿಟ್ಟಿದ್ದವು. ಅಂಗ್ಯೆಯಿಟ್ಟ ಕೂಡಲೇ ಎಲ್ಲ ಗುಂಡಿಗಳೂ ಜಾರಿ ಹೋದವು. ಬೆಚ್ಚಿ ಬಿದ್ದ ಲಾಲ ಕ್ಯೆ ತೆಗೆಯಬೇಕೆನ್ನುವಷ್ಟರಲ್ಲಿ ಆಯಾ ತನ್ನ ಎಡಗ್ಯೆಯಿಂದ ಅವನ ಕ್ಯೆಯನ್ನು ಬಲವಾಗಿ ಒತ್ತಿದಳು. ಲಾಲ ಕೊಸರಿಕೊಳ್ಳಲು ಹೆಣಗಾಡಿದರೂ ಆಯಾ ತನ್ನ ಬಲಗ್ಯೆಯನ್ನು ಅವನ ಕೊರಳ ಸುತ್ತ ಹಾಕಿ ಅವನನ್ನು ಬರಸೆಳೆದು ಎದೆಗೊರಗಿಸಿಕೊಂಡಳು.

"ಆಯಾ ನೀನು ಹುಚ್ಚಿಯಾಗಿಬಿಟ್ಟಿರುವಿ..." ಎಂದು ಹೇಳಲು ಆತ ಬಾಯಿ ತೆರೆಯುವಷ್ಟರಲ್ಲಿ ಆಯಾ ತನ್ನ ಇನ್ನೊಂದು ಕ್ಯೆಯನ್ನೂ ಆತನ ಕೊರಳ ಸುತ್ತ ಹಾಕಿ ಅವನನ್ನು ತನ್ನೆಡೆಗೆ ಎಳೆದುಕೊಂಡಳು. ಲಾಲನಿಗೆ ವಿಚಿತ್ರ ಅನುಭವವಾಯಿತು. ಸಾಬೂನು ಮತ್ತು ಪೌಡರು ಮಿಶ್ರಿತ ಸುಗಂಧ ಅವನ ಮೂಗಿನ ಹೊಳ್ಳೆಗಳನ್ನು ಪ್ರವೇಶಿಸಿತು. ಆಯಾಳ ಹಲ್ಲು ಕೂಡಾ ಅವನ ಮುಖಕ್ಕೆ ತಾಗಿರಬೇಕು. ಏಕೆಂದರೆ ಅವಳ ಎದೆಯ ಮೇಲೆ ರಕ್ತ ಮೆತ್ತಿಕೊಂಡದ್ದನ್ನು ನೋಡಿದ ಲಾಲ.

ತನ್ನ ಶಕ್ತಿಯನ್ನೆಲ್ಲ ಉಪಯೋಗಿಸಿ ಆತ ಚೀರಿದ "ಆಯಾ!"

"ನಾನು ನಿಮಗೇನೂ ಮಾಡಾಕಿಲ್ಲ ಅಯ್ಯೋರೆ, ಎದರ್ಬೇಡಿ, ನನ್ನ ಮನಸ್ಸಿಗೆ ಗಾಬರಿಯಾಗ್ತುಟ್ಟೈತೆ."

ತುಸು ಸೆಟೆದು ನಿಂತ ಕೋಮಲವಾದ ಎದೆ. ಲಾಲ ಹಿಂದೆಲ್ಲೋ ಮಗುವಾಗಿದ್ದಾಗ ಅಂಥದೇ ಎದೆಯ ಮೇಲೆ ತಲೆಯಿಟ್ಟಿರಬಹುದು. ಆದರೆ ಈ ಆಯಾ....ಗಡಬಡಿಸಿ ಅವನು ತನ್ನನ್ನು ಬಿಡಿಸಿಕೊಳ್ಳಲೆತ್ನಿಸಿದ. ಆಯಾ ಬಿಡಲಿಲ್ಲ. ಬಲಗ್ಯೆಯಿಂದ ಅವನ ತಲೆಯನ್ನು ತನ್ನೆಡೆಗೆ ಸೆಳೆದುಕೊಂಡು ಎಡಗ್ಯೆಯಿಂದ ಅವನ ಕೂದಲು ಸವರುತ್ತ ಇದ್ದಳವಳು.

ಸ್ವಲ್ಪ ಹೊತ್ತಿನ ನಂತರ ಎರಡೂ ಕ್ಯೆಗಳನ್ನು ನೆಲಕ್ಕೆ ಊರಿ ಲಾಲ ಮೇಲೆದ್ದ. ಆಯಾ ಸೆಣಸಾಡಿದಳು. "ಎದರಬ್ಯಾಡಿ ಅಯ್ಯೋರೆ.... ನಾನೇನೂ ಮಾಡಾಕಿಲ್ಲ" ಎನ್ನುತ್ತಾ ಅವಳೂ ಎದ್ದು ಕುಳಿತಳು.

.....ಅನಿಶ್ಚಿತ ಹುಚ್ಚನಂತೆ ತನ್ನನ್ನು ಬಿಡಿಸಿಕೊಳ್ಳಲು ಲಾಲ ಹೆಣಗಾಡುತ್ತಿದ್ದ. ಅವನ ಪಕ್ಕೆಗಳಲ್ಲಿ ಬಲವಾದ ನೋವು ಕಾಣಿಸಿಕೊಂಡಿತು. ಶಕ್ತಿಗುಂದಿ ಸೋತು ಆತನೆಂದ "ಆಯಾ, ನನ್ನ ಪಕ್ಕೆಗಳು ನೋಯುತ್ತಿವೆ. ನನ್ನನ್ನು ಬಿಟ್ಟುಬಿಡು."

ಆಯಾ ಇನ್ನೊಮ್ಮೆ ಅವನನ್ನು ತನ್ನಡೆಗೆ ಸೆಳೆದುಕೊಂಡಲು. ಕ್ರಮೇಣ ಅವಳ ಹಿಡಿತ ಸಡಿಲಾಗುತ್ತ ಬಂತು. ಅವಳ ಅಂಗಾಂಗಗಳು ಶಿಥಿಲಗೊಂಡವು.

"ಅಯ್ಯೋರೆ...., ನಾನು ನಿಮಗೆ ಏನೂ ಯೋಳ್ಳಿಲ್ಲ, ನೀವು ಸುಮ್ಮನೇ ಗಾಬರಿಯಾಗ್ಬುಟ್ರಿ." ಆಯಾ ಎಡಗೈಯಿಂದ ಅವನ ಮುಖವನ್ನು ಸವರಿ ಅವನನ್ನು ಮತ್ತೊಮ್ಮೆ ಮುದ್ದಿಸಿದಲು.

ಮರುಕ್ಷಣ ಲಾಲ ಆಯಾಳ ಬಾಹುಪಾಶದಿಂದ ಮುಕ್ತನಾಗಿದ್ದ. ಅವಳು ಒಂದು ಬದಿಗೆ ವಾಲಿಬಿದ್ದು ನಿದ್ದೆ ಹೋದಲು.

* * *

ಹೊರಗೆ ಹೂದೋಟದಾಚೆ ಬಲಭುಜದ ಮೇಲೆ ಹಾಸಿಗೆಯನ್ನು, ಎಡಭುಜದ ಮೇಲೆ ಪುಟ್ಟ ಸೂಟ್‌ಕೇಸನ್ನೂ ಹೊತ್ತುಕೊಂಡು ಆಯಾ ಹೋಗುತ್ತಿದ್ದಲು. ಲಾಲನ ಬಾಯಿಯಿಂದ ಶಬ್ದಗಳೇ ಹೊರಬರಲಿಲ್ಲ. ಸುಮ್ಮನೆ ಅವಳು ಹೋಗುವುದನ್ನೇ ನೋಡುತ್ತ ಕುಳಿತ. ಗಾಳಿ ಬಹುಶಃ ಜೋರಾಗಿ ಬೀಸುತ್ತಿದ್ದಿರಬೇಕು. ಸಿಲ್ವರ್ ಓಕ್ ಮರದ ಎಲೆಗಳು ಜೋರಾಗಿ ಅಲ್ಲಾಡುತ್ತ ತಮ್ಮ ಬಿಳಿ ಬಣ್ಣವನ್ನು ಪ್ರದರ್ಶಿಸುತ್ತಿದ್ದವು. ತೋಟದ ಮೇಲೆ, ಆಕಾಶದಲ್ಲಿ ಮೋಡಗಳು ತುಂಬಿದ್ದವು. ನೋಡ–ನೋಡುತ್ತಿದ್ದಂತೆ ಮರಗಳ ಮೇಲ್ಭಾಗಗಳು ಒದ್ದೆಯಾದವು. ಬರೇ ಕಾಂಡಗಳು ಮಾತ್ರ ಕಾಣಿಸುತ್ತಿದ್ದವು. ಆಯಾ ಆ ಕಾಂಡಗಳ ಮಧ್ಯೆ ನಡೆಯುತ್ತಿದ್ದಲು. ಒಂದು ಕ್ಷಣ ಲಾಲನಿಗೆ ಪುನಃ ಓಡಿಹೋಗಿ ಅವಳನ್ನು ಕರೆಯಬೇಕೆನ್ನಿಸಿದರೂ, ಕೊನೆಗೆ ನಿಶ್ಚಲವಾಗಿ ನಿಂತುಬಿಟ್ಟ, ಆಯಾ ಕಣ್ಮರೆಯಾದಲು.

ಲಾಲ ಮೌನವಾಗಿ ಹಿಂತಿರುಗಿ ಬಂದು ಹಾಸಿಗೆಯ ಮೇಲುರುಳಿದ ಆತನ ಮನಸ್ಸು ಅಪಾರವಾಗಿ ನೊಂದುಹೋಗಿತ್ತು. ನೆಮ್ಮದಿಯಿಲ್ಲದೆ ಹೊರಳಾಡುತ್ತ ಗೋಡೆಯ ಕಡೆಗೆ ಮುಖಮಾಡಿ ಆತ ಸುಮ್ಮನೆ ಮಲಗಿದ.

ವಿಲ್ಲನ್

ನಲ್ಲಿಯ ಕೆಳಗಿದ್ದ ಚೌಕಾಕಾರದ ಕಟ್ಟೆಯಲ್ಲಿ ಮಾಸಲು ಖಾಕಿ ಬಣ್ಣದ ಚಿಂದಿ ಲಂಗೋಟಿ ಧರಿಸಿ, ತನ್ನ ಸಣಕಲು ಕಡ್ಡಿಕಾಲುಗಳನ್ನು ಹೆಮ್ಮೆಯಿಂದ ನೀಡಿ ತಲೆಯನ್ನು ತುಸು ಬಾಗಿಸಿ ಕುಳಿತಿದ್ದ ಹರಿಯಾ ಅವನ ಹೆಂಡತಿ ಲಲ್ಲನ್ ಅವನ ಮೈಗೆ ಸಾಬೂನು ಹಚ್ಚಿ ಜೋರಾಗಿ ತಿಕ್ಕುತ್ತಾ ಸ್ನಾನ ಮಾಡಿಸುತ್ತಿದ್ದಳು.

ತಮ್ಮ ಮಿತ್ರ ಪ್ರೊ॥ ಸೇನರ ಮನೆಯ ಕಡೆ ಹೋಗುತ್ತ ಮಲ್ಹೋತ್ರಾ ಸಾಹೇಬರು ಹೆಚ್ಚಾಗಿ ಈ ದಾರಿಯಿಂದಲೇ ಹೋಗುತ್ತಿದ್ದರು. ಹಾಗೆ ನೋಡಿದರೆ ಪ್ರೊ॥ ಸೇನರ ಮನೆಗೆ ಹೋಗಲು ಬೇರೆ ಎರಡು ದಾರಿಗಳಿದ್ದವು. ರೈಲುಮಾರ್ಗದ ಪಕ್ಕದಲ್ಲಿ ಅದಕ್ಕೆ ಸಮಾನಾಂತರವಾಗಿ ಹೋಗುವ ಒಂದು ರಸ್ತೆಯಾದರೆ, ದಕ್ಷಿಣದಲ್ಲಿ ಇನ್ನೊಂದು ರಸ್ತೆಯಿತ್ತು. ಆದರೆ, ಇಕ್ಕೆಲಗಳಲ್ಲೂ ಭವ್ಯವಾದ ಮಹಲುಗಳಿಂದ ತುಂಬಿರುವ, ರಸ್ತೆಯ ಈ ಭಾಗದಲ್ಲಿ ಹೋಗುವುದೆಂದರೆ ಮಲ್ಹೋತ್ರಾರಿಗೆ ಬಹಳ ಇಷ್ಟ. ಬಲಬದಿಯ ಒಂದು ಮಹಡಿ ಮನೆಯಲ್ಲಿ ಮಿ॥ ಮೆಡಲಿಯವರ ಕ್ವಾಟರ್ಸ್ ಇತ್ತು. ಅಲ್ಲೇ ಪಕ್ಕ ರಸ್ತೆಯ ತಿರುವಿನಲ್ಲಿ ಕೂಲಿಕಾರ ವರ್ಗದವರಿಗೆಂದು ಒಂದು ಸಾರ್ವಜನಿಕ ನಲ್ಲಿ ಹಾಕಿಸಿದ್ದರು. ರಸ್ತೆಯ ಎಡಬದಿಯಲ್ಲಿ, ತಲಾ ಒಂದೊಂದು ಕೋಣೆ ಮಾತ್ರ ಇರುವ ಹತ್ತು ಮನೆಗಳಿದ್ದವು. ಅಲ್ಲಿ ನಿಮ್ನ ಜಾತಿಯ ನೌಕರ ವರ್ಗದವರು ವಾಸಿಸುತ್ತಿದ್ದರು. ಮನೆಗಳು ಚಿಕ್ಕದಾಗಿರುವುದರಿಂದ ಕ್ವಾರ್ಟರ್ಸಿನ ಮುಂದಿರುವ ಕಟ್ಟೆಯ ಮೇಲೆ ಕುಳಿತು ಅವರೆಲ್ಲ ತಮ್ಮ ಅಗತ್ಯದ ಕೆಲಸಗಳನ್ನು ಪೂರೈಸಿಕೊಳ್ಳುತ್ತಿದ್ದರು.

ಕೆಲವು ಹೆಂಗಸರು ಕೂದಲು ಒಣಗಿಸಿಕೊಳ್ಳುವುದೋ, ಬಟ್ಟೆ ಧರಿಸಿಕೊಳ್ಳುವುದೋ, ಅಥವಾ ಸಿಂಗರಿಸಿಕೊಳ್ಳುವುದೋ ಎಲ್ಲವನ್ನೂ ಅಲ್ಲೇ ಮಾಡುತ್ತಿದ್ದರು. ಇನ್ನು ಕೆಲವರು ಬತ್ತಲುಮೈಯ ಮಕ್ಕಳನ್ನು ಅಂಗಾತ ಮಲಗಿಸಿ ಮೈಗೆ ಎಣ್ಣೆ ಹಾಕಿ ತಿಕ್ಕುತ್ತಿದ್ದರು. ಮತ್ತೆ ಕೆಲವರು ಧಾನ್ಯಗಳನ್ನು ಸಜ್ಜುಗೊಳಿಸುತ್ತ ಅಡಿಗೆ ಕೆಲಸದಲ್ಲಿ ತೊಡಗಿರುತ್ತಿದ್ದರು. ಕೆಲವೊಮ್ಮೆ ಕಾದಾಟ–ಜಗಳಾಟಗಳಲ್ಲಿ ತಲ್ಲೀನರಾಗಿಬಿಡುತ್ತಿದ್ದೂ ಇತ್ತು. ಇಂತಹ ಬಿಚ್ಚು–ಪ್ರದರ್ಶನವು ಮಲ್ಹೋತ್ರಾರಿಗೆ ಬಹಳ ಪ್ರಿಯವೆನ್ನಿಸುತ್ತಿತ್ತು. ಇಷ್ಟೇ ಅಲ್ಲದೆ ಇದೇ ಸಾಲಿನ ಕೊನೆಯ ಮನೆಯಲ್ಲಿ ಲಲ್ಲನ್ ಇರುತ್ತಿದ್ದಳು. ಲಲ್ಲನ್ ಅವರ ಮನೆಗೆ ಹೊಸದಾಗಿ ಸೇರಿದ್ದ ಕೆಲಸದಾಕೆ–ಯುವತಿ, ಈಗೇನೋ ಆಕೆಯೂ ಹಳಬಳಾಗಿದ್ದಳು. ಆದರೆ ಶರ್ಬತಿಯಾ ಎಂಬ ಹೆಸರಿನ ಮೊದಲಿನ ಕೆಲಸದಾಕೆಗೆ ಹೋಲಿಸಿದರೆ ಲಲ್ಲನ್ ಹೊಸಬಳೇ.

ಕೆಲವೊಮ್ಮೆ ರಜಾ ದಿನಗಳಲ್ಲಿ ಮಧ್ಯಾಹ್ನ ಹನ್ನೆರಡು–ಒಂದು ಗಂಟೆಯ ಸುಮಾರಿಗೆ ಈ ದಾರಿಯ ಮೂಲಕ ಹಾದು ಹೋಗುವಾಗ ಲಲ್ಲನ್ ನಲ್ಲಿಯ ಬಳಿ ನಿಂತು ಸ್ನಾನ ಮಾಡುತ್ತಿದ್ದೂ ಇತ್ತು. ಒದ್ದೆ ಸೀರೆಯಲ್ಲಿ ಎದ್ದು ಕಾಣುತ್ತಿದ್ದ ತನ್ನ ಮೈಯ ಉಬ್ಬು– ತಗ್ಗುಗಳನ್ನು ಅಡಗಿಸಿಕೊಳ್ಳಲು ಪ್ರಯತ್ನಿಸುತ್ತ ಮನೆಯ ಕಡೆಗೆ ಅವಳು ಓಡಿ ಹೋದಾಗ ಮಲ್ಹೋತ್ರಾ ಸಾಹೇಬರು ಅದನ್ನು ಕಂಡೂ ಕಾಣದಂತೆ ಮುಂದೆ ನಡೆಯುತ್ತಿದ್ದರು. ಎಷ್ಟೋ ಸಲ ಅವಳ ಪತಿ ಹರಿಯಾ ಮನೆಯೆದುರು ಕುಳಿತು ಬೀಡಿ ಸೇದುತ್ತಿರುತ್ತಿದ್ದ, ಅವನ ಸುಕ್ಕುಗಟ್ಟಿ ಗುಳಿಬಿದ್ದ ಕೆನ್ನೆಗಳ ಮೇಲೆ ಹರಡಿ ನಿಂತಿದ್ದ ಚೀನೀ ಮೀಸೆಯ ಎರಡು ತುದಿಗಳು ತುಟಿಯ ಮೇಲ್ಭಾಗದಲ್ಲಿ ವಿರಾಮ ಚಿಹ್ನೆಗಳಂತೆ ರಾರಾಜಿಸುತ್ತಿದ್ದವು. ಮಲ್ಹೋತ್ರಾ ಸಾಹೇಬರನ್ನು ನೋಡಿದೊಡನೆಯೇ ಹೌದೋ ಅಲ್ಲವೋ ಎನ್ನುವಂತಹ ಹುಸಿ ನಗು ಅವನ ಮುಖದ ತುಂಬ ಹರಡುತ್ತಿತ್ತು. ಹಾಗೆ ನಕ್ಕಾಗ ಗುಳಿಬಿದ್ದ ಕೆನ್ನೆಗಳಲ್ಲಿ ನೆರಿಗೆ ಮೂಡಿ ವಿರಾಮ ಚಿಹ್ನೆಗಳು ಬ್ರ್ಯಾಕೆಟ್ಟುಗಳಾಗುತ್ತಿದ್ದವು. ಕೈಯಲ್ಲಿದ್ದ ಬೀಡಿಯನ್ನು ಮುಷ್ಟಿಯಲ್ಲಿ ಅಡಗಿಸುತ್ತ ಅವನು ಅವರಿಗೆ ಸಲಾಮು ಹೊಡೆಯುತ್ತಿದ್ದ. ಆ ಮುಗುಳು ನಗುವಿನ ಹಿಂದೆ ಏನೋ ಒಂದು ರೀತಿಯ ಅತೃಪ್ತಿ–ಅಸಹಾಯಕತೆ ಅಡಗಿರುವಂತೆ ಮಲ್ಹೋತ್ರಾರಿಗೆ ಭಾಸವಾಗುತ್ತಿತ್ತು. ಕೆಲವೊಮ್ಮೆ ಅವರು ಅವನ ಸಲಾಮಿಗೆ ಪ್ರತಿಯಾಗಿ ಏನೂ ಹೇಳದೆ ಮುಂದೆ ಹೋಗುತ್ತಿದ್ದರು. ಇನ್ನು ಕೆಲವೊಮ್ಮೆ ತುಸು ತಲೆಯಲ್ಲಾಡಿಸಿ ಮುಗುಳುನಗುತ್ತ "ಹ್ಯಾಗಿದ್ದೀಯಾ ಹರಿಯಣ್ಣಾ....?" ಎಂದು ಕೇಳುತ್ತ ಅವಳ ಉತ್ತರಕ್ಕೆ ಕಾಯದೆ ತಮ್ಮ ದಾರಿ ಹಿಡಿಯುತ್ತಿದ್ದರು.

ದೂರದಿಂದಲೇ ಹರಿಯಾನ ಸಾಬೂಸು ಹಚ್ಚಿದ ಶರೀರದ ಮೇಲೆ ಸೆಟ್ಟೆದ್ದ ಮಲ್ಹೋತ್ರರ ಕಣ್ಣ ಪಕ್ಕನೆ ಲಲ್ಲನ್‌ಳ ಮೇಲೆ ಬಿತ್ತು. ಎಣ್ಣೆಗಪ್ಪು ಬಣ್ಣದ ಅವಳ ಮುಖದ ಮೇಲೆ ಅಂಕೆಗೆ ಸಿಗದ ಗುಂಗುರು ಹೆರಲುಗಳು ನೇತಾಡುತ್ತಿದ್ದವು. ಕಣ್ಣಿನ ಕೆಳಗಾಗಲೇ ಕಪ್ಪು ಗೆರೆಗಳು ಮೂಡಿದ್ದವು. ಅವಳಿಗೀಗ ಕೇವಲ 25–26 ವಯಸ್ಸಿದ್ದಿರಬಹುದಷ್ಟೆ. ಮಲ್ಹೋತ್ರರ ಕಣ್ಮುಂದೆ ಹಿಂದಿನ ಕೆಲವು ವರ್ಷಗಳ ಚಿತ್ರ ಘಳ್ತೆಂದು ಬಂದು ನಿಂತಿತು. ಆ ಮೊದಲ ಮಧ್ಯಾಹ್ನದ ನೆನಪಿನ್ನೂ ಅವರ ಮನಸ್ಸಿನಲ್ಲಿ ಹಸಿರಾಗಿ ಉಳಿದಿತ್ತು.

ಶರ್ಬತಿಯಾಳನ್ನು ಹಿಂಬಾಲಿಸುತ್ತ ಮೆಲ್ಲ ಮೆಲ್ಲನೆ ಹೆಜ್ಜೆ ಹಾಕುತ್ತಿದ್ದ ಲಲ್ಲನ್‌ಳ ಸುಂದರ ಚಿತ್ರ !

ಅಪರಾಹ್ನ ಮೂರೂವರೆ ಗಂಟೆಯಾಗಿರಬಹುದು. ಮಲ್ಹೋತ್ರ ಸಾಹೇಬರು ತಮ್ಮ ಅಭ್ಯಾಸ ಕೊಠಡಿಯಲ್ಲಿ ಕುಳಿತು ಒಂದು ಪ್ರಬಂಧವನ್ನು ಪರಿಶೀಲಿಸುತ್ತಿದ್ದರು. ಇದ್ದಕ್ಕಿದ್ದಂತೆ ಅವರ ಪತ್ನಿ ಬಂದು "ಇಲ್ಲಿ ನೋಡಿ, ಶರ್ಬತಿಯಾ ಒಬ್ಬ ಹೊಸ ಕೆಲಸದಾಕೆಯನ್ನು ಕರೆದುಕೊಂಡು ಬಂದಿದ್ದಾಳೆ." ಎನ್ನುತ್ತ ಹಿಂದೆ ತಿರುಗಿ ಅವಳನ್ನು ಕರೆದಿದ್ದಳು. "ಬಾ ಶರ್ಬತಿಯಾ."

ಶರ್ಬತಿಯಾ ಅವರ ಮನೆಯನ್ನು ಈ ಮೊದಲು ಗುಡಿಸಿ–ಒರೆಸಿ ಸ್ವಚ್ಛ ಮಾಡುತ್ತಿದ್ದ ಕೆಲಸದಾಕೆ, ಕೆಲವು ದಿನಗಳ ಹಿಂದೆ ತಾವೆಲ್ಲ ಹಳ್ಳಿಗೆ ಹೋಗುತ್ತಿದ್ದೇವೆಂದೂ, ಅದಕ್ಕಾಗಿ ತನ್ನನ್ನು ಬಿಟ್ಟು ಬಿಡಬೇಕೆಂದೂ ಅವಳು ಮಲ್ಹೋತ್ರಾರಲ್ಲಿ ಕೇಳಿಕೊಂಡಿದ್ದಳು. ತನಗೆ ಕೊಡುವ ಸಂಬಳ ಸಾಲದೆಂಬ ಅಸಮಾಧಾನವೇನಾದರೂ ಅವಳ ಮನಸ್ಸಿನಲ್ಲಿ ಇರಬಹುದೇ ಎಂದು ಶಂಕಿಸಿದರು ಮಲ್ಹೋತ್ರ ಆದರೆ ಒಂದೆರಡು ರೂಪಾಯಿ ಹೆಚ್ಚಿಸುವ ಆಸೆ ತೋರಿಸಿದಾಗಲೂ ಶರ್ಬತಿಯಾ ತನ್ನ ನಿರ್ಧಾರವನ್ನು ಹಿಂತೆಗೆಯದಾದಾಗ ಅವರು ನಿಜವಾಗಿಯೂ ಹಳ್ಳಿಗೆ ಹೋಗುತ್ತಿದ್ದಾರೆ ಎಂದು ಅವರಿಗೆ ನಂಬಿಕೆ ಹುಟ್ಟಿತ್ತು. ಕೊನೆಗೆ ಅವರು ಅವಳಲ್ಲಿ ತನ್ನ ಜಾಗಕ್ಕೆ ಬೇರೆ ಯಾರಾದರೂ ನಂಬುಗೆಯ ಹೆಂಗಸನ್ನು ಹುಡುಕಿ ಕರಕೊಂಡು ಬಂದರೆ ಧಾರಾಳವಾಗಿ ಬಿಟ್ಟು ಬಿಡುತ್ತೇವೆ ಎಂದು ಅವಳಿಗೆ ಮಾತು ಕೊಟ್ಟರು.

ತಲೆಯ ಮೇಲೆ ಎಳೆದುಕೊಂಡ ಸೆರಗನ್ನು ಸರಿಸಿ ಶರ್ಬತಿಯಾ ಒಳಗೆ ಬಂದಳು. ಅವಳ ಹಿಂದೆ–ಅವಳಿಗಂಟಿಕೊಂಡು–ಬಂದಳು ದುಂಡು ಮುಖಿದ, ಕಾಡಿಗೆ ಹಚ್ಚಿದ ಬೊಗಸೆ ಕಣ್ಣುಗಳ ಚೆಲುವೆ ಲಲ್ಲನ್, ಶುಭ್ರವಾಗಿ ಒಗೆದು ಇಸ್ತ್ರಿಮಾಡಿದ ಸೀರೆ, ಅದಕ್ಕೊಪ್ಪುವ ರೇಶ್ಮೆಯ ರವಕೆ ಧರಿಸಿ, ಬೆಳ್ಳಗೆ ಬೆಳ್ಳಿಯಂತಹ ತನ್ನ ಹಲ್ಲುಗಳನ್ನು ತೋರಿಸಿ ನಗುಚಿಮ್ಮಿಸುತ್ತಿದ್ದ ಲಲ್ಲನ್ ಝುಗಮಗಿಸುವ ಝುಮುಕಿಗಳನ್ನು ಕಿವಿಗಳಲ್ಲಿ ಧರಿಸಿದ್ದಳು. ಎಣ್ಣೆಗಪ್ಪು ಬಣ್ಣದವಳಾದರೂ ಲಕ್ಷಣವಾಗಿದ್ದು ಗಟ್ಟಿಮುಟ್ಟಾಗಿದ್ದಳು. ಶರ್ಬತಿಯಾಳದ್ದು ಅಚ್ಚ ಬಿಳುಪಿನ ಮೈ ಬಣ್ಣ. ಸಾಕಷ್ಟು ಎತ್ತರವೂ ಇದ್ದ ಅವಳು ಕೂಡಾ ಸುಂದರಿಯೇ ಆಗಿದ್ದಳು. ಆದರೆ ಅವಳಲ್ಲಿ ಇಂತಹ ಗಾಂಭೀರ್ಯ ವಿರಲಿಲ್ಲ. ಲಲ್ಲನ್ ಕಪ್ಪಾಗಿದ್ದರೂ ತನ್ನ ದೃಢಕಾಯ, ಬೊಗಸೆ ಗಣ್ಣುಗಳ ವೈಶಾಲ್ಯ, ಬಟ್ಟೆಗಳ ಆಯ್ಕೆ ಹಾಗೂ ನಿಲ್ಲುವ ಭಂಗಿಯ ವೈಶಿಷ್ಟ್ಯದಿಂದಾಗಿ ಶರ್ಬತಿಯಾಳಿಗಿಂತ ಹೆಚ್ಚು ಮನಸೆಳೆಯವಂತಿದ್ದಳು. ಒಂದು ವೇಳೆ ಅವಳು ಶರ್ಬತಿಯಾಳ ಜತೆಗೆ ಬಾರದೆ ಒಂಟಿಯಾಗಿ ಬಂದಿದ್ದರೆ ಯಾರೋ ಕುಲೀನ ಮನೆತನದ ಹೆಣ್ಣೆಂದು ತಿಳಿದುಕೊಳ್ಳುತ್ತಿದ್ದರು ಮಲ್ಹೋತ್ರ.

"ಇವಳು ಎಂಥ ಕೆಲಸ ಮಾಡುತ್ತಾಳೋ?" ಅವರು ಹುಬ್ಬೇರಿಸುತ್ತ ತಮ್ಮಲ್ಲೇ ಹೇಳಿಕೊಂಡರು. ಕೊನೆಗೆ ಅವಳ ಹೆಸರನ್ನು ಕೇಳಿ. ನಂತರ ಮೆಲ್ಲನೆ ಪ್ರಶ್ನಿಸಿದರು. "ಇಷ್ಟೊಂದು ನಾಜೂಕಾಗಿ ಅಲಂಕಾರ ಮಾಡಿಕೊಂಡಿದ್ದೀಯಲ್ಲ. ಅದು ಹೇಗೆ ಮನೆಕೆಲಸ ಎಲ್ಲ ಮಾಡುತ್ತೀಯಾ?"

ಲಲ್ಲನ್ ನಾಚಿ ಕೆಂಪಾದಳು. ಅವಳ ಬದಲು ಶರ್ಬತಿಯಾ ಉತ್ತರವಿತ್ತಳು. "ಅಂಗೇನೂ ಇಲ್ಲ ಬುದ್ಧೀ...ಭಾಳ ಸಂದಾಕಿ ಕೆಲಸ ಮಾಡ್ತಾಳೆ. ಬುದ್ಧಿಯೋರು ಎನೂ ಚಿಂತೆ ಮಾಡಬ್ಯಾಡ್ರಿ."

"ಆ ಮೇಲೆ ನಿನಗೆ ಗೊತ್ತು ಶರ್ಬತಿಯಾ, ನಮ್ಮ ಮನೆಯಲ್ಲಿ ಎಲ್ಲವೂ ತೆರೆದೇ ಇರುತ್ತದೆ. ಇಲ್ಲಿ ಕೆಲಸದವರು ಬಹಳ ನಂಬಿಗಸ್ಥರಾಗಿರಬೇಕು."

"ತಾವೇನೂ ಚಿಂತೆ ಮಾಡಬ್ಯಾಡಿ ಬುದ್ಧೀ ನಾನು ಯೋಳ್ತೀನಿ. ತಮಗೆ ಯಾತರ ತೊಂದರೇನೂ ಆಗಾಕಿಲ್ಲ ನನ್ನ ಮಾತಿನಲ್ಲಿ ಯಿಸ್ವಾಸ ಇಡಿ."

"ಸರಿ ಹಾಗಾದರೆ ಅವಳಿಗೆ ಏನೇನು ಕೆಲಸ ಮಾಡಬೇಕು. ತಿಂಗಳಿಗೆ ಎಷ್ಟು ಸಂಬಳ ಸಿಗುತ್ತದೆ ಎಂಬುದನ್ನೆಲ್ಲ ತಿಳಿಯ ಹೇಳು."

ಇಬ್ಬರೂ ಹೊರಟು ಹೋದರು. ಮಲ್ಹೋತ್ರಾ ಪತ್ನಿಯನ್ನು ಸನ್ನೆ ಮಾಡಿ ಬಳಿಗೆ ಕರೆದರು.

"ಒಳ್ಳೆ ಕತೆಯಾಯಿತಲ್ಲ ಈಗ, ಇಷ್ಟೊಂದು ನಾಜೂಕಿನ ಹುಡುಗಿ ಸರಿಯಾಗಿ ಕೆಲಸ ಮಾಡುತ್ತಾಳೋ ಇಲ್ಲವೋ; ನನಗಂತೂ ನಂಬಿಕೆಯಿಲ್ಲ." ಅವರೆಂದರು, "ಆ ಮೂರ್ಖಿ ಶರ್ಬತಿಯಾ ಇಲ್ಲೇ ನಿಂತಿದ್ದರೆ ಎಷ್ಟು ಚೆನ್ನಾಗಿರುತ್ತಿತ್ತು!"

"ಅವಳು ನಿಲ್ಲುವುದಾದರೂ ಹೇಗೆ?" ಪತ್ನಿ ಹೇಳಿದರು. "ಆದರೆ ಲಲ್ಲನ್ ಕೆಲಸದಲ್ಲಿ ಬಹಳ ಜಾಣೆಯೆಂದೂ, ವಿಶ್ವಾಸಾರ್ಹ ಹೆಣ್ಣೆಂದೂ ಶರ್ಬತಿಯಾ ಭರವಸೆಯಿತ್ತಿದ್ದಾಳೆ. ದೂರದ ಸಂಬಂಧದಲ್ಲಿ ಅವಳು ಶರ್ಬತಿಯಾಗೆ ಸೊಸೆಯೋ ಏನೋ ಆಗಬೇಕು."

ಪತ್ನಿ ಒಳಗೆ ಹೋದರು. ಮಲ್ಹೋತ್ರಾರು ತಿರುಗಿ ಪ್ರಬಂಧ ಬರೆಯುವುದರಲ್ಲಿ ತಲ್ಲೀನನಾದರೂ ಅವರ ಕಣ್ಣುಗಳ ಮುಂದೆ ಲಲ್ಲನ್‌ಳ ಬೊಗಸೆಗಣ್ಣುಗಳು. ದಷ್ಟ-ಪುಷ್ಟ ಶರೀರ ಹಾಗೂ ಕಿವಿಯಲ್ಲಿ ಝುಗಮಗಿಸುವ ಝುಮಕಿಗಳು ಹೊಳೆಯಲಾರಂಭಿಸಿದವು.... "ಹುಂ! ಇವಳು ಕೆಲಸ ಮಾಡಿದಂತೆಯೇ ಸರಿ !"

* * *

ಅವರ ಸಂದೇಹ ಸಂಪೂರ್ಣ ನಿರಾಧಾರವೆಂದು ಸಾಬೀತಾಯಿತು. ಲಲ್ಲನ್ ಶರ್ಬತಿಯಾ ಮಾಡುತ್ತಿದ್ದ ಕೆಲಸಗಳೆಲ್ಲವನ್ನೂ ಸಮರ್ಥವಾಗಿ ನಿಭಾಯಿಸುವುದಲ್ಲದೆ, ಕೋಣೆಗಳನ್ನು ಸ್ವಚ್ಛವಾಗಿಡುವುದು, ಮಲ್ಹೋತ್ರ ಸಾಹೇಬರ ಅಭ್ಯಾಸ ಕೊಠಡಿಯನ್ನು ಗುಡಿಸಿ ಒರೆಸಿಡುವುದು, ಮೇಜಿನ ಮೇಲಿನ ವಸ್ತುಗಳನ್ನು ಒರಣವಾಗಿಡುವುದು ರ್ಯಾಕುಗಳಲ್ಲಿದ್ದ ಪುಸ್ತಕಗಳನ್ನು ಒಪ್ಪವಾಗಿ ಜೋಡಿಸುವುದು –ಇವೇ ಮೊದಲಾದ ಕೆಲಸಗಳನ್ನು ಸ್ವಂತ ಆಸಕ್ತಿ ವಹಿಸಿ ನಿರ್ವಹಿಸುತ್ತಿದ್ದಳು. ಸಾಹೇಬರ ಮತ್ತು ಅವರು ದಿನವೂ ಧರಿಸುವ ಬಟ್ಟೆಗಳನ್ನು ಒಗೆದು ಕೊಡುತ್ತಿದ್ದಳು. ಅವಳು ಹೆಚ್ಚು ಹೆಚ್ಚು ಕೆಲಸಗಳ ಜವಾಬ್ದಾರಿಯನ್ನು ವಹಿಸಿಕೊಂಡಂತೆ ಅವಳ ಸಂಬಳವೂ ಏರುತ್ತ ಹೋಯಿತು.

ಪಾಯಖಾನೆಯನ್ನು ತೊಳೆದ ನಂತರ ಬೇರೆ ಯಾವುದಾದರೂ ಬಟ್ಟೆಬರೆಗಳನ್ನು ಮುಟ್ಟುವುದಕ್ಕೆ ಮೊದಲು ಮೊಣಕೈವರೆಗೆ ಸಾಬೂನು ಹಚ್ಚಿ ಕೈತೊಳೆದುಕೊಳ್ಳುತ್ತಿದ್ದಳು ಲಲನ್, ಮಧ್ಯಾಹ್ನ ಬರುವಾಗ ಸ್ನಾನಮಾಡಿ, ಒಗೆದು ಒಣಗಿಸಿದ ಬಟ್ಟೆಗಳನ್ನು ಧರಿಸುತ್ತಿದ್ದಳು. ತಾನು ಮಾತ್ರ ಶುಚಿಯಾಗಿರುವುದಲ್ಲದೆ ಮನೆಯನ್ನೂ ಸ್ವಚ್ಛವಾಗಿಡುತ್ತಿದ್ದಳು. ಮಿಸೆಸ್ ಮಲ್ಹೋತ್ರಾರಿಗಂತೂ ಅವಳ ಕೆಲಸದ ಬಗ್ಗೆ ಎಲ್ಲಿಲ್ಲದ ಮೆಚ್ಚುಗೆಯಿತ್ತು. ಅವಳು ಇಲ್ಲಿ ಕೆಲಸ ಮುಗಿಸಿ ತನ್ನ ಮನೆಗೆ ಹೋಗಿ ಅಡುಗೆ ಮಾಡುವುದಕ್ಕೆ ಮೊದಲು ಸ್ನಾನ ಮಾಡಿಯೇ ಹೋಗುತ್ತಾಳೆಂದು ತಿಳಿದಾಗಲೂ ಅವರು ಅವಳಿಗೆ ಎರಡು ಸೀರೆಗಳನ್ನು ಉದಾರವಾಗಿ ದಾನ ಮಾಡಿದ್ದರು. ಒಂದು ದಿನ ಆಕೆ ತಮ್ಮ ಪತಿಯಲ್ಲಿ ಲಲನ್ ತನ್ನ ಕುಲ ಕಸುಬಾದ ಜಾಡಮಾಲಿ ಕೆಲಸವನ್ನು ಬಿಟ್ಟು ಬಿಟ್ಟರೆ ತಮ್ಮ ಮನೆಯಲ್ಲಿ ಮೇಲಿನ ಕೆಲಸಗಳಿಗಾಗಿ ಅವಳನ್ನೇ ಇಟ್ಟುಕೊಳ್ಳಬಹುದಿತ್ತೆಂದು ಹೇಳಿದರು.

ಲಲನ್ ಬಂದು ನಾಲ್ಕೈದು ತಿಂಗಳಾಗಿತ್ತಷ್ಟೆ, ಪ್ರೊ॥ ಮಲ್ಹೋತ್ರಾರಿಗೆ ಒಮ್ಮೆ ತೀವ್ರ ಅಸೌಖ್ಯತೆಯುಂಟಾಯಿತು. ಫೆಬ್ರುವರಿ ತಿಂಗಳ ಮೈ ಸುಡುವ ಪ್ರಖರ ಬಿಸಿಲಿನ ದಿನಗಳು, ಒಂದು ದಿನ ಅವರಿಗೆ ಮಧ್ಯಾಹ್ನ ಎರಡು ಗಂಟೆಗೆ ಕ್ಲಾಸು ತೆಗೆದುಕೊಳ್ಳಬೇಕಾಗಿತ್ತು. ಹನ್ನೆರಡು ಗಂಟೆಯ ಸುಮಾರಿಗೆ ಅವರಿಗೆ ಮೈಯೆಲ್ಲ ತುಂಬ ಬಿಸಿಯಾದಂತೆನಿಸಿತು. ಸೆಕೆಯೆನಿಸಿ ಅವರು ಕೂಡಲೇ ತಮ್ಮ ತುಂಬು ತೋಳಿನ ಪುಲ್‌ಓವರನ್ನು ತೆಗೆದಿಟ್ಟು ಶರಟಿನ ಮೇಲೆ ಬರಿಯ ಕೋಟು ಮಾತ್ರ ಧರಿಸಿಕೊಂಡು ಯುನಿವರ್ಸಿಟಿಗೆ ಹೋದರು. ಒಂದು ಪೀರಿಯಡ್ ಮಾತ್ರ ಪಾಠ ಮಾಡಿ ಬಿಸಿಲಿದ್ದರೂ ಸಹ ಹಾಗೆಯೇ ಹಿಂತಿರುಗಿ ಮನೆಗೆ ಬರುವುದೆಂದು ಅವರು ಯೋಚಿಸಿದ್ದರು. ಆದರೆ ಯುನಿವರ್ಸಿಟಿಯ ಒಂದು ಸಭೆಯಲ್ಲಿ ಬೇರೆಯವರ ಒತ್ತಾಯಕ್ಕೆ ಸಿಕ್ಕಿಹಾಕಿಕೊಂಡರು. ಈ ಮಧ್ಯೆ ಅಷ್ಟರ ತನಕ ಇಲ್ಲದ ಮೋಡಗಳು ಆಕಾಶ ತುಂಬ ಕವಿದು ಹನಿ–ಹನಿ ಮಳೆ ಬೀಳಲಾರಂಭಿಸಿತು. ಒಂದೆಡೆ ರಣಬಿಸಿಲು, ಇನ್ನೊಂದೆಡೆ ಮಳೆ, ಜೊತೆಗೆ ಜೋರಾಗಿ ಬೀಸಿದ ಗಾಳಿಯಿಂದಾಗಿ ಪೂರ್ತಿ ಒದ್ದೆಯಾಗಿಬಿಟ್ಟರು ಮಲ್ಹೋತ್ರಾ, ಮನೆ ತಲುಪಿದ ಕೂಡಲೇ ಉಡುಪು ಕಳಚಿ ತೆಗೆದಿಟ್ಟು ಒಣಗಿದ ಶರಟು–ಪಂಚೆಗಳನ್ನುಟ್ಟು ತುಂಬು ತೋಳಿನ ಪುಲ್‌ಓವರ್ ಮತ್ತು ಓವರ್ ಕೋಟುಗಳೆರಡನ್ನೂ ಧರಿಸಿದರು. ಆದರೂ ಚಳಿಯೆನಿಸಿತ್ತು ಅವರಿಗೆ, ಅಲ್ಲದೆ, ಎದೆಯ ಬಲಭಾಗದಲ್ಲಿ ಒಂದೇ ಸವನೆ ಚುಚ್ಚಿದಂತಹ ಅನುಭವವಾಗುತ್ತಿತ್ತು. ರಾತ್ರಿಯಿಡೀ ಕೆಮ್ಮುತ್ತ ಕುಳಿತರು. ಬೆಳಗ್ಗೆ ಎಳಹೊರಟರೆ ಅವರಿಗೆ ಏಳಲಾಗಲಿಲ್ಲ. ತಲೆ ವಿಪರೀತ ನೋಯುತ್ತಿತ್ತು. ಕುತ್ತಿಗೆ ಬಾತು ಹೋಗಿತ್ತು. ಇಡಿಯ ದೇಹವೇ ನಜ್ಜು ಗುಜ್ಜಾದಷ್ಟು ನೋವಾಗುತ್ತಿತ್ತು. ಥರ್ಮಾಮೀಟರ್ ಇಟ್ಟು ನೋಡಿದರೆ ನೂರಾ ಒಂದು ಡಿಗ್ರಿ ಜ್ವರವಿತ್ತು. ಡಾಕ್ಟರು ಇನ್‌ಫ್ಲುಯೆಂಜಾ ಅಂದರು.

ಆದರೆ ಆ ಇನ್‌ಫ್ಲುಯೆಂಜಾ ಎಷ್ಟು ವಿಕೋಪಕ್ಕೆ ಹೋಯಿತೆಂದರೆ ಎರಡು ತಿಂಗಳ ವರೆಗೆ ಮಲ್ಹೋತ್ರಾ ಹಾಸಿಗೆಯಲ್ಲೇ ಮಲಗುವಂತಾಯಿತು. ಅಷ್ಟರಲ್ಲಿ ಅವರು ವಿಪರೀತ ಕಂಗಾಲಾಗಿದ್ದರು. ಈ ಅನಾರೋಗ್ಯದ ಸಂದರ್ಭದಲ್ಲಿ ಲಲನ್ ಅವರ ಕಾಲು ಒತ್ತಲು ಯಾವಾಗ ಶುರುಮಾಡಿದಳೆಂದು ಮಲ್ಹೋತ್ರಾರಿಗೆ ಸರಿಯಾಗಿ ನೆನಪಿಲ.

ಮಧ್ಯಾಹ್ನ ನಿದ್ದೆ ಮಾಡಬೇಕೆನಿಸಿ ಮಲಗಿದಾಗ ನಿದ್ದೆಬಾರದೆ ಹೊರಳಾಡುವಂತಾಗುತ್ತಿತ್ತು. ಮೀನಖಂಡಗಳಲ್ಲಿ ಏನೋ ವಿಚಿತ್ರ ಸೆಳೆತ ಯಾರೋ ತಿವಿಯುತ್ತಿರುವಂತಹ ಅನುಭವವಾದಾಗ ಮಲ್ಹೋತ್ರಾ ನೋವಿನಿಂದ ವಿಲವಿಲನೆ ಒದ್ದಾಡುತ್ತಿದ್ದರು. ಕೊನೆಗೆ ಸಹಿಸಲಾರದೆ ಕಿರುಚುವಂತಾದಾಗ ಪತ್ನಿಯನ್ನು ಕರೆದು ಕಾಲುಗಳನ್ನು ಒತ್ತಲು ಹೇಳುತ್ತಿದ್ದರು. ಅವರ ಪತ್ನಿ ಇಂಜಕ್ಟಿವ್ ಇಂಜಿನಿಯರ್ ತಂದೆಯ ಮುದ್ದಿನ, ಏಕಮಾತ್ರ ಪುತ್ರಿ, ಬೆಳ್ಳಗೆ ಮೃದುವಾಗಿದ್ದ ಆಕೆಯ ಶರೀರ, ಅಷ್ಟೇ ಸುಕೋಮಲ ಕೈಗಳು, ಒತ್ತಲು ಪ್ರಯತ್ನವೇನೋ ಮಾಡುತ್ತಿದ್ದರು. ಆದರೆ ಅವರ ಕೈಗಳು ಸ್ವಲ್ಪ ಹೊತ್ತಿನಲ್ಲೇ ಸೋತು ಹೋಗುತ್ತಿದ್ದವು. ಮಲ್ಹೋತ್ರಾರ ನೋವು ಕಿಂಚಿತ್ತೂ ಕಡಿಮೆಯಾಗುತ್ತಿರಲಿಲ್ಲ. ಅವರು ಪತ್ನಿಯ ಮೇಲೆ ಸಿಡಿಮಿಡಿಗೊಳ್ಳುತ್ತಿದ್ದರು. ಅಷ್ಟು ಹೊತ್ತಿಗೆ ಲಲ್ಲನ್ ಸಂಜೆಯ ಕೆಲಸಕ್ಕೆಂದು ಎರಡನೆಯ ಬಾರಿ ಬರುತ್ತಿದ್ದಳು. ಅವಳನ್ನು ಕಂಡೊಡನೆಯೇ ಮಿಸೆಸ್ ಮಲ್ಹೋತ್ರಾ "ಸ್ವಲ್ಪ ಕೈ ತೊಳೆದು ಸಾಹೇಬರ ಕಾಲು ಒತ್ತು ಲಲ್ಲನ್" ಎನ್ನುತ್ತಿದ್ದರು. ಹೇಳುವುದೇ ತಡ, ಲಲ್ಲನ್ ಸಾಹೇಬರ ಮಂಚದಲ್ಲಿ ಕುಳಿತು ಅವರ ಶುಶ್ರೂಷೆಗೆ ತೊಡಗುತ್ತಿದ್ದಳು.

ಆದರೆ ಇದು ಅಸ್ವಸ್ಥತೆಯ ಮೊದಲ ದಿನಗಳಲ್ಲಿ ಮಾತ್ರ, ಆ ನಂತರ ಮಲ್ಹೋತ್ರಾ ಸಾಹೇಬರು ನೇರವಾಗಿ ಲಲ್ಲನ್‌ಗೆ ಕಾಲೊತ್ತಲು ಹೇಳಿಬಿಡುತ್ತಿದ್ದರು.

ಲಲ್ಲನ್‌ಳ ಕೈಗಳು ಕಬ್ಬಿಣದಷ್ಟು ಗಟ್ಟಿಯಾಗಿದ್ದವು. ಅವಳು ಮಲ್ಹೋತ್ರಾರ ಕಾಲು ಒತ್ತುವ ಬಗೆಯೂ ವಿಶಿಷ್ಟವಾಗಿತ್ತು. ಮೊದಲು ಮೀನಖಂಡಗಳನ್ನು ಚೆನ್ನಾಗಿ ತಿಕ್ಕಿ ತೀಡಿ, ಆಮೇಲೆ ಮಣಿಗಂಟು, ನಂತರ ಪಾದದ ಹಿಮ್ಮಡಿ, ಮತ್ತೆ ಪಾದ, ಬೆರಳುಗಳು, ಉಗುರುಗಳ ಸಮೇತ ಎಲ್ಲ ಭಾಗಗಳನ್ನೂ ಒತ್ತಿ ನೀವುತ್ತಿದ್ದಳು. ಕೊನೆಯಲ್ಲಿ ಬೆರಳುಗಳ ನೆಟಿಕೆ ಮುರಿದು ಇಡೀ ಕಾಲನ್ನೊಮ್ಮೆ ಜೋರಾಗಿ ಕುಲುಕುತ್ತಿದ್ದಳು. ಕೆಲವೊಮ್ಮೆ ಅವರ ಮೊಣಕಾಲು ಮತ್ತು ಸೊಂಟವನ್ನೂ ಸಹ ಹಿತವಾಗಿ ಒತ್ತುತ್ತಿದ್ದಳು. ಅವಳ ಕೈಗಳ ಸ್ಪರ್ಶದಿಂದ ಮಲ್ಹೋತ್ರರ ನೋವಿನ ಗಡ್ಡೆಗಳೆಲ್ಲ ಕರಗಿ ಪುಡಿಪುಡಿಯಾದಂತೆ ಅನ್ನಿಸುತ್ತಿತ್ತು. ಅದರ ಜೊತೆಗೆ ಅವಳು ತನ್ನ ಮೃದು ಮಧುರ ಧ್ವನಿಯಲ್ಲಿ ಆಚೀಚಿನ ಸುದ್ದಿಗಳನ್ನು ಮಾತನಾಡುತ್ತಿದ್ದಳು. ಅದನ್ನು ಕೇಳುತ್ತ ಮಲ್ಹೋತ್ರಾ ಸಾಹೇಬರು ತೃಪ್ತಿಯಿಂದ ನಿದ್ದೆ ಮಾಡುತ್ತಿದ್ದರು.

ಒಂದು ಮಧ್ಯಾಹ್ನ ಲಲ್ಲನ್ ಒಗೆದು ಇಸ್ತ್ರಿ ಮಾಡಿದ ರಂಗಿನ ಬಟ್ಟೆ ಧರಿಸಿ ಬಂದಳು. ಆ ದಿನ ಅವಳು ಬಹುಶಃ ಯಾವುದೋ ಪರಿಮಳದ ಲೇಪ ಹಚ್ಚಿ ಸ್ನಾನ ಮಾಡಿದ್ದಿರಬೇಕು. ಮುಖ ಹೊಳೆಯುತ್ತಿತ್ತು. ಹಣೆಯಲ್ಲಿ ಸಿಂಧೂರದ ದೊಡ್ಡ ಬೊಟ್ಟು ಶೋಭಿಸುತ್ತಿತ್ತು. ಬಾಯಲ್ಲಿ ತುಂಬಿಸಿಕೊಂಡ ಬೀಡಾದ ಕೆಂಪು ತುಟಿಗಳಲ್ಲಿ ಒಸರುತ್ತಿತ್ತು. ಮಲ್ಹೋತ್ರರಿಗೆ ತಮ್ಮ ಪತ್ನಿಯ ಮಾತು ಸರಿಯೆನ್ನಿಸಿತು. ಲಲ್ಲನ್ ತನ್ನ ತೋಟ ಕೆಲಸ ಬಿಟ್ಟು ಬಿಟ್ಟರೆ ಖಂಡಿತವಾಗಿಯೂ ಮನೆಯೊಳಗಿನ ಇತರ ಕೆಲಸಗಳಿಗೆ ಇಟ್ಟು ಕೊಳ್ಳಬಹುದು ಅಂದುಕೊಂಡರು. ಲಲ್ಲನ್ ಅವರ ಕಾಲು ಒತ್ತುತ್ತಿದ್ದಂತೆ ತಮ್ಮ ಪತ್ನಿಯ ಇಚ್ಛೆಯನ್ನು ಅವಳ ಮುಂದಿಟ್ಟರು.

"ನಾನೇನೋ ಬರಭೌದು ಬುದ್ಧಿ" ಲಲ್ಲನ್ ಗಂಭೀರವಾಗಿ ನುಡಿದಳು. "ಆದರೆ ನನ್ನ ಗಂಡ ಬುಡಾಕಿಲ್ಲ."

ನಂತರ ಅವಳು ತನ್ನ ಪತಿ–ಅಂದರೆ ಹರಿಯಾ–ಶುದ್ಧ ಮೂರ್ಖಿನೆಂದೂ, ಬರೇ ಹೆಂಡ–ಕುಡುಕ, ಜೂಜುಕೋರನೆಂದೂ ಹೇಳಿದಳು. ಅವಳು ಇಲ್ಲಿ ದುಡಿದು ಗಳಿಸುವ ಸಂಬಳದಿಂದಲೇ ಮನೆಯ ಎಲ್ಲಾ ಖರ್ಚೂ ಸಾಗಬೇಕು. ಅವನು ತನ್ನ ಗಳಿಕೆಯಿಂದ ಮನೆಗಾಗಿ ಚಿಕ್ಕಾಸೂ ಬಿಚ್ಚುವುದಿಲ್ಲ.

"ನಿನ್ನ ತಂದೆ ಸರಿಯಾಗಿ ನೋಡಿ ಮದುವೆ ಮಾಡಿದ್ದಲ್ಲವೇ?" ಮಲ್ಹೋತ್ರಾ ಅವಳ ಮೇಲೆ ಅನುಕಂಪದಿಂದ ಕೇಳಿದರು.

"ಅಯ್ಯೋ, ಎಲ್ಬಂತು ಬುದ್ಧೀ, ನಂಗೆ ಮದಿವಿ ಮಾಡ್ದಿದಾಗ ನಾಕು ವರ್ಷ ಆಗಿತ್ತು. ಅಷ್ಟೆ, ನಿಸೇಕ ಮಾತ್ರ ಇತ್ತೀಚೆಗೆ ಆಯ್ತು."

"ಹಾಗಾದರೆ ನಿನ್ನ ಕೈಗೆ ಸಂಬಳವನ್ನು ಕೊಡುವುದಿಲ್ಲವೇ ಆವನು?"

"ಇಲ್ಲ ಬುದ್ಧೀ, ಕೊಡಾದು ಬುಟ್ಟು, ನನ್ನ ಕೈನಿಂದಲೇ ಇಸ್ಕೊಳ್ತಾನೆ ಹಲ್ಕಾ ಮುಂಡೇದು ನಾ ಕೊಡ್ದೇ ಇದ್ರೆ ಬಡೀತಾನೆ"

"ಮತ್ತೆ ಅವನ ಸಂಬಳವನ್ನ ಏನು ಮಾಡುತ್ತಾನೆ?'

"ಇನ್ನೇನು ಮಾಡ್ತಾನೆ ಬುದ್ಧಿ? ಎಂಡ ಕುಡಿಯಾದು, ಜುಗಾರಿ ಆಡಾದು" ಲಲ್ಲನ್ ಹೇಳಿದಳು. "ನಿನ್ನ ಒತ್ತೆಯಿಡಾಕೆ ಅಂತ ನನ್ನ ಬಂಗಾರದ ಚೈನು ಕೇಳ್ತಾ ಇದ್ದ. ನಾ ಕೊಡಾಕಿಲ್ಲ ಅಂತ ಯೋಳ್ದೆ. ಅವನು ಸಿಟ್ಟು ಮಾಡ್ಕಂಡು ನನ್ನ ಸರದ ಮ್ಯಾಕ ಕೈ ಆಕ್ದ. ನಾನು ಅಡಿಗೆ ಮಾಡ್ತಾ ಇದ್ದೆ. ಅವನು ಬಂದು ಒಲೆಯಿಂದ ಉರಿಯುವ ಕೊಳ್ಳಿಯನ್ನು ಎಳೆದು ನನ್ನ ಕೈಗೆ ಅಡ್ಡ ಇಟ್ಟು ಎದರಿಸಿದ ಬುದ್ಧೀ ಕೈ ತೆಗೆಯದಿದ್ರೆ ತುಂಡು ಮಾಡ್ತೇನೆ ಅಂತ. ಕೈ ತುಂಡಾದ್ರೆ ಒಗ್ಲಿ ಅನ್ನಿಸ್ತು. ಈಗ ನನ್ನ ಕೈಯಾಗಿರೋ ಕಾಸನ್ನೆಲ್ಲ ಅಮ್ಮನ ತಾವ ಇಟ್ಟು ಬಂದೀನಿ"

ಅಷ್ಟರಲ್ಲಿ ಮಲ್ಹೋತ್ರಾ ಮಗ್ಗುಲು ಬದಲಾಯಿಸಿದರು. "ಲಲ್ಲನ್ ಸ್ವಲ್ಪ ಸೊಂಟ ಒತ್ತುತ್ತೀಯಾ?" ಅಂದರು.

"ಇನ್ನು ನನ್ನ ಓಗಾಕೆ ಬುಡಿ ಬುದ್ಧೀ, ಮನೆಯಾಗ ಒಂದು ರಾಶಿ ಕೆಲ್ಸ ಐತಿ. ತಡವಾಗ್ಬುಟ್ರೆ ಅವನು ಗಲಾಟೆ ಮಾಡ್ತಾನೆ."

"ಸ್ವಲ್ಪ ಹೊತ್ತು ಸಾಕು. ಒತ್ತಿಬಿಟ್ಟು ಹೋಗು." ಮಲ್ಹೋತ್ರಾ ಮೆಲ್ಲನೆ ಯಾಚಿಸುವ ಧ್ವನಿಯಲ್ಲಿ ಕೇಳಿದರು. "ಅಬ್ಬಾ! ಈ ಒಂದು ಜ್ವರ ನನ್ನ ಅರ್ಧ ರಕ್ತವನ್ನೇ ಹೀರಿಕೊಂಡು ಬಿಟ್ಟಿದೆ. ಶಕ್ತಿಯೇ ಉಳಿದಿಲ್ಲ ನನ್ನಲ್ಲಿ." ತುಸು ತಡೆದು ಅವರು ಪುನಃ ನಕ್ಕು ನುಡಿದರು. "ವಯಸ್ಸೂ ಆಯ್ತು ನೋಡು, ಮುದುಕನಾಗಿ ಬಿಟ್ಟಿದೀನಿ."

ಲಲ್ಲನ್ ನಕ್ಕಳು "ಅದ್ಯಾಕೆ ಅಂಗಂತೀರಿ ಬುದ್ಧೀ, ನಿವೆಲ್ಲಿ ಮುದುಕರಾಗಿದ್ದೀರಿ? ನನ್ನ ಗಂಡನ್ನ ನೋಡಿದ್ರೆ ನಿಮಗಿಂತಲೂ ಎಚ್ಚು ವಯಸ್ಸಾದಂಗೆ ಕಾಣ್ತಾನೆ."

"ಅವನ ವಯಸ್ಸೆಷ್ಟು?"

"ನನಗಿಂತ ನಾಕ್ಕೈದು ವರ್ಷ ಎಚ್ಚಿರಬೋದು."

"ಹಾಗಿದ್ದರೆ ನನಗಿಂತ ಮುದುಕ ಹೇಗಾದಾನು? ನನಗೆ ಐವತ್ತರ ಹತ್ತಿರ ಆಗುತ್ತ ಬಂತು."

"ನಲ್ವತ್ತು ಐವತ್ತು ಅಂದ್ರೆ ಏನು ಮಹಾ ವಯಸ್ಸು ಬುದ್ಧೀ ! ನಿಮ್ಗೆ ಈಗಲೂ ಇನ್ನು ಎರಡು ಮದ್ವೆ ಆಗಬೋದು" ಲಲ್ಲನ್ ನಕ್ಕಳು.

"ಹುಂ! ಒಂದು ಮದುವೆ ಆಗಿಯೇ ಈಗ ಏಗುವುದು ಕಷ್ಟವಾಗಿದೆ. ಆಗಿದ್ದನ್ನು ಈಗ ಸರಿಯಾಗಿ ನಿಭಾಯಿಸಿಕೊಂಡರೆ ಸಾಕು" ಮಲ್ಲೋತ್ರಾ ನಗುತ್ತ ನುಡಿದರು.

ಲಲ್ಲನ್ ಮೌನವಾಗಿ ಅವರ ಸೊಂಟ ಒತ್ತಾಲಾರಂಭಿಸಿದಳು. ಬೆನ್ನು ಮೂಳೆಯ ಎರಡೂ ಬದಿಗಳಲ್ಲಿ ಬಾಧೆ ಕೊಡುತ್ತಿದ್ದ ನೋವಿನ ಗಡ್ಡೆಗಳು ಲಲ್ಲನಳ ಕೈಗಳ ಒತ್ತಡಕ್ಕೆ ಸಿಕ್ಕಿ ಮೆಲ್ಲಮೆಲ್ಲನೆ ಕರಗತೊಡಗಿದವು. ಸೊಂಟ, ನಿತಂಬ, ತೊಡೆ–ಲಲ್ಲನ್ ಒತ್ತುತ್ತ ಹೋದಂತೆ ಮಲ್ಲೋತ್ರಾರಿಗೆ ಬಹಳ ಸುಖವೆನಿಸಿ ಅವಳು ಹೀಗೇ ತಿಕ್ಕುತ್ತಿದ್ದರೆ ಎಷ್ಟು ಚೆನ್ನ ಅನ್ನಿಸಿತು. ತನ್ನ ನೋವಿನ ಗಡ್ಡೆಗಳು ಹೀಗೆಯೇ ಕರಗುತ್ತಿರಲಿ, ಇಂತಹ ಸ್ನೇಹಪೂರ್ಣ ಸ್ಪರ್ಶದ ಸುಖ ತಮ್ಮ ಶರೀರಕ್ಕೆ ಹೀಗೆಯೇ ಸಿಗುತ್ತಿರಲಿ.... ಎಂದೆಲ್ಲ ಅವರು ಯೋಚಿಸುತ್ತಿದ್ದಂತೆ ಲಲ್ಲನ್ ಫಕ್ಕನೆ ಕೈಯನ್ನು ಹಿಂದಕ್ಕೆ ಎಳೆದು "ಸಾಕು ಬುದ್ಧಿ, ನನ್ನನ್ನು ಓಗಾಕೆ ಬುಡಿ" ಅಂದಳು.

"ಎಲ್ಲಿ ಸ್ವಲ್ಪ ಕಾಲಬೆರಳುಗಳ ನೆಟಿಗೆ ಮುರಿದು ಬಿಡು" ಅವರು ಪುನಃ ಮಗ್ಗುಲು ಬದಲಾಯಿಸುತ್ತ ಹೇಳಿದರು.

ಲಲ್ಲನ್ಳ ಕಣ್ಣುಗಳಲ್ಲಿ ಏನೋ ಒಂದು ರೀತಿಯ ವಿಶೇಷ ಲಜ್ಜಾಭಾವ ಮೂಡಿತು. ಕೆನ್ನೆಗಳು ಕೆಂಪಾದವು.

"ಇಲ್ಲ ಬುದ್ಧಿ, ನಂಗೆ ಓಗ್ಬೇಕು."

ಅವಳು ಅಲ್ಲಿ ನಿಲ್ಲದೆ ಓಡಿಬಿಟ್ಟಳು.

* * *

ಸಂಜೆ ತಿರುಗಾಡಲು ಹೋಗಿದ್ದ ಮಲ್ಲೋತ್ರಾ ಹಿಂತಿರುಗಿ ಬಂದಾಗ ಬಂಗಲೆಯ ಹಿಂಭಾಗದಲ್ಲಿದ್ದ ಗೋದಾಮು ಮತ್ತು ಅಡಿಗೆ ಮನೆಯ ಕಡೆಯಿಂದ ಏನೋ ಗಲಾಟೆ ಕೇಳಿಸಿತು.

ಈಗ ಅವರ ಆರೋಗ್ಯ ಮೊದಲಿಗಿಂತ ಸುಧಾರಿಸಿತ್ತು. ಹದಿನ್ಯೆದು ಇಪ್ಪತ್ತು ದಿನಗಳ ಹಿಂದೆಯೇ ಜ್ವರ ಇಳಿದಿತ್ತು. ಅವರೀಗ ಅನ್ನ ಊಟ ಮಾಡಲೂ ಸಹ ಶುರು ಮಾಡಿದ್ದರು. ಮಧ್ಯಾಹ್ನ ಸುಮಾರು ಒಂದೂವರೆ ಅಥವಾ ಎರಡು ಗಂಟೆಗಳಷ್ಟು ಹೊತ್ತು ವಿಶ್ರಾಂತಿ ತೆಗೆದುಕೊಂಡು ನಂತರ ಹೊರಗೆ ಸ್ವಲ್ಪ ಅಡ್ಡಾಡಲು ಹೋಗುತ್ತಿದ್ದರು. ಗಲಾಟೆ ಕೇಳಿ ಮಲ್ಹೋತ್ರಾ ಬಂಗಲೆಯ ಹಿಂದುಗಡೆ ಹೋಗಿ ನಿಂತರು. ಗೋದಾಮಿನ ವೆರಾಂಡದಲ್ಲಿ, ಕಂಬದ ಮರೆಯಲ್ಲಿ ಲಲ್ಲನ್ ನಿಂತಿದ್ದಳು. ಬಡಕಲು ದೇಹದ ರೋಗಿಯಂತೆ ಕಾಣಿಸುತ್ತಿದ್ದ, ಒಬ್ಬ ಗಂಡಸು ಹೊರಗೆ ನಿಂತು ಚೀರಾಡುತ್ತಿದ್ದ.

ಅವನು ಯಾರೆಂದು ಮಲ್ಹೋತ್ರಾರಿಗೆ ಕೂಡಲೇ ಗೊತ್ತಾಯಿತು. ಆದರೂ ಅವರು ಧ್ವನಿಯೆತ್ತರಿಸಿ ಕೇಳಿದರು. "ಯಾರಯ್ಯ ನೀನು? ಯಾತಕ್ಕೆ ಬೊಬ್ಬಿಡುತ್ತಿ?"

"ನಾನು ಹರಿಯಾ ಬುದ್ಧೀ."

"ಯಾವ ಹರಿಯಾ?"

"ತಮ್ಮ ಜಾಡಮಾಲಿ ಬುದ್ಧೀ."

"ಸರಿ ಯಾಕೆ ಚೀರಾಡುತ್ತಿದ್ದೀಯಾ?"

"ಇಕ್ಕಳ್ಳಿ ನೋಡಿ ದ್ಯಾವ್ರು.... ಈ ಲಲ್ಲನ್...."

ತಕ್ಷಣ ಕಂಬದ ಹಿಂದಿನಿಂದ ಲಲ್ಲನ್ ಚೀರಿದಳು. "ಅವನೇ ಬುದ್ಧೀ, ನಾ ಇಲ್ಲಿಂದ ಓಗುವಾಗ ವಸಿ ತಡವಾದರೆ ಬೈಯಾದು, ಓಡಿಯಾದು ಎಲ್ಲ...!"

ಹರಿಯಾ ಏನೋ ಹೇಳಲು ಬಾಯಿ ತೆರೆಯುತ್ತಿದ್ದಂತೆ ಮಲ್ಹೋತ್ರಾ ಗರ್ಜಿಸಿದರು. "ಸಾಕು ನಿನ್ನ ಬೊಗಳಾಟ, ತೊಲಗು ಇಲ್ಲಿಂದ."

ಮಲ್ಹೋತ್ರಾ ತನ್ನ ಪರವಾಗಿ ಮಾತನಾಡಿದರೆಂಬ ಧೈರ್ಯದಿಂದ ಲಲ್ಲನ್ ಈಚೆ ಬಂದು "ಚಪ್ಪಲಿ ತಗಂಡು ಓಡೀರಿ ಬುದ್ಧಿ ಅವನಿಗೆ ಎಲ್ಡು" ಎಂದಳು. ಆಮೇಲೆ ಹರಿಯಾನ ಕಡೆ ತಿರುಗಿ ಕನಲಿ ನುಡಿದಳು. "ನಾ ಯೇನೂ ಬರಾಕಿಲ್ಲ ನಿನ್ಜೊತೆ; ಇಲ್ಲೇ ಇದ್ದು ಬುಡ್ತೀನಿ. ಓಗು ನೀನು, ತೊಲಗು ಇಲ್ಲಿಂದ."

ಮಲ್ಹೋತ್ರಾ ಕಣ್ಣೆತ್ತಿ ಅವಳನ್ನೇ ನೋಡಿದರು. ಲಲ್ಲನ್ ತನ್ನ ಗಂಡನನ್ನು ಬೈದಾಗ ಅವರಿಗೆ ಅಷ್ಟೇನೂ ಕೆಡುಕೆನಿಸಿರಲಿಲ್ಲ. ಆದರೆ ಚಪ್ಪಲಿಯಿಂದ ಹೊಡೆಯಲು ಹೇಳಿದ್ದು ಮಾತ್ರ ಅತಿಯಾಯಿತೆಂದು ಅವರಿಗನ್ನಿಸಿತು. ಅವರ ದೃಷ್ಟಿ ಹರಿಯಾನ ಕಡೆ ಹರಿಯಿತು. ಗುಂಡಿಗಳಿಲ್ಲದ ಅಂಗಿಯೊಳಗಿಂದ ಅವನ ಗೂಡುಕಟ್ಟಿದ ಎದೆಯ ಎಲುಬುಗಳೆಲ್ಲ ಕಾಣಿಸುತ್ತಿದ್ದವು. ಕೊಳೆಹಿಡಿದ ಒಂದು ಲುಂಗಿಯನ್ನು ಸೊಂಟಕ್ಕೆ ಸುತ್ತಿಕೊಂಡಿದ್ದ ಅವನ ತಲೆ–ಕಾಲುಗಳು ನಗ್ನವಾಗಿದ್ದವು. ಸುಕ್ಕುಗಟ್ಟಿದ ಮುಖದಲ್ಲಿ ಅದೇ ಚೀನೀ ಮೋಸೆ ಮತ್ತು ಹಳದಿಗಟ್ಟಿದ ಹಲ್ಲುಗಳು. ಅವನನ್ನು ನೋಡುತ್ತಲೇ ಅವರಿಗೆ ಜಿಗುಪ್ಸೆ ಮೂಡಿತು. ಲಲ್ಲನ್‌ಳ

ಮೇಲೆ ಬಂದ ಸಿಟ್ಟೆಲ್ಲ ಕರಗಿ ಸಹಾನುಭೂತಿಯುಂಟಾಯಿತು. ಪರಿಣಾಮವಾಗಿ ಅವರು ಹರಿಯಾನನ್ನು ಬೈಯತೊಡಗಿದರು.–ವಿನಾಕಾರಣ ತನ್ನ ಹೆಂಡತಿಯನ್ನು ಹೊಡೆಯುತ್ತಾನೆ. ಊಟ–ತಿಂಡಿ ಸರಿಯಾಗಿ ಕೊಡುತ್ತಿಲ್ಲ. ತನ್ನ ಸಂಬಳವನ್ನೆಲ್ಲ ಹೆಂಡದಂಗಡಿಗೆ ಸುರಿಯುತ್ತಾನೆ. ಹೀಗಿರುವಾಗ ಲಲ್ಲನ್ ಆ ಮನೆಯಲ್ಲಿ ಇರುವುದಾದಾರೂ ಹೇಗೆ, ಎಂದೆಲ್ಲ ಗದರಿಸಿ ಕೇಳಿದರು. ಕೂಡಲೇ ಅಲ್ಲಿಂದ ಹೊರಟು ಹೋಗದಿದ್ದರೆ ಚಪ್ಪಲಿಯಿಂದ ಹೊಡೆದು, ಪೋಲೀಸರಿಂದ ಲಾಕಪ್ಪಿನಲ್ಲಿ ಹಾಕಿಸುತ್ತೆನೆ. ಎಂದು ಬೆದರಿಕೆ ಹಾಕಿದರು.

ಹರಿಯಾ ಭಯದಿಂದ ತತ್ತರಿಸುತ್ತ ಅವರ ಕಾಲುಗಳನ್ನು ಹಿಡಿದಕೊಂಡ. ಇನ್ನು ಮುಂದೆ ಲಲ್ಲನ್‌ಗೆ ತಾನು ಏನೂ ಕಷ್ಟ ಕೊಡುವುದಿಲ್ಲ. ತನ್ನನ್ನು ದಯಮಾಡಿ ಈ ಬಾರಿ ಬಿಟ್ಟುಬಿಡಿ ಎಂದು ಆತ ಗೋಗರೆಯತೊಡಗಿದ. ಸಂಬಳವನ್ನೆಲ್ಲ ತಂದು ಅವಳ ಕೈಗೆ ಕೊಡುತ್ತೆನೆ. ಹೆಂಡ ಖಂಡಿತಾ ಬಿಟ್ಟುಬಿಡುತ್ತೆನೆ ಎಂದು ಶಪಥ ಮಾಡಿದ.

ಏನು ಮಾಡುವುದೆಂದು ಮಲ್ಹೋತ್ರಾರಿಗೆ ತಿಳಿಯದಾಯಿತು. ಹರಿಯಾ ಬಗ್ಗಿ ಅವರ ಪಾದಗಳ ಮೇಲೆ ತಲೆಯಿಟ್ಟಿದ್ದ....ಕೊನೆಗೆ ಅವರು ಲಲ್ಲನ್‌ಗೆ ಮನೆಗೆ ಹೋಗಲು ಹೇಳಿದರು. ಇನ್ನು ಮುಂದೆ ಅವನು ಕಾಟ ಕೊಟ್ಟರೆ ತನ್ನಲ್ಲಿ ಬಂದು ಹೇಳಬೇಕೆಂದರು. ಲಲ್ಲನ್ ಒಂದೆರಡು ಬಾರಿ ತಾನು ಹೋಗುವುದಿಲ್ಲವೆಂದರೂ ಮಲ್ಹೋತ್ರಾರು ಬುದ್ಧಿ ಹೇಳಿ ಸಮಜಾಯಿಸಿದ ನಂತರ ಹರಿಯಾನ ಜತೆಗೆ ತನ್ನ ಮನೆಗೆ ಹೋದಳು.

ಮಲ್ಹೋತ್ರಾ ಸಾಹೇಬರು ತಮ್ಮ ಅಭ್ಯಾಸ ಕೊಠಡಿಗೆ ಬಂದು ಮೇಜಿನ ಮೇಲೆ ಆರಾಮವಾಗಿ ಕಾಲಿಟ್ಟು ಸ್ಪ್ರಿಂಗು ಕುರ್ಚಿಯಲ್ಲಿ ಒರಗಿದರು. ಅವರ ಪತ್ನಿ ಅವರ ಹಿಂದಿನಿಂಲೇ ಕೋಣೆಯನ್ನು ಹೊಕ್ಕರು.

"ಲಲ್ಲನ್ ಇಲ್ಲೇ ಬಂದು ನಿಲ್ಲುವುದಾದರೆ ಗುಡಿಸಿ–ಒರೆಸುವ ಕೆಲಸಕ್ಕೆ ಬೇರೆ ಹೆಂಗಸರನ್ನು ಇಟ್ಟುಕೊಳ್ಳುವ, ಆಗದೇ?" ಆಕೆ ಕೇಳಿದರು.

ಮಲ್ಹೋತ್ರಾ ಉದಾಸೀನರಾಗಿ ಪ್ರಶ್ನಿಸಿದರು. "ಇರುವುದಾದರೂ ಎಲ್ಲಿ?"

"ಗೋದಾಮಿನ ಹೊರಜಗುಲಿ ಇದೆಯಲ್ಲ?"

"ಅಲ್ಲಿ ಚಳಿಯಾಗಲಾರದೇ?"

"ಇನ್ನು ಚಳಿ ಎಲ್ಲಿಂದ ಬಂತು? ಮುಂದಿನ ತಿಂಗಳಿನಿಂದ ಜನರೇ ಹೊರಜಗಲಿಗಳಲ್ಲಿ ಮಲಗಿ ನಿದ್ದೆ ಮಾಡಲು ಪ್ರಾರಂಭಿಸುತ್ತಾರೆ. ಲಲ್ಲನ್‌ಗೆ ಹೊರಜಗಲಿ ಬೇಡವೆಂದಾದರೆ ಜಗಲಿಗೆ ಗಾಳಿ ಬೀಸದ ಹಾಗೆ ಅಡ್ಡಕ್ಕೆ ತಟ್ಟಿಯೋ, ಗೋಣೆಚೀಲವೋ ಏನಾದರೂ ಕಟ್ಟಿ ಭದ್ರಗೊಳಿಸಿದರಾಯ್ತು."

"ಆದರೆ ಅವಳನ್ನು ನಮ್ಮ ಮನೆಯಲ್ಲೇ ಇರಿಸಿಕೊಳ್ಳುವುದು ಹೇಗೆ?" ಮಲ್ಹೋತ್ರಾರಿಗೆ ಹೇಳಬೇಕೆನ್ನಿಸಿತು. "ಜಾಡಮಾಲಿ ಹೆಣ್ಣು...ನಮ್ಮ ಸಂಬಂಧಿಕರು, ಬಂಧುಗಳು ಎಲ್ಲ..."

ಆದರೆ ಮಿಸೆಸ್ ಮಲ್ಹೋತ್ರಾ ಅವರ ಮಾತನ್ನು ಗಣಿಸಲಿಲ್ಲ. ಆಕೆಯ ಇಂಜಕ್ಟಿವ್ ಇಂಜಿನಿಯರ್ ತಂದೆಯ ಮನೆಯಲ್ಲಿ ಅಡಿಗೆಯವನು ಮುಸಲ್ಮಾನನಾಗಿದ್ದ. ಆಕೆ ಹೇಳಿಯೇ ಬಿಟ್ಟಳು. "ಈಗೀಗ ಕೆಲವು ಶ್ರೀಮಂತರ ಮನೆಗಳಲ್ಲಿ, ದೊಡ್ಡ ದೊಡ್ಡ ಹೋಟೆಲುಗಳಲ್ಲಿ ಇರುವ ಅಡಿಗೆಯವರು–ಬಡಿಸುವವರು ಎಲ್ಲರೂ ಮೇಲು ಜಾತಿಯವರೇನು? ಎಲ್ಲ ಇವರೇ, ಹೊಲೆಯರು, ಚಮ್ಮಾರರು, ಅಕ್ಕಸಾಲಿಗರು, ಜಾಡಮಾಲಿ ಜಾತಿಗಳಿಂದಲೇ ಮತಾಂತರ ಹೊಂದಿ ಕ್ರೈಸ್ತರಾದವರು. ಯಾವುದಾದರೂ ದೊಡ್ಡ ಬಂಗಲೆಯ ಒಡತಿಯನ್ನು ನೋಡಿದಾಗಲೆಲ್ಲ ಆಕೆ ಒಂದಲ್ಲ ಒಂದು ದಿನ ಜಾಡಮಾಲಿ ಹೆಂಗಸಾಗಿದ್ದವಳೇ ಕ್ರಿಶ್ಚಿಯನ್ ಆಗಿದ್ದಾಳೆ ಅನ್ನಿಸುತ್ತದೆ.   ಮಿ॥ ಹೋಲ್ಡನ್ ಇಂಗ್ಲೀಷನಿರಬಹುದು;   ಆದರೆ   ಆತನ   ಕರ್ರಗಿನ   ಹೆಂಡತಿ   ಮಾತ್ರ ಜಾಡಮಾಲಿಯಾಗಿದ್ದಳೆಂಬುದು ಖಂಡಿತ. ನಮ್ಮ ಲಲ್ಲನ್ ಯಾವುದರಲ್ಲಿ ಅವರಿಗಿಂತ ಕಡಿಮೆ? ಅಲ್ಲದೆ, ನಾವು ಮಿಸೆಸ್ ಹೋಲ್ಡನ್ ಮಾಡಿದ ಚಹ ಕುಡಿಯುತ್ತೇವೆ; ತಿಂಡಿ ತಿನ್ನುತ್ತೇವೆ. ಆದ್ದರಿಂದ ಲಲ್ಲನ್ ಗುಡಿಸುವ ಕೆಲಸ ಬಿಟ್ಟು ಬಿಟ್ಟರೆ ನಾನು ಅವಳನ್ನು ಒಳಗಿನ ಕೆಲಸಗಳಿಗೆ ಇಟ್ಟುಕೊಳ್ಳುತ್ತೇನೆ."

ಅವರ ಪತ್ನಿ ಒಂದೇ ಉಸಿರಿನಲ್ಲಿ ಇಷ್ಟೆಲ್ಲ ಹೇಳಿದರು. ಮಿ॥ ಮಲ್ಹೋತ್ರಾ ಏನೂ ಉತ್ತರಿಸಲಿಲ್ಲ. "ಈ ಹೆಂಗಸರೆಲ್ಲ ಎಂತಹ ಮೂರ್ಖರು, ಭಾವುಕತೆಯ ಮುಂದೆ ವಾಸ್ತವಿಕತೆಯನ್ನು ಸುಲಭದಲ್ಲಿ ಗ್ರಹಿಸಿಬಿಡುತ್ತಾರೆ. ಮೂಗಿಗೆ ಮೂರಡಿಯಷ್ಟು ಮುಂದೆ ಏನಿದೆಯೆಂದು ಸಹ ನೋಡುವುದಿಲ್ಲ" ಅವರು ಒಂದು ಕ್ಷಣ ಕಣ್ಣುಚ್ಚಿ ಕುಳಿತರು. ಪತ್ನಿಯ ಮಾತುಗಳು ಅವರ ಕಿವಿಗಳಲ್ಲಿ ಮೊಳಗಾರಂಭಿಸಿದವು. "ಲಲ್ಲನ್ ಇಲ್ಲಿಗೆ ಬಂದರೆ ನಾನು ಗುಡಿಸುವ ಕೆಲಸಕ್ಕೆ ಬೇರೆಯವರನ್ನು ಇಟ್ಟುಕೊಳ್ಳುತ್ತೇನೆ...." "ಲಲ್ಲನ್ ಇಲ್ಲಿ ಬಂದು ಇರಲಿ..." "ಲಲ್ಲನ್ ಇಲ್ಲಿ ಬಂದು ಇರಲಿ." ಸ್ವಚ್ಛತೆ–ಶುಭ್ರತೆಯ ಪ್ರತೀಕ, ಸುದೃಢ ಶರೀರದ ಲಲ್ಲನ್, ಸುಸ್ತಾಗಿ ನೋಯುವ ದೇಹವನ್ನು ಹಿತವಾಗಿ ಒತ್ತಿ ಹಗುರಗೊಳಿಸುವುದರಲ್ಲಿ ಸಿದ್ಧಹಸ್ತದ ಲಲ್ಲನ್, ನೋವಿನ ಗಡ್ಡೆಗಳನ್ನೆಲ್ಲ ಕ್ಷಣ ಮಾತ್ರದಲ್ಲಿ ಕರಗಿಸಿಬಿಡುವ, ನವುರಾಗಿ ಮೆತ್ತನೆ ಮಾತನಾಡುವ ಮೃದುಭಾಷಿಣೆ, (ಗಂಡನಲ್ಲಿ ಜಗಳವಾಡಿದರೂ ತಮ್ಮ ಮನೆಯಲ್ಲಿ ನಮ್ರತೆಯ ಮೂರ್ತಿಯಾಗುತ್ತಿದ್ದ). ಕಾಡಿಗೆ ಹಚ್ಚಿದ ಬೊಗಸೆಗಣ್ಣುಗಳ ಚೆಲುವೆ ಲಲ್ಲನ್! ಅದೆಲ್ಲಿಂದ ಕಲಿತಳೋ ಅಜಂತಾದ ಯುವತಿಯರ ಮನಮೋಹಕ ಭಂಗಿಯನ್ನು ! ಅಜಂತಾದಲ್ಲಿ ಶ್ಯಾಮವರ್ಣದ ಯುವತಿಯರನ್ನು ನೋಡಿದ್ದಾಗ ಅವೆಲ್ಲ ಕೇವಲ ಕಲಾವಿದರ ಕಲ್ಪನೆಯ ಭಂಗಿಗಳೆಂದು ತಿಳಿದುಕೊಂಡಿದ್ದರು ಮಲ್ಹೋತ್ರಾ, ಆದರೆ ಈ ಲಲ್ಲನ್...! ಅಶಿಕ್ಷಿತ, ಹಳ್ಳಿಯ ಜಾಡಮಾಲಿ ಹೆಣ್ಣು ಒಮ್ಮೊಮ್ಮೆ ಥೇಟ್ ಅಜಂತಾದ ಯುವತಿಯರಂತೆಯೇ ಕಾಣುತ್ತಿದ್ದಳು. ಅವಳು ಕೂದಲನ್ನು ಮಡಚಿ ತುರುಬು ಕಟ್ಟಿಕೊಂಡರಂತೂ ಯಾವ ವ್ಯತ್ಯಾಸವೂ ಇಲ್ಲ... "ಲಲ್ಲನ್ ಇಲ್ಲಿ ಬಂದು ಇರಲಿ..." ಮಲ್ಹೋತ್ರಾರ ಯೋಚನಾ ಲಹರಿಯಲ್ಲಿ ಲಲ್ಲನ್ ಅಲ್ಲಿಗೆ ಬಂದು ಇರಲಾರಂಭಿಸಿದಳು. ಯೋಚನೆ ಮಾರು ದೂರ ಸಾಗಿತು. ಅವರ ದಣಿದ ದೇಹಕ್ಕೆ ಏನೋ ಒಂದು ರೀತಿಯ ಬಿಡುಗಡೆ ಸಿಕ್ಕಿದಂತಾಯಿತು. ಆದರೆ ಅಷ್ಟರಲ್ಲಿ ಫಕ್ಕನೆ ಎಚ್ಚರವಾಗಿ ಕಕ್ಕಾವಿಕ್ಕಿಯಾದ ಅವರು ನೆಟ್ಟಗೆ ಕುಳಿತರು. ಅವರ

ಕಾಲುಗಳು ಮೇಜಿನ ಕೆಳಗೆ ಬಂದವು. ಮರುಕ್ಷಣವೇ ಅವರು ಥೀಸಿಸ್‌ನ ಡ್ರಾಫ್ಟ್ ತಯಾರಿಸುವುದರಲ್ಲಿ ಮಗ್ನರಾದರು.

ಅವರ ಪತ್ನಿ ಇನ್ನೂ ಅಲ್ಲೇ ಕುಳಿತಿದ್ದರು. "ನೀನೊಬ್ಬಳು ಬರೇ ಪೆದ್ದಿ" ಅವರು ಆಕೆಯೆಡೆಗೆ ನೋಡದೆಯೇ ಹೇಳಿದರು. "ಲಲ್ಲನ್ ಎಷ್ಟೇ ಅಚ್ಚುಕಟ್ಟಾಗಿ ಕೆಲಸ ನಿರ್ವಹಿಸಿದರೂ, ನಮಗೆ ಜಾತಿ–ಪಂಗಡಗಳಲ್ಲಿ ಎಷ್ಟೇ ವಿಶ್ವಾಸವಿಲ್ಲದಿದ್ದರೂ, ಅವಳು ಇಲ್ಲಿ ಬಂದು ನಿಲ್ಲಲಾರಂಭಿಸಿದರೆ ನಮ್ಮ ಒಬ್ಬರೇ ಒಬ್ಬ ಸಂಬಂಧಿಕರಾಗಲೀ ಬಂಧುಮಿತ್ರರಾಗಲೀ ನಮ್ಮಲ್ಲಿ ಊಟ ಮಾಡಲಾರರು."

ಇಷ್ಟು ಹೇಳಿ ಪ್ರೊಫೆಸರ್ ಪುನಃ ತಮ್ಮ ಥೀಸಿಸ್‌ನಲ್ಲಿ ಮುಳುಗಿದರು.

* * *

ಕೆಲವು ದಿನಗಳುರುಳಿದವು. ಒಂದು ಸಂಜೆ ಲಲ್ಲನ್ ಪುನಃ ಓಡೋಡಿ ಬಂದಳು. ಹರಿಯಾನನ್ನು ವಿಚಾರಿಸಿದಾಗ ಅವನು ಆ ದಿನದಿಂದ ತಾನು ಹೆಂಡ ಮುಟ್ಟಿಲ್ಲವೆಂದೂ, ಆದರೂ ಲಲ್ಲನ್ ತನ್ನಲ್ಲಿ ಜಗಳವಾಡುವುದನ್ನು ನಿಲ್ಲಿಸಿರಲಿಲ್ಲವೆಂದೂ ದೂರುಕೊಟ್ಟ... "ನಾನು ಬಡವ ಬುದ್ಧೀ" ಹರಿಯಾ ಹೇಳಿದ "ದಿನಾಲೂ ಒಗೆದ ಬಟ್ಟೆಯನ್ನೇ ಧರಿಸಬೇಕೆಂದರೆ ನಾನು ಎಲ್ಲಿಂದ ತರಾದು ಯೋಳಿ? ಆಗಾಗ ಕೈಕಾಲು ತೊಳೀತಾ ಇರಬೇಕೆಂದರೆ ಎಂಗಾಗುತ್ತೆ ಬುದ್ಧೀ? ಎಳೋರ್ಗೆ ವಸೀ ಗ್ಯಾನ ಬ್ಯಾಡ್ವಾ?"

ಲಲ್ಲನ್ ಮಾತ್ರ ಹರಿಯಾ ತನ್ನ ಮೇಲೆ ಬಲಾತ್ಕಾರದಿಂದ ಹೊಡೆದು ತನ್ನ ಝುಮುಕಿ ಹಿಡಿದೆಳೆದುಕೊಂಡು ಹೋಗಿ ಒತ್ತೆ ಇಟ್ಟಿದ್ದಾನೆಂದು ಹೇಳಿದಳು.

ಈ ಬಾರಿ ಲಲ್ಲನ್‌ಳ ತಂದೆಯೂ ಬಂದು ಅವಳನ್ನು ಸಮಾಧಾನಪಡಿಸಿ ಕರೆದುಕೊಂಡು ಹೋದರು.

ಮಾರನೇ ದಿನ ಮಧ್ಯಾಹ್ನ ಲಲ್ಲನ್ ಮಲ್ಹೋತ್ರಾ ಸಾಹೇಬರ ಕಾಲು ಒತ್ತುತ್ತಿದ್ದಳು. ಅವರು ಮೆಲ್ಲನೆ ಕೇಳಿದರು. "ಲಲ್ಲನ್, ನೀನೇಕೆ ದಿನಾಲೂ ಹರಿಯಾನೊಂದಿಗೆ ಜಗಳ ಕಾಯುತ್ತೀ?"

"ಅವನು ಎಂಡ ಕುಡೀತಾನೆ ಬುದ್ಧೀ, ನನ್ನ ವಡವೆಗಳನ್ನು ತಗಂಡೊಗಿ ಗಿರವಿ ಇಡ್ತಾನೆ, ಸುಮ್ಕೆ ಎನಾದ್ರೂ ಕಾರಣ ಇಡ್ದು ಒಡೀತಾನೆ. ನಾ ಯಂಗೆ ಸುಮ್ಮಿರ್ಲಿ?"

"ಮತ್ತೆ ಅವನೇ ಹೇಳುತ್ತಿದ್ದನಲ್ಲ ಹೆಂಡ ಬಿಟ್ಟುಬಿಟ್ಟಿದ್ದೇನೆ ಅಂತ?"

"ಅದೆಲ್ಲ ಸೊಲ್ಪ ದಿನ ಮಾತ್ರ ಬುದ್ಧೀ. ನಿನ್ನೆ ತಾನೇ ಜಗಳ ಮಾಡಿ, ನನ್ನನ್ನು ಒಡ್ದು ಒಗಿ ಗಮ್ಮಂತ ಕುಡಿದು ಬಂದ."

"ಯಾಕೆ? ಏನಾಯ್ತು?"

"ಏನಿಲ್ಲ ಬುದ್ಧೀ?"...ಅವಳು ಸುಮ್ಮನಾದಳು.

"ಆದರೂ...?"

"ಕೂಳೆಯಿದ್ದು ನಾರೋ ಬಟ್ಟೆ ಉಟ್ಕೋತಾನೆ ಬುದ್ಧೀ, ಯೋಳಿದ್ರೆ ಕೇಳಾಕಿಲ್ಲ. ಬೈತಾನೆ. ಮತ್ತೆ ಯೋಳ್ತಾನೆ ನೀನು ಅದೇ ಸಾಯೇಬರ ಅತ್ರ ಓಗು. ನಿಂಗೆ ಬಂಗ್ಲೆ ಕಟ್ಟಿ ಕೂಡಾಕೆ ಯೋಳು ಅಂತೆಲ್ಲ. ಮತ್ತೆ ಎಂಡ ಕುಡಿದು ಬರ್ತಾನೆ. ನಂಗಂತೂ ಸಾಕಾತು ಬುದ್ಧೀ ಯಾಕಾದ್ರೂ ಉಟ್ಟಿದ್ನೋ ಅನ್ನುತ್ತೆ..."

ಲಲ್ಲನ್ ಅವರ ಕಾಲಿನ ಮಣಿಗಂಟನ್ನು ಒತ್ತುತ್ತಾ ಇದ್ದಳು. ಒಂದು ಕ್ಷಣ ಮಲ್ಕೋತ್ರಾ ಮಾತನಾಡದೆ ಸುಮ್ಮನೆ ಕುಳಿತರು. ಆಮೇಲೆ ತುಸು ನಕ್ಕು ನುಡಿದರು. "ನೀನು ಅವನನ್ನು ಹತ್ತಿರ ಬರಲಿಕ್ಕೆ ಬಿಡದ ಮಾತ್ರಕ್ಕೆ ಜಗಳ ನಿಂತು ಹೋಗುತ್ತದೆಯೇ? ಹೆಂಡ ಕುಡಿಯುವುದನ್ನು ನಿಲ್ಲಿಸುತ್ತಾನೆಯೇ? ಅಥವಾ ನಿನ್ನೊಂದಿಗೆ ನಿನ್ನ ಸಾಹೇಬರನ್ನು ಕೂಡಾ ಬೈಯುವುದನ್ನು ಅವನು ನಿಲ್ಲಿಸುತ್ತಾನೆಯೇ?"

"ಇಲ್ಲ ಬುದ್ಧಿ, ನಿಲ್ಲಿಸೋದಿಲ್ಲ, ನನಗೊತ್ತು. ಆದರೆ ತಮ್ಮನ್ನ ಬಯ್ಯಾಕೆ ನಾ ಬುಡಾಕಿಲ್ಲ. ಅವನ ಸೊಕ್ಕು ಎಷ್ಟ್ರತೆ ನಾ ನೋಡ್ತೀನಿ."

ಮಲ್ಕೋತ್ರಾ ಸಾಹೇಬರು ಅವಳ ಮಾತನ್ನು ಕೇಳಿಸಿಕೊಳ್ಳದೆಯೇ ನಗುತ್ತ ಮೆಲ್ಲಗೆ ಕೇಳಿದರು. "ಅಲ್ಲ, ವಿಷಯವಾದರೂ ಏನು ಲಲ್ಲನ್? ನಿನಗೆ ಅವನ ಬಗ್ಗೆ ಇಷ್ಟೊಂದು ಜಿಗುಪ್ಸೆಯೇಕೆ?"

ಲಲ್ಲನ್ ಒಮ್ಮೆ ಹೇಳಲೋ ಬೇಡವೋ ಎನ್ನುವಂತೆ ಹಿಂದು ಮುಂದು ನೋಡಿದಳು. ಆಮೇಲೆ ಮೂಗಿನ ಹೊಳ್ಳೆಗಳನ್ನು ಸಂಕುಚಿಸುತ್ತ ಹುಬ್ಬೇರಿಸಿ ಪಿಸುಗುಟ್ಟಿದಳು. "ಬುದ್ಧಿ, ಅವನು ಅತ್ರ ಬಂದ್ರೆ...ಕೆಟ್ಟ ವಾಸನೆ...ಥೂ!"

ಮಲ್ಕೋತ್ರಾರಿಗೆ ಏನು ಹೇಳಬೇಕೆಂದು ತಿಳಿಯದಾಯಿತು. ಪೆಚ್ಚು ಪೆಚ್ಚಾಗಿ ನಗುತ್ತ ಅವರೆಂದರು "ನೋಡು ನಾನು ಹೇಳೋದನ್ನು ಕೇಳು. ನಮ್ಮ ಬಾತ್ರೂಮಿನಿಂದ ಸ್ಯಾಂಡಲ್ ಸೋಪಿನ ತುಂಡೊಂದನ್ನು ತೆಗೆದುಕೊಂಡು ಹೋಗಿ ಅವನನ್ನು ಚೆನ್ನಾಗಿ ಮೈ ತಿಕ್ಕಿ ಸ್ನಾನಮಾಡಿಸು, ಎಲ್ಲ ಸರಿಯಾಗುತ್ತದೆ."

"ಸಾಬೂನು ಅಚ್ಚಿ ಅವನನ್ನು ಸ್ನಾನ ಮಾಡಿಸೋದಾ? ನನ್ನಿಂದ ಆಗಾಕಿಲ್ಲ. ಬೆನ್ನಿಗೆ ಎಲ್ಡು ಏಟು ಬೇಕಾದ್ರೆ ಬಿಗೀತೀನಿ" ಲಲ್ಲನ್ ಸಿಟ್ಟಿನಿಂದ ಅವಡುಗಚ್ಚಿದಳು. "ನನ್ನನ್ನು ಇಂಗೇ ಸಾಯೋಲಂಗೆ ಬಡದ್ರೆ ನಾ ಯೆದ್ದು ತಾಯಿ ಮನೆಗೆ ಓಗುಬ್ಟೀನಿ. ಪಂಚಾಯ್ತಿ ಮಾಡಿ ಅವನು ನನ್ನ ಬಿಡೋ ಅಂಗೆ ಆಗ್ಬೇಕು. ಅಪ್ಪ ಯೋಳ್ತಿದ್ರು ಅವನಿಗೆ ಇನ್ನೂರು ರೂಪಾಯಿ ಕೊಟ್ಟರೆ ಸಾಕು ಅಂತ. ಇಲ್ಲಿ ಅಮ್ಮಾವ್ರು ಯೋಳ್ತಾರೆ 'ಲಲ್ಲನ್, ನೀನು ಇಲ್ಲಿ ಬಂದು ಇರು' ಅಂತ. ಅಮ್ಮಾವ್ರು ನಂಗೆ ವಸೀ ಸಾಯ ಮಾಡಿದ್ರೆ ಇನ್ನೂರು ರೂಪಾಯಿ ಕೊಟ್ಟು ಆ ಹಲ್ಕನ್ನ ಬುಟ್ಟುಬುಟ್ಟು ಸುಕವಾಗಿರ್ಬೋದಿತ್ತು ಬುದ್ಧೀ..."

"ಹೌದು, ಅದು ಸರಿ. ನೀನು ಅವನಿಗೆ ತಲಾಕ್ ಕೊಟ್ಟು ನಿನಗೆ ಇಷ್ಟವಾಗುವಂತಹ ಯಾರಾದರೊಬ್ಬರನ್ನು ಆರಿಸಿಕೊಂಡು ಜತೆಯಲ್ಲಿದ್ದು ಬಿಡುವುದೇ ಒಳ್ಳೆಯದು."

"ಬುದ್ಧಿ, ನನ್ನ ಪಾಲಿಗೆ ಸುಕ ಇಲ್ಲ ಅಂತ ಆದ್ರೆ ಇನ್ನು ಮುಂದೆ ಯಾದ್ರೂ ಎಲ್ಲಿಂದ ಬರಬೇಕು? ನಮ್ಮ ಜಾತೀಲಿ ಎಲ್ಲರ ಅಣೇಬರಾನೂ ಇಷ್ಟೆ. ಎಲ್ಲರೂ ಎಂಡ ಕುಡೀತಾರೆ. ಎಂಡ್ತಿ–ಮಕ್ಕನ್ನ ಒಡೀತಾರೆ. ತಮ್ಮಂತಹ ಪುಣ್ಯಾತ್ಮರು ವಸೀ ಸಾಯ ಮಾಡಿದ್ರೆ ತಮ್ಮ ಸೇವೆಮಾಡಿ ಪುಣ್ಯ ಕಟ್ಕೋಳ್ತೀನಿ"

ಲಲ್ಲನ್ ಬಹಳ ನಿಷ್ಠೆಯಿಂದ ಮಲ್ಹೋತ್ರಾ ಸಾಹೇಬರ ಮೊಣ ಕಾಲನ್ನು ಒತ್ತುತ್ತಿದ್ದಳು. ಎರಡೂ ಕಡೆ ಚೆನ್ನಾಗಿ ಒತ್ತಿದ ನಂತರ ತೊಡೆಯ ಬಳಿಯೂ ಒತ್ತಿ ಚೆನ್ನಾಗಿ ತಿಕ್ಕಿದಳು. ಅವಳ ಬಲಿಷ್ಠ ಕೈಗಳ ಒತ್ತುವಿಕೆಯಿಂದ ಅವರಿಗೆ ಬಹಳ ಹಿತವಾದ ಅನುಭವವಾಯಿತು. ಮಂಚದ ಆಚೆಬದಿಗಿಟ್ಟಿದ್ದ ಇನ್ನೊಂದು ಕಾಲನ್ನು ಒತ್ತಲೆಂದು ಲಲ್ಲನ್ ಬಗ್ಗಿದಾಗ ಮಲ್ಹೋತ್ರಾ ಸಾಹೇಬರು ಫಕ್ಕನೆ ಕಾಲುಗಳನ್ನು ಮೇಲೆಳೆದುಕೊಂಡು ಮಡಚುತ್ತ ಹೇಳಿದರು. "ಲಲ್ಲನ್, ನೀನಿನ್ನು ಹೋಗು, ನಿನಗೆ ತಡವಾಗಬಹುದು."

"ಬ್ಯಾಡ ಬುದ್ಧೀ, ನಾ ತಿಕ್ತೀನಿ ನೀವು ನಿದ್ದೆಮಾಡಿ" ಎನ್ನುತ್ತ ಲಲ್ಲನ್ ಅವರ ಪಾದವನ್ನು ಒತ್ತಲೆಂದು ಅವರ ಕಾಲುಗಳನ್ನು ತನ್ನೆಡೆಗೆ ಎಳೆದುಕೊಂಡಳು.

"ಬೇಡ ಲಲ್ಲನ್; ನೀನು ಹೋಗು. ನಿನಗೆ ತಡವಾಗುತ್ತದೆ ಆಮೇಲೆ ನಿನ್ನ ಗಂಡ ಬೊಬ್ಬೆ ಹಾಕಿಯಾನು. ನಾನೀಗ ಸರಿಯಾಗಿದೀನಿ. ಏನೂ ನೋವಿಲ್ಲ. ಚೆನ್ನಾಗಿ ನಿದ್ದೆಮಾಡ್ತೀನಿ."

ಲಲ್ಲನ್ ಅವರ ಕಾಲಬೆರಳುಗಳ ನೆಟಿಗೆ ಮುರಿದಳು. ಪುನಃ ಕಾಲುಗಳನ್ನು ಮೇಲೆಳೆದುಕೊಳುತ್ತ ಮಲ್ಹೋತ್ರ ಹೇಳಿದಳು. "ಸಾಕು, ನೀನು ಹೋಗು."

ಕಂಬಳಿಯನ್ನು ಕತ್ತಿನ ತನಕ ಹೊದೆದುಕೊಂಡು ಮಗ್ಗುಲು ಬದಲಾಯಿಸಿದರು ಮಲ್ಹೋತ್ರಾ.

* * *

ಆ ನಂತರ ಮಲ್ಹೋತ್ರಾ ಸಾಹೇಬರು ಒಮ್ಮೆಯೂ ಲಲ್ಲನ್‌ಳ ಕೈಯಲ್ಲಿ ಕಾಲೊತ್ತಿಸಿಕೊಳ್ಳಲಿಲ್ಲ. ಅವರ ಅನುಪಸ್ಥಿತಿಯಲ್ಲಿ ಲಲ್ಲನ್ ದಿನಾಲೂ ಅವರ ಕೋಣೆಯನ್ನು ಗುಡಿಸುತ್ತಿದ್ದಳು. ಆದರೆ ಕೆಲವೊಮ್ಮೆ ಪೀಕದಾನಿಯನ್ನು ಅವರ ಮುಂದಿನಿಂದಲೇ ತೆಗೆದುಕೊಂಡು ಹೋಗುತ್ತಿದ್ದರೂ ಮಲ್ಹೋತಾ ಸಾಹೇಬರು ಅವಳ ಕಡೆಗೆ ನೋಡದೆ ತಮ್ಮ ಕೆಲಸದಲ್ಲಿ ಮಗ್ನರಾಗಿಬಿಡುತ್ತಿದ್ದರು. ಕೆಲವು ದಿನಗಳ ನಂತರ ಪತ್ನಿಯ ಮೂಲಕ ಲಲ್ಲನ್ ತನ್ನ ತವರು ಮನೆಗೆ ಹೋಗಿದ್ದಾಳೆ ಎಂದು ಸುದ್ದಿ ಸಿಕ್ಕಿತು. ಆಮೇಲೆ ಹರಿಯಾ ಪಂಚಾಯತಿ ಕರೆಯುವ ಸನ್ನಾಹದಲ್ಲಿದ್ದಾನೆಂದು ತಿಳಿಯಿತು. ಮಲ್ಹೋತ್ರಾರ ಪತ್ನಿ ಹರಿಯಾನಿಗೆ ಇನ್ನೂರು ರೂಪಾಯಿ ಕೊಟ್ಟು ಬಡಪಾಯಿ ಲಲ್ಲನ್‌ಳನ್ನು ಅವನಿಂದ ಬಿಡುಗಡೆಗೊಳಿಸಿದರಾಗದೇ ಎಂದು ಕೇಳಿದರು. ಮಲ್ಹೋತ್ರಾ ಕೇಳಿಯೂ ಕೇಳದಂತೆ ಸುಮ್ಮನಿದ್ದರು. ಪುನಃ ಸ್ವಲ್ಪ ದಿನಗಳ ಮೇಲೆ ಹರಿಯಾ ಪಂಚಾಯತಿ ಕರೆದಿದ್ದಾನೆ. ಎಂಬ ಸುದ್ದಿ ಬಂತು. ಆಮೇಲೆ ಹರಿಯಾ ಪಂಚರ ಮುಂದೆ ತಾನಿನ್ನು ಹೆಂಡ ಮುಟ್ಟುವುದಿಲ್ಲವೆಂದೂ, ಲಲ್ಲನ್‌ಳ ಆಭರಣಗಳನ್ನು ಹಿಂದೆ ತಿರುಗಿ ತಂದು ಕೊಡುವುದಾಗಿಯೂ ಮಾತು ಕೊಟ್ಟಿದ್ದಾನೆಂದು ತಿಳಿಯಿತು. ಪಂಚರು ಹಾಗೂ ತನ್ನ

ತಾಯಿ-ತಂದೆಯರ ಒತ್ತಾಯಕ್ಕೆ ಮಣಿದು ಒಲ್ಲದ ಮನಸ್ಸಿನಿಂದ ಲಲ್ಲನ್ ಹರಿಯಾನ ಜತೆಗೆ ಮನೆಗೆ ಬಂದಳೆಂದು ಗೊತ್ತಾಯಿತು......ಮತ್ತೆ ಕೆಲವು ದಿನಗಳುರಳಿದ ಬಳಿಕ ಲಲ್ಲನ್ ಗರ್ಭಿಣಿಯೆಂಬ ಸುದ್ದಿ ತಂದರು ಮಲ್ಹೋತ್ರಾರ ಪತ್ನಿ.

* * *

ಲಲ್ಲನ್‌ಗೆ ಗಂಡು ಮಗುವಾಯಿತು. ಆ ತಿಂಗಳು ಪೂರ್ತಿ ಅವಳು ಬರಲಿಲ್ಲ. ಈ ನಡುವೆ ಅವಳ ತಾಯಿ ಮತ್ತು ಅತ್ತಿಗೆ ಕೆಲಸಕ್ಕೆ ಬರುತ್ತಿದ್ದರು. ಇಬ್ಬರಿಗೂ ಸ್ವಚ್ಛತೆಯ ಗಂಧಗಾಳಿಯಿರಲಿಲ್ಲ. ಕೊಳೆಯಾದ ಬಟ್ಟೆಗಳನ್ನೇ ಧರಿಸುತ್ತಿದ್ದ ಅವರನ್ನು ಮಲ್ಹೋತ್ರಾರ ಪತ್ನಿ ಮನೆಯ ಒಳಗಡೆ ಬರಗೊಡುತ್ತಿರಲಿಲ್ಲ. ಹೊರಗಿನಿಂದ ಹೊರಗೇ ಗುಡಿಸಿ ಸ್ವಚ್ಛಗೊಳಿಸಿ ಅವರು ಹೊರಟು ಹೋಗುತ್ತಿದ್ದರು. ಒಂದು ದಿನ ಲಲ್ಲನ್‌ಳ ತಾಯಿ ಆಕಸ್ಮತ್ತಾಗಿ ಮಲ್ಹೋತ್ರಾರ ಮುಂದೆ ಬಂದುಬಿಟ್ಟಳು. ಅವರನ್ನು ಕಂಡ ಕೂಡಲೇ ಮುಖದ ಮೇಲೆ ಫಕ್ಕನೆ ಮುಸುಕೆಳೆದುಕೊಂಡರೂ ಸಹ ಅವಳ ಅಚ್ಚಬಿಳುಪಿನ ಮುಖದ ಬಣ್ಣ, ಉದ್ದನೆಯ ಮೂಗು, ಹಾಗೂ ಹೊಳೆಯುವ ನೀಲಿಕಣ್ಣುಗಳು ಅವರ ಗಮನ ಸೆಳೆದವು. "ಖಂಡಿತ ಇವಳ ನಾಡಿಗಳಲ್ಲಿ ಹರಿಯುತ್ತಿರುವುದು 'ಆಂಗ್ಲರಕ್ತ" ಮಲ್ಹೋತ್ರಾ ಯೋಚಿಸಿದರು. "ಈ ಪ್ರದೇಶದಲ್ಲಿ ಸ್ವಾತಂತ್ರ್ಯಕ್ಕೆ ಮೊದಲು ಇಂಗ್ಲೀಷರೇ ಇರುತ್ತಿದ್ದರು. ಲಲ್ಲನ್‌ಗೆ ಇಂಗ್ಲೀಷರ ಬಣ್ಣ-ರೂಪ ಬಾರದೇ ಹೋದರೂ ಸ್ವಭಾವ ಮಾತ್ರ ಬಂದು ಬಿಟ್ಟಿದೆ."

ಅವರ ಮುಖದಲ್ಲಿ ಒಂದು ಸಣ್ಣ ನಗು ತೇಲಿಹೋಯಿತು.

ಒಂದು ತಿಂಗಳ ನಂತರ ಲಲ್ಲನ್ ಪುನಃ ಬರತೊಡಗಿದಳು. ಬೆಳಗ್ಗೆ ಅವಳು ಮಗುವನ್ನು ತಾಯಿಯ ಹತ್ತಿರ ಬಿಟ್ಟು ಬರುತ್ತಿದ್ದಳು. ಕೆಲವೊಮ್ಮೆ ಅವಳ ಅಕ್ಕ ಮಗುವನ್ನೆತ್ತಿಕೊಂಡು ಬರುತ್ತಿದ್ದಳು. ಇನ್ನು ಕೆಲವು ಸಲ ಹರಿಯಾನೇ ತನ್ನ ಭುಜದ ಮೇಲೆ ಕೂರಿಸಿ ಕರೆತರುತ್ತಿದ್ದ. ಮಿಸೆಸ್ ಮಲ್ಹೋತ್ರಾರಿಗೆ ಹರಿಯಾನನ್ನು ಕಂಡರಾಗುತ್ತಿರಲಿಲ್ಲ. ಆಕೆ ಅವನನ್ನು ಬಂಗಲೆಯೊಳಗೆ ಬರಲಿಕ್ಕೆ ಸಹ ಬಿಡುತ್ತಿರಲಿಲ್ಲ. ಆದ್ದರಿಂದ ಅವನು ಮಗುವನ್ನು ಹೆಗಲ ಮೇಲೆ ಹೊತ್ತುಕೊಂಡು ಗೇಟಿನ ಹೊರಗೆ ಕಟ್ಟೆಯ ಮೇಲೆ ಕುಳಿತಿರುತ್ತಿದ್ದ. ಎಷ್ಟೋ ಬಾರಿ ಅವನು ಹೀಗೆ ಕುಳಿತಿದ್ದಾಗ ಮಲ್ಹೋತ್ರಾ ಸಾಹೇಬರು ಯುನಿವರ್ಸಿಟಿಯಿಂದ ಹಿಂತಿರುಗಿ ಬರುತ್ತಾ ಆ ದಾರಿಯಾಗಿ ಹಾದುಹೋಗುತ್ತಿದ್ದರು. ಆಗ ಅವನು ಮಗುವನ್ನೆತ್ತಿಕೊಂಡು ಗೌರವಸೂಚಕವಾಗಿ ಎದ್ದು ನಿಲ್ಲುತ್ತಿದ್ದ. ತನ್ನ ಗುಳಿ ಬಿದ್ದ, ಸುಕ್ಕುಗಟ್ಟಿದ ಮುಖದಲ್ಲಿ ನಗೆಯ ಅಲೆಗಳನ್ನು ಹರಡಿಸಿ ಕೆಟ್ಟು ಹೋದ ಹಲ್ಲುಗಳನ್ನು ತೋರಿಸುತ್ತ ಸಲಾಮು ಹೊಡೆಯುತ್ತಿದ್ದ.

ಮಲ್ಹೋತ್ರಾ ಸಾಹೇಬರು "ಏನಪ್ಪಾ ಹರಿಯಾ, ಏನು ಸಮಾಚಾರ?"– ಎಂದು ಕೇಳುತ್ತಾ ಅವನ ಉತ್ತರಕ್ಕಾಗಿ ಕಾಯದೆ ಮುಂದೆ ಹೋಗುತ್ತಿದ್ದರು. ಕೆಲವೊಮ್ಮೆ ದಾರಿಯಲ್ಲಿ ಅವರಿಗೆ ಲಲ್ಲನ್ ಕಾಣಿಸಿಗುತ್ತಿದ್ದಳು. ಅಥವಾ ಅವರ ಕೋಣೆಗೆ ಕಸಗುಡಿಸಲು ಬಂದಾಗ ಅವರ ದೃಷ್ಟಿ ಅವಳ ಮೇಲೆ ಬೀಳುತ್ತಿತ್ತು. ಒಂದು ಮಗುವಿನ ತಾಯಿಯಾದರೂ ಸಹ

ಲಲ್ಲನಳ ಮೈಮಾಟ ಹಾಗೆಯೇ ಉಳಿದದ್ದನ್ನು ಕಂಡು ಅವರಿಗೆ ಅಚ್ಚರಿಯೆನಿಸಿತ್ತು. ಅವಳ ರವಿಕೆಯ ಕೆಳಗೆ ಕಾಣಿಸುತಿದ್ದ ಬಳುಕುವ ನಡುವಿನ ಸೌಂದರ್ಯದಲ್ಲಿ ಯಾವ ವ್ಯತ್ಯಾಸವೂ ಆಗಿರಲಿಲ್ಲ. ಹೊಟ್ಟೆ ಕೂಡಾ ಚೊಜ್ಜು ಬೆಳೆಯದೆ ಚಪ್ಪಟೆಯಾಗಿ ಹಗುರವಾಗಿದ್ದಂತೆ ಕಾಣಿಸುತ್ತಿತ್ತು. ಎದೆಯ ಉಬ್ಬು ಮಾತ್ರ ತುಸು ಹೆಚ್ಚಾಗಿತ್ತು. ಮೈ ಬಣ್ಣವೂ ಹಾಗೆಯೇ ಇತ್ತು. ಮಲ್ಲೋತ್ತರ ಕಣ್ಮುಂದೆ ತಮ್ಮ ಪತ್ನಿಯ ಚಿತ್ರ ಬಂದು ನಿಂತಿತು. ಆಕೆ ಒಂದು ಮಗುವಿಗೆ ಜನ್ಮವಿತ್ತೊಡನೆಯೇ ತನ್ನೆಲ್ಲ ಆಕರ್ಷಣೆಯನ್ನೂ ಕಳಕೊಂಡು ಬಿಟ್ಟಿದ್ದಳು.

ಆ ನಂತರ ಮಲ್ಲೋತ್ತರ ಪತ್ನಿ ಲಲ್ಲನಳನ್ನು ಮನೆಯಲ್ಲೇ ಇರಿಸಿಕೊಳ್ಳುವುದರ ಬಗ್ಗೆ ಮಾತೆತ್ತಲಿಲ್ಲ. ಲಲ್ಲನ್ ತನ್ನ ಮಗುವನ್ನು ಜತೆಯಲ್ಲಿ ಕರೆತರುವುದು ಆಕೆಗೆ ಇಷ್ಟವಿರಲಿಲ್ಲ. ಆದರೆ ಮಲ್ಲೋತ್ತಾರಿಗೆ ಮಾತ್ರ ಲಲ್ಲನ್ ಪುನಃ ಬಂದು ತಮ್ಮ ಕಾಲುಗಳನ್ನು ಒತ್ತಬೇಕೆಂಬ ಆಸೆ ಬಲವಾಗುತ್ತಿತ್ತು. ಬೇಸಿಗೆಯ ಮಧ್ಯಾಹ್ನಗಳಲ್ಲಿ ಅವರ ಕಾಲುಗಳ ಹಿಂಬದಿಯಲ್ಲಿ ನೋವು ಅಸಹನೀಯವಾಗಿ ನಿದ್ದೆ ಬಾರದಿದ್ದಾಗಲಂತೂ ಆ ನೆನಪು ಇನ್ನೂ ಹೆಚ್ಚಾಗುತ್ತಿತ್ತು. ಆದರೆ ಮಧ್ಯಾಹ್ನ ಲಲ್ಲನಳ ಗಂಡ ಅವಳ ಜೊತೆಗೆ ಬರುತ್ತಿದ್ದ. ಅಲ್ಲದೆ ಅವಳ ಮಗು ಹೊರಗೆ ಅಳುತ್ತಿರುತ್ತಿತ್ತು. ಆದ್ದರಿಂದ ಲಲ್ಲನ್ ಕೆಲಸಗಳನ್ನೆಲ್ಲ ಅವಸರವಸರವಾಗಿ ಮುಗಿಸಿ ಮಗುವಿಗೆ ಹಾಲೂಡಿಸಲೆಂದು ಬೇಗನೆ ಬರಬೇಕಾಗುತ್ತಿತ್ತು. ಲಲ್ಲನ್, ಮಲ್ಲೋತ್ತರ ಸಾಹೇಬರು ನಿದ್ದೆಯಿಲ್ಲದೆ ಮಗ್ಗುಲು ಬದಲಾಯಿಸುತ್ತ ಹಾಸಿಗೆಯಲ್ಲಿ ಹೊರಳಾಡುತ್ತಿದ್ದರು.

ಮಗುವಿನ ಆಗಮನದ ನಂತರ ಲಲ್ಲನಳ ದೇಹದಲ್ಲಿ ಯಾವುದೇ ವ್ಯತ್ಯಾಸ ಕಾಣಿಸಿಕೊಳ್ಳದೇ ಇದ್ದರೂ, ಅವಳಿಗೆ ತನ್ನ ಅಲಂಕಾರದಲ್ಲಿ ಮಾತ್ರ ಮೊದಲಿನ ಆಸ್ಥೆಯಿದ್ದಂತೆ ಕಾಣಿಸ್ತಿರಲಿಲ್ಲ. ಮಲ್ಲೋತ್ತಾರಿಗೆ ಅವಳ ಮಗುವನ್ನು ಕಂಡರೆ ಸಿಟ್ಟು ಬರುತ್ತಿತ್ತು. ಮಗುವೇನೋ ಮಗುವೇ, ಚೆಮ್ಮಾರನದ್ದಾಗಲಿ, ಭಂಗಿಯದ್ದಾಗಲೀ, ಆದರೆ ಲಲ್ಲನಳ ಈ ಮಗುವನ್ನು ಮಾತ್ರ ಅವರಿಗೆ ಕಂಡರಾಗುತ್ತಿರಲಿಲ್ಲ. ಅದು ತನ್ನ ತಾಯಿಯ ಹಾಗೋ ಅಜ್ಜಿಯ ಹಾಗೋ ಇಲ್ಲದೆ ತಂದೆಯನ್ನೋ ಅಜ್ಜನನ್ನೋ ಹೋಲುತ್ತಿತ್ತು. ಹರಿಯಾನಂತೆ ಅಗಲವಾಗಿದ್ದು ಚೂಪಾದ ಮೂಗು ಮತ್ತು ಅವನಂತೆಯೇ ಇದ್ದ ನಿರ್ಜೀವ ಕಳೆಯ ಜೋಲು ಮುಖ. ಲಲ್ಲನ್ ಬಹಳ ಮುದ್ದಿನಿಂದ ತನ್ನ ಮಗನಿಗೆ ರಾಮದುಲಾರನೆಂದು ಹೆಸರಿಟ್ಟಿದ್ದಳು. ಅವನಿಗೆ ಒಂದು ವರ್ಷವಾದಾಗ ಲಲ್ಲನ್ ಬೆಳಿಗ್ಗೆ ಕೂಡಾ ಅವನನ್ನು ಜೊತೆಗೆ ಕರೆತರಲಾರಂಭಿಸಿದಳು ನೆಲದ ಮೇಲೆ ಹರಕು ಚಾಪೆ ಹರಡಿ, ಕೊಳೆ ಹಿಡಿದ ಒಂದು ಚಿಂದಿಬಟ್ಟೆಯನ್ನು ಹಾಸಿ ಅದರ ಮೇಲೆ ಅವನನ್ನು ಮಲಗಿಸಿ. ತನ್ನ ಪುಟ್ಟ ತಂಗಿಯನ್ನು ಅಲ್ಲೇ ಹತ್ತಿರ ಕುಳಿತುಕೊಳ್ಳಿಸಿ ಅವಳು ತನ್ನ ಕೆಲಸಕ್ಕೆ ಹೋಗುತ್ತಿದ್ದಳು. ರಾಮದುಲಾರ ಸಿಕ್ಕಾಪಟ್ಟೆ ಅತ್ತು ರಂಪ ಮಾಡುತ್ತಿದ್ದ. ಅವನ ಹೊರಳಾಟದಿಂದ ಹಾಸಿದ್ದ ಬಟ್ಟೆ–ಚಾಪೆಗಳೆಲ್ಲ ಅಡಿಮೇಲಾಗಿ ಅವನು ಮಣ್ಣಿನ ಮೇಲೆ ಬೀಳುತ್ತಿದ್ದ. ಮೂಗಿನಿಂದ ಸಿಂಬಳ ಹರಿದು ಬಾಯ ಬದಿಗೆ ಬಂದು ನಿಲ್ಲುತ್ತಿತ್ತು. ಅದರೊಂದಿಗೆ ನೆಲದ ಕೊಳೆಯೂ ಸೇರಿಕೊಂಡು ನೋಡುವವರಿಗೆ ಅಸಹ್ಯವೆನ್ನಿಸುವಂತಾಗುತ್ತಿತ್ತು. ಅವನನ್ನು ಈ ಅವಸ್ಥೆಯಲ್ಲಿ ನೋಡಿದರೆ ಮಲ್ಲೋತ್ತಾರಿಗೆ ಜಿಗುಪ್ಸೆ ಹುಟ್ಟುತ್ತಿತ್ತು. ಮೊದಮೊದಲು ಲಲ್ಲನ್ ಅವನನ್ನು ಮಲ್ಲೋತ್ತರ ಅಭ್ಯಾಸಕೊಠಡಿಯ ಪ್ರವೇಶದ್ವಾರದ ಬಳಿ ಹೊರಗೆ ಮಲಗಿಸುತ್ತಿದ್ದಳು. ಆ

ಮೇಲೆ ಅವರು ತಿಳಿಯ ಹೇಳಿದ ನಂತರ ಗೋದಾಮಿನ ಹೊರಜಗುಲಿಯಲ್ಲಿ ಮಲಗಿಸತೊಡಗಿದಲು. ಲಲ್ಲನಳನ್ನು ನೋಡಿದಾಗಲೆಲ್ಲ ಮಲ್ಲೋತ್ತಾರಿಗೆ ಅವಳ ಮಗುವಿನ ಚಿತ್ರ ಕಣ್ಣ ಮುಂದೆ ಬಂದು ನಿಲ್ಲುತ್ತಿತ್ತು. ಅವರು ಕಣ್ಣುಚ್ಚಿಕೊಳ್ಳುತ್ತಿದ್ದರು. ಲಲ್ಲನ್ ಇರುವಷ್ಟು ಹೊತ್ತು ಬಂಗಲೆಯ ಹಿಂದುಗಡೆ ಅವರು ಹೋಗುತ್ತಲೇ ಇರಲಿಲ್ಲ. ಎಲ್ಲಿಯಾದರೂ ಅವಳಾಗಿಯೇ ಮಗುವನ್ನು ಸೊಂಟದಲ್ಲಿರಿಸಿಕೊಂಡು ಅವರ ಮುಂದೆ ಬಂದು ನಿಂತರೆ ಬೇರೆ ಕಡೆಗೆ ಮುಖ ತಿರುಗಿಸಿಕೊಳ್ಳುತ್ತಿದ್ದರು ಮಲ್ಲೋತ್ರಾ.

ಲಲ್ಲನಳ ಮಗನಿಗೆ ಮೂರು ವರ್ಷವಾಗಿತ್ತು. ಬದಲಾಗುವ ಋತುವಿನಲ್ಲಿ ಒಮ್ಮೆ ಅವನ ಮೈಯಲ್ಲಿ ದಡಾರ ಕಾಣಿಸಿಕೊಂಡಿತು. ಅವನನ್ನು ವೈದ್ಯರಲ್ಲಿಗೆ ಕರೆದುಕೊಂಡು ಹೋಗಿ ಔಷಧಿ ಕೊಡಿಸುವ ಬದಲು ಕಲ್ಯಾಣಿದೇವಿಯ ಮಂದಿರಕ್ಕೆ ಹಣೆಚಚ್ಚಿಸಲೆಂದು ಕರಕೊಂಡು ಹೋದಲು ಲಲ್ಲನ್. ಆ ನಂತರ ಅವನಿಗ ಗಂಗಾಸ್ನಾನ ಮಾಡಿಸಿದಲು. ಪರಿಣಾಮವಾಗಿ ಅವನಿಗೆ ವಿಪರೀತ ಥಂಡಿಯಾಯಿತು. ದಡಾರದ ಬೊಕ್ಕೆಗಳು ಹೊರಗೆ ಬರುವುದರ ಬದಲು ಒಳಗೆ ಹೋದವು. ಲಲ್ಲನ್ ಮಗನಿಗೆ ಹುಷಾರಾಯಿತು. ಅಂತ ತಿಳಿದುಕೊಂಡಲು. ಆದರೆ ಅವನಿಗೆ ನ್ಯುಮೋನಿಯಾ ಹಿಡಿದುಬಿಟ್ಟಿತ್ತು. ಅದು ಇನ್ನೂ ಗಂಭೀರವಾಗಿ ಡಬಲ್ ನ್ಯುಮೋನಿಯಕ್ಕೆ ತಿರುಗಿತು. ಪರಿಸ್ಥಿತಿ ತೀರಾ ವಿಕೋಪಕ್ಕೆ ಹೋಗಿ ಒಂದು ವಾರದಲ್ಲಿ ಮಗು ಸತ್ತು ಹೋಯಿತು.

ಲಲ್ಲನ್‌ಗೆ ಹರಿಯಾನ ಮೇಲೆ ಪ್ರೀತಿಯಿತ್ತೋ ಇಲ್ಲವೋ ರಾಮದುಲಾರನನ್ನಂತೂ ಪ್ರಾಣಕ್ಕಿಂತ ಮಿಗಿಲಾಗಿ ಕಾಣುತ್ತಿದ್ದಲು. ಅವನ ಮೇಲಿದ್ದ ವಾತ್ಸಲ್ಯದಿಂದ ಹರಿಯಾನ ಮೇಲಿನ ದ್ವೇಷವನ್ನು ಸ್ವಲ್ಪ ಮಟ್ಟಿಗೆ ಅವಳು ಮರೆತಿದ್ದಲು. ಹರಿಯಾ ಮನೆಗೆ ಏನಾದರೂ ಕೊಡುತ್ತಾನೋ ಇಲ್ಲವೋ ಎಂಬುದರ ಕಡೆಗೆ ಅವಳು ಅಷ್ಟೊಂದು ಗಮನ ಹರಿಸುತ್ತಿರಲಿಲ್ಲ. ರಾತ್ರೆ ಹಗಲು ಅವಳು ರಾಮದುಲಾರನ ಲಾಲನೆ–ಪಾಲನೆಯಲ್ಲಿ ಮುಳುಗಿರುತ್ತಿದ್ದಲು. ಈಗ ಮಗನ ಸಾವಿನಿಂದ ಅವಳು ತುಂಬ ಕಂಗೆಟ್ಟಲು. ಅತ್ತು ಅತ್ತು ಅರೆಜೀವವಾಗಿ ಅವಳ ಕಣ್ಣುಗುಡ್ಡೆಗಳೇ ಕಿತ್ತು ಬರುವಂತಾದವು. ಶರೀರ ಒಣಗಲಾರಂಭಿಸಿತು.

ಈ ಬಾರಿಯ ಬಿಸಿಲು ಪ್ರಖರವಾಗಿತ್ತು. ತಿಂಗಳಿಗೆ ಮೊದಲೇ ಬಿಸಿಗಾಳಿಯಿಂದಾಗಿ ಪಟ್ಟಣದಲ್ಲಿ ಎಷ್ಟೋ ಸಾವುಗಳಾಗಿದ್ದವು. ಮಲ್ಲೋತ್ರಾರಿಗೂ ಒಣಹವೆಯ ಬಾಧೆ ತಟ್ಟಿತು. ಹಲವು ದಿನಗಳ ತನಕ ಅವರು ಜ್ವರದಿಂದ ಬಳಲಿದರು. ಜ್ವರ ಇಳಿದಾಗ ಕ್ಷೀಣದಿಂದ ಎಳಲಿಕ್ಕೂ ಸಾಧ್ಯವಿಲ್ಲವೆನ್ನಿತು. ಸೆಕೆಗಾಲದಲ್ಲಿ ಹೀಗೆಯೇ ಇದ್ದಾಗ ಕಾಲಿನ ಹಿಮ್ಮಡಿ ನೋಯುವುದು ಅವರಿಗೆ ಸಾಮಾನ್ಯವಾಗಿಬಿಟ್ಟಿತು. ಈಗ ಈ ಕ್ಷೀಣದಿಂದ ಅವರು ಇನ್ನೂ ಹೆಚ್ಚು ಕಂಗಾಲಾದರು. ಅವರ ಜೀವಕ್ಕೆ ನೆಮ್ಮದಿ ಇಲ್ಲದಾಯಿತು. ಒಂದು ದಿನ ತಡೆಯಲಾರದೆ ಅವರು ಪತ್ನಿಯನ್ನು ಕರೆದು ಕಾಲೊತ್ತಲು ಹೇಳಿದರು. ಪತ್ನಿ ಲಲ್ಲನ್‌ಗೆ ಹೇಳಿದರು. ಲಲ್ಲನ್ ಕೂಡಲೇ ಬಂದು ಅವರ ಕಾಲುಗಳನ್ನು ಒತ್ತಲಾರಂಭಿಸಿದಲು. ಆದರೆ ಅವಳ ಕೈಗಳಲ್ಲಿ ಮೊದಲಿದ್ದ ಕಬ್ಬಿಣದ ಶಕ್ತಿ ಈಗ ಕುಂದಿದಂತೆನ್ನಿಸಿತು. ಮಲ್ಲೋತ್ರಾರಿಗೆ,

ತಸು ಜೋರಾಗಿ ಒತ್ತುವಂತೆ ಅವರು ಅವಳಿಗೆ ಆದೇಶವಿತ್ತಾಗ ಲಲ್ಲನ್ ನುಡಿದಳು "ನಾ ಮುದುಕಿಯಾಗ್ಬುಟ್ಟೆ ಬುದ್ದೀ, ಬಲವೆಲ್ಲ ಒಂಟೊಗ್ಬುಟ್ಟೈತಿ."

ಒಂದು ನಿರ್ಜೀವ ನಗೆ ನಕ್ಕಳು ಲಲ್ಲನ್.

"ನಿನ್ನ ಗಂಡ ಹೇಗಿದ್ದಾನೆ? ಅವನದೇನು ಸಮಾಚಾರ?" ಮಲ್ಲೋತ್ರಾರು ಮಾತಿನ ಧಾಟಿ ಬಲಾಯಿಸಿ ನಗುತ್ತ ಕೇಳಿದರು. "ಈಗ ಹೊಡೆಯುವುದು – ಜಗಳ, ಸಿಟ್ಟು ಎಲ್ಲ ಇದೆಯಾ?"

"ಅವನೀಗ ಮನೀಕಡೆ ಬರಾದೇ ಇಲ್ಲ !" ಲಲ್ಲನಳ ಧ್ವನಿಯಲ್ಲಿ ಒಂದು ರೀತಿಯ ಔದಾಸೀನ್ಯವಿತ್ತು. ಅದು ಅವರ ಹೃದಯವನ್ನು ಕಲಕಿತು.

"ಮತ್ತೆ ಎಲ್ಲಿರುತ್ತಾನೆ?"

"ಆಚಿಕಡೆ ಯಾವುದೋ ಬೇರೆ ಎಂಗಸಿನ ಮನೆಗೆ ಓಗ್ತಾನೆ."

"ಯಾವ ಹೆಂಗಸು?"

"ಯಾರೋ, ಕೌಲಿಸ್ ಸಾಹೇಬರಂತ ಕಿರಿಸ್ತಾನರ ಸಾಲಿಯಾಗ ಮೇಷ್ಟ್ರು ಇದ್ದಾರಲ್ಲ. ಅವರ ಮನೆಯ ಜಾಡಮಾಲಿ ಎಂಗಸು. ಮಹಾ ಗಯ್ಯಾಳಿ ಬುದ್ದೀ, ಅವಳ ಬೆನ್ನಿಂದೇ ಸುತ್ತುತ್ತಾನೆ. ಕೆಲಸ ಮುಗಿಸಿ ಅಲ್ಲೇ ಓಗಿ ಇರ್ತಾನೆ. ಸಂಬಳ ಎಲ್ಲ ಅವಳ ಕೈಮ್ಯಾಕೆ ಇಡ್ತಾನೆ ಊಟ–ತಿಂಡಿ ಎಲ್ಲ ಅಲ್ಲೇ."

ಲಲ್ಲನ್ಳ ಕಣ್ಣುಗಳಲ್ಲಿ ಮತ್ತು ಧ್ವನಿಯಲ್ಲಿ ಈರ್ಷ್ಯೆಯ ಭಾಯೆ ಇಣುಕುತ್ತಿದ್ದುದನ್ನು ಮಲ್ಲೋತ್ರಾ ಗುರುತಿಸಿದರು.

"ಅವಳು ಬಹಳ ಸುಂದರಿಯೇನು?" ಅವರು ಕೇಳಿದರು.

"ನಂಗೇನು ಗೊತ್ತು ಬುದ್ದೀ?" ನಾನಂತೂ ಆ ಕಡೆ ಓಗಿಲ್ಲ. ನಂಗಿಂತ ಅತ್ತು–ಅನ್ನೆರಡು ವರ್ಸ ದೊಡ್ಡೋಳು ಅಂತ ಮಾತ್ರ ನಂಗೊತ್ತು. ಮಾಟಗಾತಿ! ನನ್ನ ಗಂಡನ್ನ ಅಳು ಮಾಡಿಬಿಟ್ಟು. ಇಡೀ ದಿನ ಅಲ್ಲೇ ಸಾಯ್ತಾನೆ!"

ಲಲ್ಲನ್ಳ ಮಾತಿನಲ್ಲಿ ಹರಿಯಾ ತನ್ನ ಬಳಿಯೇ ಇರಬೇಕೆಂಬ ಅವ್ಯಕ್ತ ಆಸೆ ಇದ್ದಂತೆ ಕಂಡಿತು. ಅವಳು ಮೌನವಾಗಿ ಅವರ ಕಾಲು ಒತ್ತುತ್ತಿದ್ದಳು. ಮಲ್ಲೋತ್ರಾ ಸಾಹೇಬರು ಆ ಹೆಂಗಸಿನ ಬಗ್ಗೆ ಯೋಚಿಸುತ್ತ ಕುಳಿತರು.

* * *

ಪ್ರೊ॥ ನೋಯಿಲ್ ಕೌಲಿಸರನ್ನು ಮಲ್ಲೋತ್ರಾ ಮೊದಲಿನಿಂದಲೂ ಬಲ್ಲರು. ಅವರು ಅದೇ ಕಾಲೇಜಿನಲ್ಲಿ ಇತಿಹಾಸದ ಪ್ರಧ್ಯಾಪಕರಾಗಿದ್ದರು. ಸ್ನೇಹವಿಲ್ಲದಿದ್ದರೂ ಚೆನ್ನಾಗಿ ಪರಿಚಯವಿತ್ತು. ಒಂದು ಸಂಜೆ ಅವರು ಕೌಲಿಸರ ಮನೆಗೆ ಹೋದರು. ಚಹ ಹೀರುತ್ತ

ಮಲ್ಲೋತ್ರಾ ಕೌಲಿಸ ಸಾಹೇಬರ ಬಂಗಲೆ ಮತ್ತು ಹೂದೋಟವನ್ನು ಚೆನ್ನಾಗಿ ಅವಲೋಕಿಸಿದರು. "ಈ ಬಿಸಿಲಿನ ದಿನಗಳಲ್ಲಿ ಹೂಗಿಡಗಳನ್ನು ಚೆನ್ನಾಗಿಟ್ಟುಕೊಳ್ಳುವುದು ಬಹಳ ಕಷ್ಟ. ಜನವರಿ–ಫೆಬ್ರುವರಿಗಳಲ್ಲಿ ಸಿಕ್ಕುವ ತಂಪು ಗಾಳಿ ಈಗೆಲ್ಲಿ ಸಿಗಬೇಕು ಹೇಳಿ?" ಕೌಲಿಸ್ ನುಡಿದರು. "ಆದರೆ ನನಗೆ ಹೂಗಿಡಗಳೆಂದರೆ ಪಂಚಪ್ರಾಣ. ಈಗಾಗಲೇ ನಾನು ಎಷ್ಟೋ ಜಾತಿಯ ಹೂಗಿಡಗಳನ್ನು ತೋಟದಲ್ಲಿ ಕಲೆಹಾಕಿದ್ದೇನೆ. ವರ್ಷವಿಡೀ ಒಂದಲ್ಲ ಒಂದು ಗಿಡದಲ್ಲಿ ಬಣ್ಣ ಬಣ್ಣದ ಹೂಗಳು ನಗುತ್ತಿರುತ್ತವೆ. ನನ್ನ ಬಳಿ ಇರುವಷ್ಟು ವಿವಿಧ ಜಾತಿಯ, ವಿಶೇಷ ರೀತಿಯ ಮಲ್ಲಿಗೆಯ ಗಿಡಗಳು ಇಡಿಯ ಈ ಶಹರದಲ್ಲಿಯೇ ಬೇರೆಲ್ಲೂ ಸಿಗಲಾರವು"

ಅವರಿಗೆ ಖುಷಿಯಾಗಲೆಂದು ಮಲ್ಲೋತ್ರಾ ಪ್ರತಿಯೊಂದು ಗಿಡವನ್ನೂ ಚೆನ್ನಾಗಿ ಗಮನವಿಟ್ಟು ನೋಡುತ್ತ ಅವರ ಆಸಕ್ತಿಯನ್ನು ಹೊಗಳಿದರು. ಲಾನ್‌ನಲ್ಲಿ ಅರ್ಧಗೋಲಾಕಾರದ, ದಾರಿಯ ಎರಡೂ ಬದಿಗಳಲ್ಲಿ ಬೆಳೆದು ನಿಂತಿದ್ದ ಚಿಕ್ಕ ಚಿಕ್ಕ ಹೂಗಿಡಗಳ ಹೆಸರುಗಳನ್ನು ಕೌಲಿಸ ಸಾಹೇಬರಲ್ಲಿ ಕೇಳುತ್ತ ಅವರು ಮುನ್ನಡೆದರು.

"ಇದನ್ನು ಪೂಚಿಯಾ ಅಥವಾ ನವಿಲುಗರಿ ಅನ್ನುತ್ತೇವೆ" ಕೌಲಿಸರು ಹೆಮ್ಮೆಯಿಂದ ಹೇಳಿದರು. "ನೋಡಿ, ಎಲ್ಲಾ ಗಿಡಗಳು ಹೇಗೆ ಒಂದೇ ಗಾತ್ರದವಾಗಿದ್ದು ಸುಂದರವಾಗಿ ಶೋಭಿಸುತ್ತಿವೆ.!"

ಆ ಮೇಲೆ ಕೌಲಿಸ್ ಸಾಹೇಬರು ತಾವು ಹೇಗೆ ಐನೂರು ಗಿಡಗಳ ನಡುವಿನಿಂದ ಈ ಒಂದೇ ಗಾತ್ರದ ಗಿಡಗಳನ್ನು ಪ್ರತ್ಯೇಕಿಸಿ ತಂದು ಇಲ್ಲಿ ನೆಟ್ಟರೆಂಬುದನ್ನು ವಿವರಿಸತೊಡಗಿದರು.

ಅವರು ತಮ್ಮ ತೋಟದ ಮಲ್ಲಿಗೆ, ಸಂಪಿಗೆ, ಡಾಹ್ಲಿಯಾ, ಜೀನಿಯಾ, ಸೂರ್ಯಕಾಂತಿ, ಮುತ್ತಿನ ಹೂ, ನೀಲ ಕಣಗಿಲೆ– ಹೀಗೆ ಹಲವಾರು ತರದ ಗಿಡಗಳನ್ನು ತೋರಿಸುತ್ತ ಆತ್ಮ ಪ್ರಶಂಸೆ ಮಾಡಿಕೊಳ್ಳುತ್ತ ಮುಂದುವರೆದರು. ಮಲ್ಲೋತ್ರಾರ ಮನಸ್ಸು ಮಾತ್ರ ಬೇರೆ ಏನೇನೋ ಯೋಚಿಸುತ್ತಿತ್ತು. ಅವರಿಗೆ ಮಾತು ಬೇಡವಾಗಿತ್ತು. ಸುಮ್ಮನೆ ಅನ್ಯಮಸ್ಕತೆಯಿಂದ ಹಾಂ–ಹೂಂ ಅನ್ನುತ್ತಿದ್ದರು. ತೋಟ–ಬಂಗಲೆಗಳನ್ನು ತೋರಿಸುತ್ತ ಕೌಲಿಸ್ ಸಾಹೇಬರು ಹಿಂದುಗಡೆಯಿದ್ದ ಸರ್ವೆಂಟ್ಸ್ ಕ್ವಾರ್ಟರ್ಸ್‌ನ ಕಡೆಗೆ ಕಾಲಿಟ್ಟರು. ಫಕ್ಕನೆ ಎಚ್ಚರಗೊಂಡ ಮಲ್ಲೋತ್ರಾರು ವಾಸ್ತವ ಪ್ರಪಂಚಕ್ಕೆ ತಿರುಗಿ ಬಂದರು. ಪ್ರತಿ ಬಂಗಲೆಯ ಹಿಂದೆಯೂ ನೌಕರರಿಗೆಂದು ಕ್ವಾರ್ಟರ್ಸ್‌ನ ವ್ಯವಸ್ಥೆ ಮಾಡಿ, ಅಡಿಗೆ ಮನೆಯನ್ನು ಬಂಗಲೆಯಿಂದ ಪ್ರತ್ಯೇಕವಾಗಿ ದೂರವಿರಿಸಿದ ಬ್ರಿಟಿಷರ ಬುದ್ಧಿವಂತಿಕೆಯ ಬಗ್ಗೆ ತಮ್ಮ ಮೆಚ್ಚುಗೆಯನ್ನು ಪ್ರಕಟಪಡಿಸುತ್ತ ಅವರನ್ನು ಹೊಗಳಿದರು.

ಪ್ರೊ॥ ಕೌಲಿಸರು ತಮಗೆ ನಾಲ್ಕು ಜನ ನೌಕರರಿದ್ದಾರೆಂದು ಹೇಳಿದರು–ಅಡಿಗೆಯವನು, ಬಡಿಸುವವನು. ಮಾಲಿ ಮತ್ತು ಜಾಡಮಾಲಿ ಮತ್ತು ಈ ಎಲ್ಲರಿಗೂ ಸಹ ತಮ್ಮ ಬಂಗಲೆಯ ಹಿಂದೆ ಕ್ವಾರ್ಟರ್ಸ್‌ನ ವ್ಯವಸ್ಥೆ ಇದೆ ಎಂದರು.

ಕಾರ್ಟ್ಸ್ನ ಮುಂದುಗಡೆಯಿಂದ ಹಾದು ಹೋಗುತ್ತಿರುವಾಗ ಒಂದು ಮನೆಯ ಮುಂದೆ ಮಲ್ಹೋತ್ರಾ ಗಕ್ಕನೆ ನಿಂತುಬಿಟ್ಟರು. ಬಾಗಿಲು ತೆರೆದಿತ್ತು. ಒಳಗೆ ಹರಿಯಾ ಕೈಯಲ್ಲೊಂದು ಗಡಿಗೆ ಹಿಡಿದುಕೊಂಡು ಸ್ಥೂಲಕಾಯದ ಧಢೂತಿ ಹೆಂಗಸೊಬ್ಬಳ ಜತೆ ಮಾತನಾಡುತ್ತ ಕುಳಿತಿದ್ದ. ಮಲ್ಹೋತ್ರಾರನ್ನು ಕಂಡ ಕೂಡಲೇ ಹರಿಯಾ ತನ್ನ ಗಡಿಗೆಯನ್ನು ಮಂಚದ ಕೆಳಗೆ ಅಡಗಿಸಿಟ್ಟ.

"ಅರೆ, ಹರಿಯಾ, ನೀನು ಇಲ್ಲಿ!" ಆಶ್ಚರ್ಯ ನಟಿಸುತ್ತ ಮಲ್ಹೋತ್ರಾ ಸಾಹೇಬರು ಅವನ ಉತ್ತರಕ್ಕಾಗಿ ಕಾಯದೆ ಒಳಗೆ ಕಾಲಿಟ್ಟರು.

ಹರಿಯಾನ ಸುಕ್ಕುಗಟ್ಟಿದ ಕೆನ್ನೆಗಳಲ್ಲಿ ಮೀಸೆಯ ವಿರಾಮ ಚಿಹ್ನೆಗಳು ಬದಲಾಗಿ ಬ್ರ್ಯಾಕೆಟ್ಟುಗಳಾದವು. ಅವನು ಲಗುಬಗೆಯಿಂದ ಎದ್ದು ಮುಜುರೆ ಮಾಡಿದ.

ಮಲ್ಹೋತ್ರಾ ಸುಮ್ಮನಿದ್ದರು. ಅವರ ಗಮನ ಹರಿಯಾನ ಮೇಲಿಂದ ಕೊಳಕು ಬಟ್ಟೆಗಳನ್ನು ಧರಿಸಿಕೊಂಡ ಆ ದಢೂತಿ ಹೆಂಗಸಿನ ಮೇಲೆ ಹರಿಯಿತು. ಅವಳು ತನಗಿಂತ ಹತ್ತು ಹನ್ನೆರಡು ವರ್ಷಕ್ಕೆ ದೊಡ್ಡವಳೆಂದು ಲಲ್ಲನ್ ಹೇಳಿದ್ದರೂ ಅವರಿಗೆ ಅವಳು ಹರಿಯಾನ ಅಮ್ಮನ ವಯಸ್ಸಿನವಳಂತೆ ಕಂಡಳು.

"ನೀನು ಇಲ್ಲಿ ಏನು ಮಾಡುತ್ತಿದ್ದೀ?" ಅವರು ಕೂಡಲೇ ಕೇಳಿದರು. ಮುಖವೆತ್ತದೆ ನೆಲದೆಡೆಗೇ ನೋಡುತ್ತ ಹರಿಯಾ ಉತ್ತರಿಸಿದ "ನನ್ನ ಸಂಬಂಧಿಕಳು."

"ಸ್ವಲ್ಪ ಈ ಕಡೆ ಬಾ" ಹೇಳುತ್ತ ಮಲ್ಹೋತ್ರಾ ಹೊರಗೆ ಕಾಲಿಟ್ಟರು. ಕೌಲಿಸ್ ಸಾಹೇಬರಲ್ಲಿ ಅವನು ತಮ್ಮ ಜಾಡಮಾಲಿಯೆಂದೂ, ಅವನಲ್ಲಿ ಸ್ವಲ್ಪ ಅರ್ಜೆಂಟಾಗಿ ಮಾತನಾಡಲಿಕ್ಕಿದೆಯೆಂದೂ ಹೇಳಿ ಅವರನ್ನು ಮುಂದೆ ಕಳುಹಿಸಿದರು.

ಆಮೇಲೆ ಹರಿಯಾನನ್ನು ಒಂದು ಬದಿಗೆ ಕರಕೊಂಡು ಹೋಗಿ ಬಂಗಾರದಂತಹ ಹೆಂಡತಿಯನ್ನು ಬಿಟ್ಟು ಇಂತಹ ಲೌಡಿಯ ಹಿಂದೆ ಬಿದ್ದುದಕ್ಕೆ ಚೆನ್ನಾಗಿ ಬೈದರು. ಲಲ್ಲನ್‌ಗೆ ಸುಖ ಕೊಡುವುದೂ ಇಲ್ಲ. ಬಿಡುಗಡೆ ಕೊಡುವುದೂ ಸಾಧ್ಯವಿಲ್ಲ ಅಂದರೆ ಏನರ್ಥ ಎಂದು ಕೇಳುತ್ತ. ಇನ್ನು ಮುಂದೆ ಇಲ್ಲಿಗೆ ಬಂದರೆ ಒಂದಲ್ಲ ಒಂದು ದೂರಿನ ಮೇಲೆ ಜೈಲಿಗೆ ಕಳುಹಿಸುತ್ತೇನೆಂದು ಬೆದರಿಕೆ ಹಾಕಿದರು. "ನಿನಗೆ ಗೊತ್ತಿಲ್ಲ, ಪೋಲೀಸ್ ಮೇಲಾಧಿಕಾರಿಗಳು ನನ್ನ ಸ್ನೇಹಿತರು. ಅವರು ನ್ಯಾಯ ನಿಷ್ಠುರರು, ನಾನು ತಮಾಷೆಗೆ ಹೇಳುತ್ತಿದ್ದೇನೆಂದು ತಿಳಿಯಬೇಡ. ನಿನ್ನ ನೌಕರಿಯನ್ನು ಕಳೆದುಕೊಳ್ಳುವುದರ ಚಿತೆಗೆ ಜೈಲಿಗೂ ಹೋಗುತ್ತಿಯಾ, ಜಾಗ್ರತೆ" ಎಂದರು.

ಹರಿಯಾ ತಲೆ ತಗ್ಗಿಸಿ ಸುಮ್ಮನೆ ಕೇಳುತ್ತ ನಿಂತ.

"ಏನನ್ನುತ್ತೀ" ಮಲ್ಹೋತ್ರಾ ಧ್ವನಿಯೆತ್ತರಿಸಿ ಕೇಳಿದರು. "ಆಗುವುದಿಲ್ಲ ಎಂದಾದರೆ ಕೌಲಿಸ್ ಸಾಹೇಬರಲ್ಲಿ ಹೇಳಿಬಿಡುತ್ತೇನೆ. ಈ ಮಾಟಗಾತಿ ಇಲ್ಲಿ ವೈಶ್ಯಾಗೃಹ ತೆರೆದಿದ್ದಾಳೆ ಅಂತ."

"ನಾನು ಇಲ್ಲಿಗೆ ಗುಡಿಸುವ ಕೆಲಸ ಇದ್ದಾಗ ಮಾತ್ರ ಬರುತ್ತಿದ್ದೆ ಬುದ್ಧೀ. ಲಲ್ಲನ್ ನಿಮ್ಮತ್ರ ಏನೇನೋ ಚಾಡಿ ಏಳಿ ಕಿವಿ ತುಂಬ್ಬಿ ಬಿಟ್ಟವ್ಳೆ."

"ಅವಳು ಏನಾದರೂ ಹೇಳಿದ್ದಿದ್ದರೆ ನಿನ್ನ ಒಳ್ಳೆಯದಕ್ಕಾಗಿ ತಾನೆ ಹೇಳುತ್ತಾಳೆ? ಪಾಪ. ಅವಳು ಇನ್ನೇನು ಮಾಡಬೇಕು! ಇನ್ನು ಮುಂದೆ ಎಲ್ಲಿಯಾದರೂ ಅವಳು ನಿನ್ನನ್ನು ವಿನಾಕಾರಣ ಬೈದರೆ ನನಗೆ ಹೇಳು. ನಾನು ತಿಳಿಯ ಹೇಳುತ್ತೇನೆ ಅವಳಿಗೆ" ಮಲ್ಲೋತ್ರಾ ಅವನ ಬೆನ್ನು ತಟ್ಟುತ್ತ ಹೇಳಿದರು.

* * *

ಎರಡು ದಿನಗಳ ನಂತರ ಮಲ್ಲೋತ್ರಾ ಸಾಹೇಬರ ಕಾಲು ಒತ್ತುತ್ತ ಲಲ್ಲನ್ ಹರಿಯಾ ಬಂದಿದ್ದಾನೆ ಎಂದು ಹೇಳಿದಳು. ಅವನಿಗೆ ಒಂದು ಜತೆ ಶರಟು-ಪಾಯಜಾಮ ಹೊಲಿಸುತ್ತೇನೆಂದು ಹೇಳಿ ಅವರ ಕೈಯಿಂದ ಐದು ರೂಪಾಯಿ ಇಸಕೊಂಡು ಹೋದಳು.

"ಇನ್ನು ಮೇಲೆ ನಿನ್ನ ಗಂಡನನ್ನು ಚೆನ್ನಾಗಿಟ್ಟುಕೋ" ಎಂದು ಅವಳ ಕೈಯಲ್ಲಿ ರೂಪಾಯಿ ನೋಟನ್ನು ಇಡುತ್ತ ಹೇಳಿದ್ದರು. "ನಾನು ನಿನ್ನಲ್ಲಿ ಮೊದಲೇ ಹೇಳಿದ್ದೆ, ಅವನು ತನ್ನ ಮೈಯನ್ನು ಸ್ವಚ್ಛವಾಗಿಟ್ಟುಕೊಳ್ಳದಿದ್ದರೆ ನೀನೇ ಸ್ನಾನ ಮಾಡಿಸು, ಬಟ್ಟೆಗಳನ್ನು ನೀನೇ ಒಗೆದು ಕೊಡು, ಹೊರಗೆ ತಿಂದು ಉಂಡು ಮಾಡುವುದಕ್ಕೆ ಬಿಡದೆ ಚೆನ್ನಾಗಿ ಅಡಿಗೆ ಮಾಡಿ ಬಡಿಸು ಅಂತ. ಹುಂ! ಇನ್ನು ಮುಂದಾದರೂ ಜಾಗ್ರತೆ ಮಾಡಿಕೋ."

ಲಲ್ಲನ್ ಕೂಡಲೇ ಮನೆಗೆ ಹೋಗಿದ್ದಳು. ಆ ಮೇಲೆ ಅವಳು ತಮ್ಮ ಹೆಂಡತಿಯನ್ನು ಕೇಳಿ ಬಾತ್‌ರೂಮಿನಲ್ಲಿ ಉಳಿದ ವಿಲಾಯತಿ ಸಾಬೂನಿನ ತುಂಡೊಂದನ್ನು ತೆಗೆದುಕೊಂಡು ಹೋದುದು ಅವರಿಗೆ ಗೊತ್ತಾಗಿತ್ತು.

* * *

ನಲ್ಲಿಯ ಹತ್ತಿರ ಬರುತ್ತಲೇ ಮಲ್ಲೋತ್ರಾರ ಕಣ್ಣ ಮುಂದೆ ಕಳೆದ ಎಲ್ಲಾ ಘಟನೆಗಳು ಸಾಲಾಗಿ ಬಂದವು. ಹರಿಯಾ ತಲೆಯೆತ್ತಿ ಅವರೆಡೆಗೆ ನೋಡಿದ. ಅವನ ಮೈತುಂಬಾ ಸಾಬೂನಿನ ನೊರೆ ಹರಡಿತ್ತು. ಮುಖದಲ್ಲಿ ಹೆಮ್ಮೆಯ ನಗು ಮೂಡಿತ್ತು. ಆ ನಗುವಿನಲ್ಲಿ ಹಿಂದೆ ಇದ್ದ ಅತೃಪ್ತಿ – ಅಸಹಾಯಕತೆಗಳ ಭಾವ ಲವಲೇಶವೂ ಇರಲಿಲ್ಲ. ಕುಳಿತಲ್ಲಿಂದಲೇ ಅವನು ಅವರಿಗೆ ಸಲಾಮು ಹೊಡೆದ.

ಮಲ್ಲೋತ್ರಾ ಅವನ ಸಲಾಮಿಗೆ ಪ್ರತಿಕ್ರಿಯಿಸಲಿಲ್ಲ. ಅವರು ಒಮ್ಮೆ ಲಲ್ಲನಳ ಕಡೆಗೆ ನೋಡಿದರಷ್ಟೆ. ಅವಳು ತಲೆ ಬಗ್ಗಿಸಿ ಅಸ್ಥೆಯಿಂದ ಅವನ ಬೆನ್ನು-ಸೊಂಟಗಳಿಗೆ ಸಾಬೂನು ಹಚ್ಚುತ್ತಿದ್ದಳು. ಹಿಂದೊಮ್ಮೆ ಅವಳೇ ಹೇಳಿದ್ದಳು. "ಅವನನ್ನು ಸಾಬೂನು ಅಚ್ಚಿ ಸ್ನಾನ ಮಾಡಿಸುವುದಾ? ಉಹುಂ....ಎಲ್ದು ಏಟು ಕೊಡ್ತೀನಿ ಬೇಕಾದ್ರೆ." ಮಲ್ಲೋತ್ರಾರ ತುಟಿಯಂಚಿನಲ್ಲಿ ಬಲವಂತದ ನಗುವೊಂದು ಸುಳಿಯಿತು.

05 ಖಾಲಿ ಡಬ್ಬಿ

ಗಾಡಿಯನ್ನೂ ಪೂರ್ತಿ ನಿಂತಿರಲಿಲ್ಲ. ಆಗಲೇ ಸುಭಾಷ ನನ್ನ ಕೈಬಿಟ್ಟು ಓಡಿದ. ಪ್ರಥಮ ದರ್ಜೆಯ ಬೋಗಿಗಳೆಲ್ಲವನ್ನೂ ಒಂದು ತುದಿಯಿಂದ ಇನ್ನೊಂದರ ತನಕ ನೋಡಿದನಾತ. ಒಂದೂ ಸೀಟು ಖಾಲಿಯಿರಲಿಲ್ಲ. ಅವಸರದಿಂದ ಓಡುತ್ತ ಆತ ಇನ್‌ಕ್ವಾಯರಿ ಕ್ಲರ್ಕ್ ಖಿನ್ನಾಬಾಬೂ ಬಳಿಗೆ ಧಾವಿಸಿದ. ಒಬ್ಬ ಪ್ರಯಾಣಿಕನಿಗೆ ಇದೇ ಸ್ಟೇಶನ್ನಿನಲ್ಲಿ ಇಳಿಯಲಿಕ್ಕಿತ್ತೆಂದೂ, ಮೇಲಿನ ಒಂದು ಸೀಟು ಖಾಲಿಯಾಗಬಹುದೆಂದೂ ಖಿನ್ನಾಬಾಬೂ ತಿಳಿಸಿದರು. ಆತಂಕದಿಂದ ಎರಡನೇ ಬಾರಿ ಪೂರ್ತಿಯಾಗಿ ಕಣ್ಣು ಹಾಯಿಸಿದ ಸುಭಾಷ. ಖಾಲಿ ಸೀಟೆಲ್ಲೂ ಕಾಣಸಿಗಲಿಲ್ಲ. ಆಗ ಬಾಬೂ ಸ್ವತಃ ತಾವೇ ಡಬ್ಬಿಯ ಒಳಗೆ ಹೋಗಿ ನೋಡಿದರು. ಒಬ್ಬ ಆಫೀಸರ್ ಬಾತ್‌ರೂಮಿನಿಂದ ಹೊರಬಂದು ಕನ್ನಡಿಯಲ್ಲಿ ನೋಡಿಕೊಳ್ಳುತ್ತ ಕೂದಲು ಬಾಚಿಕೊಳ್ಳುತ್ತಿದ್ದ. ಆತನ ಆಳು ಹಾಸಿಗೆ ಮಡಚುತ್ತಿದ್ದ. ಬಹುಶಃ ಆತನಿಗೆ ಇಲ್ಲೇ ಇಳಿಯಬೇಕಾಗಿತ್ತೆಂದು ತೋರುತ್ತದೆ. ಖಿನ್ನಾಬಾಬೂ ಸುಭಾಷನನ್ನು ಕರೆದು ಆ ಸೀಟನ್ನು ತೋರಿಸಿ ಅದರ ಮೇಲೆ ಲಾಲಾಜಿಯವರ ಹಾಸಿಗೆಯನ್ನು ಇಡಲು ಹೇಳಿದರು.

ಕೂಲಿಯಾಳು ಹಾಸಿಗೆಯನ್ನು ಹೊತ್ತುಕೊಂಡು ಸುಭಾಷನ ಹಿಂದೆಯೇ ಸುತ್ತುತ್ತಿದ್ದ. ಅವನಿಂದ ಹಾಸಿಗೆಯನ್ನು ಇಳಿಸಿ ತೆಗೆದು ಸೀಟಿನ ಮೇಲಿಟ್ಟ ಸುಭಾಷ. ಆ ನಂತರ ಸೀಟಿನ ಕೆಳಗೆ ಜಾಗಮಾಡಿ ಟ್ರಂಕಿಟ್ಟ ಹೂಜೆಯನ್ನೂ ಒಂದೆಡೆ ಇಟ್ಟು ನೆಮ್ಮದಿಯ ನಿಟ್ಟುಸಿರುಬಿಡುತ್ತ ಹಣೆಯ ಮೇಲಿನ ಬೆವರನ್ನೊರಸುತ್ತ ಕೆಳಗಿಳಿದ.

"ಚಾಚಾಜಿಯವರು ಬಹಳ ಗಾಬರಿಯಾಗಿದ್ದರು" ಆತ ನನ್ನಲ್ಲಿ ಹೇಳಿದ. "ಆದರೆ ಬಾಬೂ ಚೆನ್ನಾಗಿ ತಿಳಿದವರು" ಆತ ನಕ್ಕ. (ಸೀಟು ಇಲ್ಲಿ ಯಾವಾಗಲೂ ಸಿಕ್ಕೇ ಸಿಗುತ್ತದೆ") ಕೂಲಿಯಾಳಿಗೆ ಹಣಕೊಡಲು ಆತ ಚೀಲ ತೆಗೆದ.

ಅಷ್ಟರಲ್ಲಿ ಸುಭಾಷನ ಚಿಕ್ಕಪ್ಪ ಲಾಲಾಭಗವಾನದಾಸರು ಏದುಸಿರು ಬಿಟ್ಟುಕೊಂಡು ಸೇತುವೆಯಿಂದ ಇಳಿಯುತ್ತ ಕಾಣಿಸಿಕೊಂಡರು. ನಾನು ಮುಂದೆ ಹೋಗಿ ಅವರ ಕೈಕುಲುಕಿದೆ. "ಎರಡು–ಮೂರು ಬಾರಿ ನಿಮಗೆ ಫೋನ್ ಮಾಡಿದೆ" ನಾನೆಂದೆ. "ಆದರೆ ಪ್ರತಿಸಾರಿಯೂ ಎಂಗೇಜ್ಡ್ ಆಗಿತ್ತು. ಕನೆಕ್ಷನ್ ಸಿಗುವಷ್ಟು ಹೊತ್ತಿಗೆ ನೀವು ನಿಮ್ಮ ಗೆಳೆಯರೊಂದಿಗೆ ಕಾಫಿ ಹೌಸ್‌ಗೆ ಹೋಗಿದ್ದೀರೆಂದು ತಿಳಿಯಿತು. ಅಲ್ಲಿಗೂ ಹೋಗಿ ವಿಚಾರಿಸಿದಾಗ ಕೇವಲ ಐದೇ ನಿಮಿಷಗಳ ಹಿಂದೆ ಹೊರಟು ಹೋಗಿದ್ದೀರೆಂದು ಹೇಳಿದರು. ನೀವು ದಿಲ್ಲಿ ಎಕ್ಸ್‌ಪ್ರೆಸ್‌ಗೆ ಹೋಗುತ್ತಿದ್ದೀರೆಂದು ಸುಭಾಷ ತಿಳಿಸಿದ. ಹಾಗೆ ಇಲ್ಲಿಗೆ ಬಂದೆ, ಹೇಳಿ, ಹೇಗಿದ್ದೀರಿ? ಆರೋಗ್ಯ ತಾನೆ?"

ಲಾಲಾಜಿಯವರಿಗೆ ಯಾರದೇ ಸ್ಥಿತಿ–ಗತಿಗಳನ್ನು ಕೇಳುವ ಅಥವಾ ಹೇಳುವ ವ್ಯವಧಾನವಿರಲಿಲ್ಲ. ಅವರ ಅಗಲವಾದ ಹಣೆಯಲ್ಲಿ ಬೆವರ ಹನಿಗಳು ಹೊಳೆಯುತ್ತಿದ್ದವು. ನಗುಸೂಸುವ ಬೆಳ್ಳಗಿನ ಮುಖದಲ್ಲಿ ಗಾಬರಿ ಮೂಡಿತ್ತು. ಆದ್ದರಿಂದ ಒಂದು ಕ್ಷಣವೂ ನಿಲ್ಲದೆ, ನನ್ನ ಹೆಗಲ ಮೇಲೆ ಕೈಯಿಟ್ಟು ದಾಪುಗಾಲು ಹಾಕುತ್ತ ಮಾತನಾಡಿದರು. ತಮ್ಮದು ಮೂರು ದಿನದ ಪ್ರೋಗ್ರಾಂ ಇತ್ತು ಎಂದೂ, ಆದರೆ ದಿಲ್ಲಿಯಿಂದ ಟ್ರಂಕ್‌ಕಾಲ್ ಬಂದಿದ್ದು ಸೀಟ್ ಬುಕ್‌ಮಾಡಿ ಆಗದಿದ್ದರಿಂದ ಸುಭಾಷನನ್ನು ಕಳಿಸಿದ್ದೆನೆಂದೂ, ಸೀಟು ಸಿಕ್ಕಿದೆಯೋ ಇಲ್ಲವೋ ಗೊತ್ತಿಲ್ಲವೆಂದೂ ಹೇಳಿದರು. ನನ್ನ ಹತ್ತಿರ ಮಾತನಾಡುತ್ತಿದ್ದರೂ ಅವರ ಕಣ್ಣುಗಳು ಎಲ್ಲೋ ನೆಟ್ಟಿದ್ದವು. ಗಮನವಂತೂ ಪೂರ್ತಿ ಸೀಟುಗಳ ಮೇಲೆಯೇ ಇತ್ತು.

ನಾನು ಅವರಿಗೆ ಸೀಟು ಸಿಕ್ಕಿದೆ. ಸುಭಾಷ ಸಾಮಾನೆಲ್ಲವನ್ನು ಇರಿಸಿದ್ದಾನೆ, ಅದರ ಚಿಂತೆ ಬೇಡ ಎಂದು ಆಶ್ವಾಸನೆಯಿತ್ತೆ. ಅಷ್ಟರಲ್ಲಿ ಕೂಲಿಯಾಳಿಗೆ ದುಡ್ಡು ತೆತ್ತು. ಸುಭಾಷ ಬಂದ. "ಚಾಚಾಗೆ ಮೇಲಿನ ಸೀಟು ಸಿಕ್ಕಿ ಬಿಟ್ಟಿದೆ" ತುಸು ಸಪ್ಪೆಮುಖದಿಂದ ಆತ ಹೇಳಿದ.

"ಕೆಳಗಿನ ಸೀಟು ಯಾಕೆ ಸಿಗಲಿಲ್ಲ?"

"ಎಲ್ಲಾ ರಿಸರ್ವ್ಡ್ ಆಗಿತ್ತು."

"ಈ ನಿಲ್ದಾಣಕ್ಕೆ ಅಂತ ಮೀಸಲಿಟ್ಟ ಕೆಲವು ಸೀಟುಗಳಿರುತ್ತವೆ. ಖಿನ್ನಾ ಬಾಬೂಗೆ ಏನಾದರೂ ಕೊಟ್ಟು ನೋಡಬಹುದಿತ್ತು" ಲಾಲಾಜಿ ನುಡಿದರು.

"ಒಂದು ಗಂಟೆ ಮೊದಲೇ ಬಂದಿದ್ದೆ, ಇವರನ್ನು ಬೇಕಾದರೆ ಕೇಳಿ." ಸುಭಾಷ ನನ್ನೆಡೆಗೆ ಕೈ ತೋರಿಸಿ ಹೇಳಿದ. "ಖಿನ್ನಾ ನನ್ನ ಗೆಳೆಯ. ಆತನಿಗೆ ಚಾ ಕುಡಿಸಿದೆ; ಮೊಟ್ಟೆ ತಿನ್ನಿಸಿದೆ. ಗಾಡಿ ಬರಲಿ, ಖಂಡಿತ ಸೀಟು ಸಿಗುತ್ತದೆ ಅಂತ ಖಿನ್ನಾ ಭರವಸೆಯಿತ್ತಿದ್ದ. ಆದರೆ ಸೀಟುಗಳೆಲ್ಲ ಬುಕ್ ಆಗಿದ್ದವು. ಕೆಳಗಿನದಾಗಲೀ, ಅಥವಾ ಬೇರೆ ಯಾವ ಸೀಟೂ ಖಾಲಿ ಇರಲಿಲ್ಲ. ನಾನೇ ಸ್ವತಃ ಎಲ್ಲ ಡಬ್ಬಿಗಳನ್ನೂ ನೋಡಿ ಬಂದಿದ್ದೇನೆ."

ಆದರೆ ಲಾಲಾಜಿಯವರಿಗೆ ಸಮಾಧಾನವಾಗಲಿಲ್ಲ. ಅವರು ಡಬ್ಬಿಯೊಳಗೆ ಪ್ರವೇಶಿಸಿ ತಮ್ಮ ಸೀಟನ್ನು ನೋಡಿದರು. ಕೂಡಲೇ ಕೆಳಗಿಳಿದು ಬಂದು ಸುಭಾಷನ ಜೊತೆಗೆ ಖಿನ್ನಾರ ಬಳಿ ಹೋಗಿ ಆತನನ್ನು ಹಿಡಕೊಂಡರು.

ಪ್ರಯಾಣಿಕರೆಲ್ಲ ಖಿನ್ನಾರ ಸುತ್ತ ಮುತ್ತಿಗೆ ಹಾಕಿದ್ದರು. ಅವರನ್ನು ತಳ್ಳಿ ಬದಿಗೆ ಸರಿಸಿ ಲಾಲಜಿಯವರು ಖಿನ್ನಾರನ್ನು ಸಮೀಪಿಸಿ ಕೇಳಿದರು. "ಏನ್ರೀ ಖಿನ್ನಾ ಸಾಹೇಬರೇ, ಒಂದು ನಾಲ್ಕು ಸೀಟು ಕೂಡಾ ಇಡಲ್ಲಿಕ್ಕಾಗುವುದಿಲ್ಲವೇನು ಈ ನಿಲ್ದಾಣಕ್ಕೆ?"

"ಹುಂ, ಹುಂ" ಲಾಲಾಜಿಯವರನ್ನು ನೋಡದೇನೇ ಉತ್ತರಿಸಿದರು ಖಿನ್ನಾ.

"ಏನು, ಎಲ್ಲ ಬುಕ್ ಆಗಿದ್ದವೇನು?" ಲಾಲಾಜಿ ಹುಬ್ಬೇರಿಸಿದರು.

"ಹೂಂ" ಅದೇ ರೀತಿ ತಲೆ ಎತ್ತದೆಯೇ ಹೂಂಗುಟ್ಟಿದರು ಖಿನ್ನಾ, ಆದರೆ ಕೇಳಿದವರು ಲಾಲಾಜಿಯವನೆಂದು ಅರಿವಿಗೆ ಬರುತ್ತಲೇ ಎದ್ದು ನಿಂತು ನಮಸ್ಕರಿಸಿ ಮುಗುಳ್ನಗುತ್ತ ಪ್ರಶ್ನಿಸಿದರು. "ಏಕೆ, ತಮಗೆ ಸೀಟು ಕೊಡಿಸಿ ಆಗಿದೆಯಲ್ಲ?"

"ಕೆಳಗಿನ ಯಾವುದಾದರೂ ಸೀಟು ಸಿಕ್ಕಿದರೆ ಒಳ್ಳೆಯದಿತ್ತು..." ಲಾಲಾಜಿಯವರು ಹೆಚ್ಚು ಕಡಿಮೆ ಆಕ್ಷೇಪಿಸುವ ಧ್ವನಿಯಲ್ಲಿ ಹೇಳಿದರು.

"ತಮಗೆ ಬಹುಶಃ ಅಲ್ಲೇ ಕೆಳಗಿನ ಸೀಟು ಸಿಗಬಹುದು." ಖಿನ್ನಾ ಹೇಳಿದರು. "ನಾನು ಕಂಡಕ್ಟರ್‌ಗೆ ಹೇಳಿದ್ದೇನೆ. ಹಿಂದಿನಿಂದ ಒಂದು ಫೋರ್‌ಸೀಟರ್ ಖಾಲಿಯಾಗಿ ಬಂದಿತ್ತು. ಆದರೆ ಅದರೊಳಗೆ ಏನೋ ಅವ್ಯವಸ್ಥೆಯಾಗಿರಬೇಕು. ಬಾಗಿಲು ಮುಚ್ಚಿಕೊಂಡಿದ್ದ ಹಾಗೆಯೇ ಬರುತ್ತಿದೆ. ಬಹುಶಃ ಅದನ್ನು ಇಲ್ಲಿ ತೆರೆಯಬಹುದು. ತಮ್ಮ ಕೆಳಗಿನ ಸೀಟು ಅಡ್ವೊಕೇಟ್ ಜನರಲ್ ವರ್ಮಾರವರದ್ದು, ಹಿಂದಿನ ಡಬ್ಬಿಯನ್ನು ತೆರೆದರೆ ವರ್ಮಾ ಅದಕ್ಕೆ ಹೋಗುತ್ತಾರೆ. ತಾವು ಕೆಳಗೆ ಬರಬಹುದು."

ಸಂತುಷ್ಟರಾಗಿ ಲಾಲಾಜಿಯವರು ತಮ್ಮ ಡಬ್ಬಿಯನ್ನು ಹೊಕ್ಕರು. ವರ್ಮಾ ಆಗಲೇ ಬಂದಿದ್ದರು. ಅವರ ಸಹಾಯಕರು ಹಾಸಿಗೆ ಬಿಡಿಸುತ್ತಿದ್ದರು. ಅವರನ್ನು ನೋಡುತ್ತಲೇ ಲಾಲಾಜಿಯವರು ಅವರಿಗೆ ಎಲ್ಲವನ್ನೂ ವಿವರಿಸಲಾರಂಭಿಸಿದಳು. ಹಿಂದಿನಿಂದ ಒಂದು ಖಾಲಿಡಬ್ಬ ಬರುತ್ತಿದೆಯೆಂದೂ, ಪೂರ್ತಿಯಾಗಿ ಬಂದ್ ಆದ ಆ ಡಬ್ಬಿ ಇಲ್ಲಿಗೆ ತಲುಪಿದ ನಂತರ ತೆರೆಯಲದುತ್ತದೆಂದೂ, ನಂತರ ವರ್ಮಾರವರನ್ನು ಅಲ್ಲಿಗೆ ಶಿಫ್ಟ್ ಮಾಡುವುದರ ಬಗ್ಗೆ ಇನ್‌ಕ್ವಾಯರಿ ಕ್ಲರ್ಕ್ ಹೇಳುತ್ತಿದ್ದರೆಂದೂ ತಿಳಿಸಿದರು.

"ಈ ಸೀಟು ತಮ್ಮದೇನು?" ಅಡ್ವೊಕೇಟ್ ಜನರಲ್ ವರ್ಮಾ ಫಕ್ಕನೆ ಕೇಳಿಬಿಟ್ಟರು.

"ಇಲ್ಲ, ಆದರೆ ಅಲ್ಲಿ ತಮಗೆ ಹೆಚ್ಚು ಸೌಕರ್ಯವಿರಬಹುದು. ಇಲ್ಲಿಂದ ಬೇರೆ ಯಾವ ಬುಕ್ಕಿಂಗೂ ಇರಲಿಲ್ಲ. ನೀವು ಅಲ್ಲಿಗೆ ಹೋದರೆ ನಾನು ಕೆಳಗೆ ಬರುತ್ತೇನೆ."

"ನೀವು ಬಿಡಿಸಿರಿ ಹಾಸಿಗೆಯನ್ನು" "ಅಡ್ವೋಕೇಟ್ ಜನರಲ್ ಸುಮ್ಮನೆ ನೋಡುತ್ತ ನಿಂತ ತಮ್ಮ ಸಹಾಯಕರಿಗೆ ಅಧಿಕಾರವಾಣೆಯಲ್ಲಿ ಹೇಳಿದರು. "ಹಿಂದೆ ಬರುತ್ತಿರುವ ಮುಚ್ಚಿದ ಡಬ್ಬಿ ಇಲ್ಲಿಗೆ ಬಂದ ಕೂಡಲೇ ತೆರೆಯಲ್ಪಡುತ್ತದೆಯೆಂದು ಹೇಗೆ ನಂಬುವುದು?"

ಲಾಲಾಜಿಯವರು ಏನು ಮಾಡುತ್ತಿದ್ದಾರೆಂಬುದನ್ನು ನೋಡಲು ನಾನು ಡಬ್ಬಿಯೊಳಗೆ ಪ್ರವೇಶಿಸಿದ್ದೆ. ಆದರೆ ಅಡ್ವೋಕೇಟ್ ಜನರಲ್‍ರ ಮಾತು ಕೇಳುತ್ತಿದ್ದಂತೆ ಲಾಲಾಜಿಯವರು ನನ್ನನ್ನು ಬದಿಗೆ ತಳ್ಳಿ ಅವಸರವರವಾಗಿ ಹೊರಬಂದರು. ನಂತರ ಗಾಡಿಯನ್ನು ಒಮ್ಮೆ ಪೂರ್ತಿಯಾಗಿ ಅವಲೋಕಿಸಿದರು. ಜೊತೆಗಿದ್ದ ಬೋಗಿಯಲ್ಲಿ ಒಂದು ಡಬ್ಬಿ ಬಂದ್ ಆಗಿತ್ತು. ಗಾಜಿನ ಕಿಟಕಿಗಳೆಲ್ಲ ಮುಚ್ಚಲ್ಪಟ್ಟಿದ್ದವು. ಲಾಲಾಜಿಯವರು ಬಾಗಿಲಿನ ಹ್ಯಾಂಡಲ್ ತಿರುಗಿಸಿ ನೋಡಿದರು. ಒಳಗಿನಿಂದ ಬಾಗಿಲ ಚಿಲಕ ಹಾಕಿತ್ತು. ಸ್ವಲ್ಪ ದೂಡಿ ನೋಡಿದರು. ಅದು ತೆರೆಯಲಿಲ್ಲ.

ಕೂಡಲೇ ಅವರು ಓಡುತ್ತ ಖಿನ್ನಾರ ಬಳಿಗೆ ಹೋದರು. "ನನ್ನ ಹೊಟ್ಟೆಯಲ್ಲಿ ಸಂಕಟವಾಗುತ್ತಿದೆ. ನನಗೆ ರಾತ್ರಿ ನಾಲ್ಕಾರು ಬಾರಿ ಎಳಬೇಕಾಗುತ್ತದೆ." ಅವರೆಂದರು. "ಆ ಡಬ್ಬಿ ತೆರೆಸಿರಿ, ವರ್ಮಾರವರು ಅಲ್ಲೇ ಆರಾಮವಾಗಿ ಹಾಸಿಗೆ ಬಿಡಿಸುತ್ತಿದ್ದಾರೆ."

"ನಾನು ಸ್ಟೇಶನ್‍ಮಾಸ್ಟರಿಗೆ ಸೂಚನೆ ಕೂಡಾ ಕೊಟ್ಟಿದ್ದೆ." ಖಿನ್ನಾ ಹೇಳಿದರು. "ಇಲ್ಲಿಂದ ಸೀಟು ಬುಕ್ ಆದವರಿಗೆ ಹಿಂದೆ ಖಾಲಿಯಾಗಿ ಬರುತ್ತಿರುವ ಡಬ್ಬಿಯಲ್ಲಿ ಜಾಗ ಸಿಕ್ಕಿವೆ. ಬೇರೆ ಪ್ರಯಾಣಿಕರಾರೂ ಇಲ್ಲದಿದ್ದುದರಿಂದ ಯಾರೂ ಅದರ ಕಡೆಗೆ ಗಮನ ಕೊಡಲಿಲ್ಲ."

ಖಿನ್ನಾ ಲಾಲಾಜಿಯವರ ಜತೆಗೆ ಬಂದರು. ಮುಚ್ಚಿದ ಡಬ್ಬಿಯ ಕಿಟಕಿಗಳನ್ನು ತಟ್ಟಿ. ಬಾಗಿಲಿನ ಹ್ಯಾಂಡಲ್ ತಿರುಗಿಸಿ ನೋಡಿದರು. ಲಾಲಾಜಿ ಸ್ವಯಂ ತಾವೇ ಮುಂದುವರಿದು ಬಾಗಿಲಿಗೆ ಬಲವಾಗಿ ಒಮ್ಮೆ ಗುದ್ದಿದರು. ಬಾಗಿಲು ತೆರೆಯಲಿಲ್ಲ. "ಇದಕ್ಕೆ ಬಹುಶಃ ಒಳಗಿನಿಂದ ಬೀಗ ಹಾಕಲಾಗಿದೆಯೆಂದು ಕಾಣುತ್ತದೆ" ಖಿನ್ನಾರೆಂದರು "ತಮಗೆ ಹೇಗೂ ಸೀಟು ಸಿಕ್ಕಿದೆಯಲ್ಲ. ಹೋಗಿ ಆರಾಮವಾಗಿ ಮಲಗಿ"

"ನನಗೆ ಹೊಟ್ಟೆ ನೋವಾಗುತ್ತದೆ" ಲಾಲಾಜಿ ಹೇಳಿದರು. "ಆಗಾಗ ಇಳಿದು ಹತ್ತಲು ನನ್ನಿಂದ ಸಾಧ್ಯವಿಲ್ಲ. ಈ ಡಬ್ಬಿ ಇಲ್ಲಿ ತೆರೆಯಲೇಬೇಕು." ಅವರು ಸುಭಾಷನ ಕಡೆಗೆ ತಿರುಗಿ ಆಜ್ಞಾಪಿಸುವ ಧ್ವನಿಯಲ್ಲಿ ಹೇಳಿದರು– "ಸುಭಾಷ, ಓಡಿಹೋಗಿ ಗಾರ್ಡ್‌ನನ್ನು ಕರೆತಂದು ಡಬ್ಬಿಯ ಬಾಗಿಲು ತೆರೆಯಿಸು." ಸುಭಾಷ ಓಡಿದ. ಲಾಲಾಜಿಯವರು ಕೂಲಿಯನ್ನು ಕರೆದು ಲಗ್ಗೇಜನ್ನು ಎತ್ತಿರಿಸಲು ನನ್ನಲ್ಲಿ ಹೇಳಿ ಡಬ್ಬಿಯನ್ನು ಪ್ರವೇಶಿಸಿ ಹೂಜೆಯನ್ನೆತ್ತಿ ಕೈಯಲ್ಲಿ ಹಿಡಿದುಕೊಂಡು ಬಂದರು.

ಗಾರ್ಡ್ ಬಂದು ಬಾಗಿಲಿನ ಬೀಗ ತೆಗೆಯಲು ಪ್ರಯತ್ನಿಸಿದ. "ಬೀಗ ತೆರೆದೇ ಇದೆಯಲ್ಲ?" ಅವನೆಂದ. ಲಾಲಾಜಿಯವರು ಕೂಡಲೇ ಮುಂದೆ ಬಂದು ಹ್ಯಾಂಡಲ್ ತಳ್ಳುತ್ತ ಇನ್ನೊಮ್ಮೆ ಜೋರಾಗಿ ಗುದ್ದಿದರು. ಬಾಗಿಲು ಕಿಂಚಿತ್ತೂ ಜಗ್ಗಲಿಲ್ಲ. "ಒಳಗಿನಿಂದ

ಚಿಲಕ ಹಾಕಿದ್ದಾರೆ" ಎನ್ನಾ ಹೇಳಿದರು. ಲಾಲಾಜಿ ಕಿಟಕಿಯ ಬಳಿ ಹೋಗಿ ಸುಭಾಷನಲ್ಲಿ ಹಿಂದಿನ ಬದಿಗೆ ಹೋಗಿ ಬಾಗಿಲು ತೆರೆಯಲು ಸಲಹೆಯಿತ್ತರು.

ಡಬ್ಬಿಯ ತುಂಬಾ ಕತ್ತಲು ತುಂಬಿತ್ತು. ಏನೂ ಕಾಣಿಸುತ್ತಿರಲಿಲ್ಲ. ಕಿಟಕಿಯ ಗಾಜಿನಲ್ಲಿ ಬಗ್ಗಿ ನೋಡಿದಾಗ ಅದರಲ್ಲಿ ಸ್ಟೇಶನ್ನಿನ ಪ್ರತಿಬಿಂಬ ಮಾತ್ರ ಕಾಣಿಸಿತು. ತುಸು ಹಿಂದೆ ಸರಿದು ಇನ್ನೊಮ್ಮೆ ನೋಡಲು ಪ್ರಯತ್ನಿಸಿದಾಗ ಅವರಿಗೆ ತಾಳ್ಮೆ ಕಳೆದುಕೊಂಡ ತಮ್ಮದೇ ಪೆಚ್ಚು ಮುಖ ಕಾಣಿಸಿತು.

ಆದರೆ ಹೀಗೆ ಸೋಲನೊಪ್ಪಿಕೊಳ್ಳುವ ಸ್ವಭಾವದವರಲ್ಲ ಲಾಲಾಜಿಯವರು. ಜೇಬಿನಿಂದ ಬೀಗದಕೈ ಹೊರತೆಗೆದು ನನ್ನೆಡೆಗೆ ಎಸೆಯುತ್ತ ಸೂಟ್‌ಕೇಸಿನಿಂದ ಟಾರ್ಚ್ ತರಲು ಹೇಳಿದರು. ನಂತರ ಮುಷ್ಟಿ ಬಿಗಿಹಿಡಿದು ಎರಡೂ ಕೈಗಳಿಂದ ಬಾಗಿಲಿನ ಮೇಲೆ ಗುದ್ದತೊಡಗಿದರು. ಒಳಗಿನಿಂದ ಯಾವುದೇ ಶಬ್ದವೂ ಬರುತ್ತಿರಲಿಲ್ಲ. ಅಷ್ಟರಲ್ಲಿ ಸುಭಾಷ ಬಂದು ಹಿಂದಿನ ಬಾಗಿಲು ಕೂಡಾ ಬಂದ್ ಆಗಿದೆಯೆಂದೂ, ಕಿಟಕಿಗಳೆಲ್ಲ ಮುಚ್ಚಲ್ಪಟ್ಟಿವೆಯೆಂದೂ ಹೇಳಿದ.

ಕೂಲಿಯವನು ಸೂಟ್‌ಕೇಸ್ ಹೊರಗಿಟ್ಟಿದ್ದ, ನಾನು ಅದರಿಂದ ಟಾರ್ಚ್ ಹೊರತೆಗೆದು ಲಾಲಾಜಿಯವರಿಗೆ ಕೊಟ್ಟೆ. ಟಾರ್ಚಿನ ಬೆಳಕನ್ನು ಒಳಗೆ ಹಾಯಿಸಿದಾಗ ಸೀಟುಗಳೆಲ್ಲ ಖಾಲಿಯಾಗಿರುವುದು ಕಾಣಿಸಿತು. ನಡುವೆ ಇದ್ದ ಫ್ಯಾನ್ ತಿರುಗುತ್ತಿತ್ತು. ಮೇಲಿನ ಸೀಟಿನಲ್ಲಿ ಯಾವನೋ ಒಬ್ಬ ನಗ್ನ ಮನುಷ್ಯ ಮೈಮೇಲಿನ ಪರಿವೆ ಇಲ್ಲದೆ ನಿದ್ದೆ ಮಾಡುತ್ತಿದ್ದ.

ಅಷ್ಟರಲ್ಲಿ ದಡಬಡನೆ ಬಾಗಿಲು–ಕಿಟಕಿಗಳನ್ನು ಎಲ್ಲರೂ ಗುದ್ದಲಾರಂಭಿಸಿದ್ದರು. ಪ್ರಥಮ ದರ್ಜೆಯ ಡಬ್ಬಿಯೊಂದರಲ್ಲಿ ಯಾವನೋ ಒಬ್ಬ ನಗ್ನನಾಗಿ ಬಿದ್ದು ಗೊರಕೆ ಹೊಡೆಯುತ್ತಿದ್ದಾನೆಂದೂ, ಅದರ ಮುಂದೆ ಸಾಕಷ್ಟು ಜನರ ಗುಂಪು ಸೇರಿದೆಯೆಂದೂ ಸುದ್ದಿ ಬೆಂಕಿಯ ವೇಗದಲ್ಲಿ ನಾಲ್ಕೂ ದಿಕ್ಕಿನಲ್ಲಿ ಹಬ್ಬಿತು. ಅಡ್ವೊಕೇಟ್ ಜನರಲ್ ಕೂಡಾ ತಮ್ಮ ಡಬ್ಬಿಯಿಂದ ಇಳಿದು ಗುಂಪಿನಲ್ಲಿ ನುಸುಳಿ ಮುಂದೆ ಬಂದು ಕಾಣಿಸಿಕೊಂಡರು. ತಮ್ಮ ಗೆಳೆಯರೊಂದಿಗೆ ಮಾತುಕತೆಗೆ ತೊಡಗಿದ್ದರೂ ಅವರ ಕಣ್ಣು ನಡೆಯುತ್ತಿದ್ದ ತಮಾಷೆಯ ಕಡೆ ನೆಟ್ಟತ್ತು. ಬೇರಾರೂ ಮುಂದೆ ಬರುವುದನ್ನು ಕಾಣದೆ ಲಾಲಾಜಿಯವರು ಟಾರ್ಚಿನ ಬೆಳಕನ್ನು ಆ ವ್ಯಕ್ತಿಯ ಮೇಲೆ ಹಾಕುತ್ತ ಬಹಳ ಹೊತ್ತು ನಿಂತರು. ಗಲಾಟೆ ಜೋರಾಗುತ್ತ ಬಂದಂತೆ ಒಳಗಿದ್ದ ವ್ಯಕ್ತಿ ಏನೂ ಮುಲಾಜಿಲ್ಲದೆ ಬಹಳ ಆತ್ಮವಿಶ್ವಾಸದಿಂದೆಂಬಂತೆ ಎದ್ದು ಒಂದು ಕಟಕಿಯ ಗಾಜನ್ನು ಇಳಿಸಿದ–ನೀಳವಾದ ಗಡ್ಡ, ಸುಕ್ಕುಗಟ್ಟಿದ ಕೂದಲು, ಕೊಳೆ ಮೆತ್ತಿಕೊಂಡ ಮೈಯ ವ್ಯಕ್ತಿ.

"ಅದ್ಯಾಕ್ರೋ ಹುಚ್ಚರ ಹಂಗೆ ಕೂಗ್ತಿದ್ದೀರಾ?" ಆತ ಜಬರ್ದಸ್ತಿನಿಂದ ಗಟ್ಟಿಯಾಗಿ ಧ್ವನಿಯೇರಿಸಿ ಕೇಳಿದ. "ಡಬ್ಬಿ ರಿಸರ್ವ್ ಆಗ್ಲೋಗಿದೆ."

"ಬಾಗಿಲು ತೆಗೆ"

"ಬಾಗಿಲು ತೆಗೆ"

"ಬಾಗಿಲು ತೆಗೆ"

ಲಾಲಾಜಿ, ಖಿನ್ನ ಮತ್ತು ಗಾರ್ಡ್ ಒಟ್ಟಿಗೇ ಚೀರಿದರು. ಹುಚ್ಚ ಅವರ ಕಡೆಗೆ ಗಮನ ಕೊಡಲಿಲ್ಲ. ಬದಲಾಗಿ, ಆರಾಮವಾಗಿ ಕೆಳಗಿನ ಸೀಟಿಗೆ ಬಂದು ಒಮ್ಮೆ ಗಟ್ಟಿಯಾಗಿ ನಿಟ್ಟುಸಿರುಬಿಟ್ಟು, ನಂತರ ಕಾಲ ಮೇಲೆ ಕಾಲು ಹಾಕಿಕೊಂಡು ಗಮ್ಮತ್ತು ಮಲಗಿಕೊಂಡ. ಅಷ್ಟರಲ್ಲಿ ಗುಂಪಿನಿಂದ ಯಾರೋ ಮಣ್ಣಿನ ಚಾದಾನಿಯನ್ನು ತೆಗೆದು ಹುಚ್ಚನೆಡೆಗೆ ಜೋರಾಗಿ ಬೀಸಿ ಒಗೆದರು. ಹುಚ್ಚೆದ್ದ ಗುಂಪು ಎಲ್ಲೆಲ್ಲಿಂದಲೋ ಅಂಥದೇ ಚಾದಾನಿಗಳನ್ನು ತಂದು ಅವನೆಡೆಗೆ ಎಸೆಯಲಾರಂಭಿಸಿತು. ಜೋರಾಗಿ ಬೀಸಿ ಒಗೆದ ಚಾದಾನಿಯ ಒಂದು ತುಂಡು ಕಿಟಕಿಯ ಸರಳುಗಳಿಗೆ ಬಡಿದು ಅಡ್ವೋಕೇಟ್ ಜನರಲ್‌ರ ಮುಖದ ಮೇಲೆ ಬಿತ್ತು. ಬೆಸತ್ತ ಅವರು 'ಕಾನೂನನ್ನು ತಮಗೆ ಬೇಕಾದಂತೆ ಉಪಯೋಗಿಸಬೇಡಿ' ಎಂದು ಜನರಿಗೆ ಬುದ್ಧಿ ಹೇಳಿ ಪೋಲೀಸರನ್ನು ಕರೆಸುವುದೇ ಸೂಕ್ತಮಾರ್ಗವೆಂದು ಸಲಹೆ ನೀಡಿದರು. "ನೀವು ಅವನ ಮೇಲೆ ಹೀಗೆ ಹಲ್ಲೆ ನಡೆಸಿ ಏನಾದರೂ ಅನಾಹುತವಾದರೆ ಏನು ಮಾಡುತ್ತೀರಿ? ಅವನು ಹುಚ್ಚ ಹೌದೋ ಅಲ್ಲವೋ ಎಂದು ನಿಮಗೇನು ಗೊತ್ತು? ಒಂದು ವೇಳೆ ಅವನು ಬರೇ ಶರಾಬು ಕುಡಿದವನಾಗಿದ್ದರೆ?" ಎಂದೆಲ್ಲ ಕೇಳುತ್ತ ಕಾನೂನಿನ ವಿವಿಧ ಸಾಧ್ಯತೆಗಳನ್ನು ವಿವರಿಸಿ ಕಲ್ಲು–ಮಣ್ಣಿನಿಂದ ಹೊಡೆದು ಹಲ್ಲೆ ನಡೆಸುವುದು ಕಾನೂನಿಗೆ ವಿರುದ್ಧವಾದುದೆಂದು ಬೋಧಿಸಿದರು ವರ್ಮಾ.

ಗುಂಪಿನ ಆವೇಶ ಸ್ವಲ್ಪ ಹೊತ್ತಿನ ಮಟ್ಟಿಗೆ ನಿಂತಾಗ ಗಾರ್ಡ್‌ಗೆ ತನ್ನ ಕರ್ತವ್ಯದ ನೆನಪಾಯಿತು. ಆತ ಲಾಲಾಜಿಯವರಿಗೆ ಬೇರೆ ಯಾವುದಾದರೂ ಡಬ್ಬಿಯಲ್ಲಿ ಲಗ್ಗೇಜನ್ನು ಇಡಲು ಹೇಳುತ್ತ ಗಾಡಿ ಲೇಟಾಗುತ್ತಿದೆಯೆಂದು ಎಚ್ಚರಿಸಿದ. ಆಗ ಲಾಲಾಜಿಯವರು ಆತನಿಗೆ ಶುದ್ಧ ಆಂಗ್ಲಭಾಷೆಯಲ್ಲಿ ಒಂದು ಸಣ್ಣ ಭಾಷಣವನ್ನೇ ಕೊಟ್ಟರು– ತಾವು ಫಸ್ಟ್ ಕ್ಲಾಸ್ ಪ್ಯಾಸೆಂಜರ್, ಇನ್ನೊಂದು ಡಬ್ಬಿಯಲ್ಲಿ ಬರೇ ಮೇಲಿನ ಸೀಟು ಮಾತ್ರ ಖಾಲಿಯಿದೆ; ತಮ್ಮ ಹೊಟ್ಟೆಯಲ್ಲಿ ಸಂಕಟವಾಗುತ್ತಿದೆ. ಮೇಲಿನ ಸೀಟಿಗೆ ಹೋದರೆ ಉಳಿದ ಪ್ಯಾಸೆಂಜರುಗಳಿಗೆ ತೊಂದರೆಯಾಗುತ್ತದೆ; ಡಬ್ಬಿಯನ್ನು ತೆರೆಸಿ ತಮಗೆ ಕೆಳಗಿನ ಸೀಟು ಕೊಡಿಸುವುದು ರೈಲ್ವೆಯವರ ಕರ್ತವ್ಯವಾಗಿದೆ–ಇತ್ಯಾದಿ, ಇತ್ಯಾದಿ....

ಜನರು ಹುಚ್ಚನ ಬಗ್ಗೆ ಏನೇನೋ ಮಾತನಾಡುತ್ತಿದ್ದರು. ಕೆಲವರು ಅವನು ಕುಡುಕನಾಗಿರಬಹುದೆಂದು ಅಡ್ವೋಕೇಟ್ ಜನರಲ್‌ರ ಅಭಿಪ್ರಾಯವನ್ನೇ ಸಮರ್ಥಿಸಿದರು. ಇನ್ನು ಕೆಲವರು ಅವನೊಬ್ಬ ನಂಬರ್‌ವನ್ ಕೇಡಿಯಿರಬೇಕೆಂದೂ, ಟಿಕೆಟ್ಟಲ್ಲದೆ ಪ್ರಯಾಣ ಮಾಡಲು ಈ ಉಪಾಯ ಹುಡುಕಿರಬೇಕೆಂದೂ ಹೇಳುತ್ತಿದ್ದರು. ಅಂತೂ ಎಲ್ಲರೂ ಬಾಗಿಲು ತೆಗೆಸುವ ಉಪಾಯದ ಕುರಿತಾಗಿ ವಿಚಾರ–ವಿನಿಯಮ ಮಾಡುತ್ತಲೇ ಇದ್ದರು. ಕೆಲವರು ಗಟ್ಟಿಯಾಗಿ ಗುಲ್ಲೆಬ್ಬಿಸಿದರೆ, ಇನ್ನು ಕೆಲವರು ಜೋರುಮಾಡಿ ಗದರಿಸುತಿದ್ದರು. ಹುಚ್ಚ ಮಾತ್ರ ಯಾವ ಚಿಂತೆಯೂ ಇಲ್ಲದೆ ಕಾಲಮೇಲೆ ಕಾಲು ಜೋಡಿಸಿ ಮಲಗಿದ್ದ, ಸುಭಾಷನಿಗೆ ಏನು ಹೊಳೆಯಿತೋ, ಫಕ್ಕನೆ ಕಿಟಕಿಯ ಸರಳುಗಳೆಡೆಯಲ್ಲಿ ಮುಖ ತೂರಿಸಿ ಕೇಳಿದ; "ಇಲ್ಲಿ ನೋಡು, ಆ ಮೇಲಿನ ಸೀಟನ್ನು ಒಮ್ಮೆ ಎತ್ತಿಬಿಡು; ಇಲ್ಲಿದ್ದರೆ ಬಾಗಿಲು ತೆರೆದುಕೊಂಡೀತು." ಹುಚ್ಚ ಎದ್ದು ಮೇಲಿನ ಸೀಟನ್ನು ಎತ್ತಲು ಪ್ರಯತ್ನಿಸಿದ.

"ಇಲ್ಲ, ಇಲ್ಲ, ಸೀಟು ಎತ್ತಿಡುವುದು ಬೇಡ, ಆ ಮೂಲೆಯ ಬಟನ್ ಒತ್ತಿಬಿಟ್ಟರೆ ಸಾಕು. ಆಮೇಲೆ ಯಾರಿಗೂ ಬಾಗಿಲು ತೆಗೆಯಲು ಸಾಧ್ಯವಿಲ್ಲ."

ಹುಚ್ಚ ಬಟನ್ ಒತ್ತಿದ. ಗಾಡಿಯ ತುಂಬ ಝುಗ್ಗೆಂದು ಬೆಳಕು ಹತ್ತಿಕೊಂಡಿತು. ಕೂಡಲೇ ಜನರ ಉತ್ಸಾಹ ಮೇರೆ ಮೀರಿತು. ಹುಚ್ಚನ ಕೈಯಿಂದ ಬಾಗಿಲಿನ ಚಿಲಕವನ್ನು ಬೀಳಿಸಲು ಎಲ್ಲರೂ ಪ್ರಯತ್ನಿಸಿದರು. ಹಲವು ರೀತಿಯಲ್ಲಿ ಅವನನ್ನು ತಿರುಗಿಸಿ–ಮುರುಗಿಸಿ ನೋಡಿದರು. ಹುಚ್ಚ ಬೇರೆಲ್ಲಾ ಮಾಡಿದ–ಡಬ್ಬಿಯ ಎಲ್ಲ ದೀಪಗಳನ್ನೂ ಒಂದೊಂದಾಗಿ ಉರಿಸಿದ; ಫ್ಯಾನ್ ಆಫ್‌ಮಾಡಿ ಮೇಲಿನ ಸೀಟುಗಳನ್ನು ಎತ್ತಿರಿಸಿದ. ಆದರೆ ಬಾಗಿಲನ್ನು ಮಾತ್ರ ತೆರೆಯುವ ಗೋಜಿಗೆ ಹೋಗಲಿಲ್ಲ.

ಲಾಲಾಜಿಯವರು ಮೆಲ್ಲನೆ ಉಪಾಯವಾಗಿ ಅವನನ್ನು ಮುಖಸ್ತುತಿ ಮಾಡಿ ಪುಸಲಾಯಿಸಲು ಪ್ರಯತ್ನಿಸಿದರು. ತಮ್ಮ ಹೊಟ್ಟೆಯಲ್ಲಿ ವಿಪರೀತ ಸಂಕಟವಾಗುತ್ತಿದೆಯೆಂದೂ, ದೊಡ್ಡ ಮನಸ್ಸು ಮಾಡಿ ಬಾಗಿಲು ತೆರೆದರೆ ಮಹದುಪಕಾರವಾಗುವುದೆಂದೂ, ಸಾಧ್ಯವಾದಷ್ಟು ದೈನ್ಯತೆಯನ್ನು ನಟಿಸಿ ಹೇಳಿದರು. ಆದರೆ ಹುಚ್ಚ ಅವರ ಬೇಡಿಕೆಯ ಕಡೆಗೆ ಏನೂ ಗಮನ ಕೊಡಲಿಲ್ಲ. ಕೂಡಲೇ ಏನೋ ಹೊಳೆದಂತಾಗಿ ಅವರು ತಮ್ಮ ಜೇಬಿನಿಂದ ಒಂದು ರೂಪಾಯಿಯ ನೋಟು ತೆಗೆದು ಅವನೆಡೆಗೆ ಚಾಚಿ 'ಬಾಗಿಲು ತೆಗೆದರೆ ರೂಪಾಯಿ ಸಿಗುವುದು' ಎಂದರು. ಹುಚ್ಚ ವಾರೆಗಣ್ಣಿನಿಂದ ನೋಟಿನೆಡೆಗೆ ನೋಡುತ್ತ ತಾನೂ ಕೈ ಚಾಚಿದ.

ಲಾಲಾಜಿ ಉತ್ಸಾಹದಿಂದ ನೋಟನ್ನು ಇನ್ನೂ ಮುಂದೆ ಹಿಡಿದರು. ಹುಚ್ಚ ನೋಟು ತೆಗೆದುಕೊಂಡು ಎರಡೂ ಕೈಗಳಿಂದ ಅದನ್ನು ಸಿಗರೇಟಿನಂತೆ ಸುತ್ತಿ ತುಟಿಯ ಮೇಲಿಟ್ಟು ಮಲಗಿ ಮಜವಾಗಿ ಸೇದಲಾರಂಭಿಸಿದ. ಗುಂಪು ಅಟ್ಟಹಾಸವೆಬ್ಬಿಸಿತು. ಲಾಲಾಜಿಯವರು ಹತಾಶರಾಗಿ ಹುಚ್ಚನನ್ನು ಬೈಯಲಾರಂಭಿಸಿದರು.

ಗಾಡಿಯ ಸಮಯ ಮೀರುತ್ತಿತ್ತು. ಗಾರ್ಡ್ ಸೀಟಿ ಊದಿದ. ಇನ್ನು ನಿಲ್ಲಲು ಸಾಧ್ಯವಿಲ್ಲವೆಂದು ಆತ ಲಾಲಾಜಿಯವರಲ್ಲಿ ತಮ್ಮ ಸಾಮಾನು–ಸರಂಜಾಮುಗಳನ್ನು ಸರಿಯಾಗಿಟ್ಟುಕೊಳ್ಳಲು ಹೇಳಿ ತನ್ನ ಡಬ್ಬಿಯ ಕಡೆಗೆ ಕಾಲಿಟ್ಟ.

ಎದುಸಿರು ಬಿಡುತ್ತ ಲಾಲಾಜಿಯವರು ಕೂಲಿಗೆ ತಮ್ಮ ಲಗ್ಗೇಜನ್ನು ಡಬ್ಬಿಯಲ್ಲಿಡಲು ಆಜ್ಞೆಯಿತ್ತರು. ಕೂಲಿಯವನು ಆ ಕೆಲಸ ಮುಗಿಸುವ ಮೊದಲೇ ಗಾರ್ಡ್ ಸೀಟಿ ಊದಿದ. ಲಾಲಾಜಿಯವರು ಹಾರಿ ಡಬ್ಬಿಯನ್ನು ಪ್ರವೇಶಿಸಿದರು. ಸುಭಾಷ ಹೊಜೆಯನ್ನು ಅವರ ಕೈಗೆ ಕೊಟ್ಟ. ಗಾಡಿ ತೆವಳಲಾರಂಭಿಸಿತು.

ಲಾಲಾಜಿಯವರಿಗೆ ಮಿತಿಮೀರಿ ಸಿಟ್ಟು ಬಂದಿತ್ತು. ಮೊದಲಿಂದಲೂ ಅವರ ಸ್ವಭಾವ ಹಾಗೆಯೇ. ಏನನ್ನಾದರೂ ಬಯಸಿ ಸಿಕ್ಕದೇ ಇದ್ದಲ್ಲಿ ಅವರಿಂದ ಸಹಿಸಲಾಗುತ್ತಿರಲಿಲ್ಲ. ಸ್ವಾತಂತ್ರ್ಯ ಸಿಗುವುದಕ್ಕೆ ಮೊದಲು ಬ್ರಿಟಿಷರ ಆಡಳಿತವಿದ್ದಾಗಲೂ ಸಹ ಅವರ ಉಚಿತ– ಅನುಚಿತ ಕೆಲಸಗಳೆಲ್ಲವೂ ಅವರು ಎಣಿಸಿದಂತೆಯೇ ನಡೆಯುತ್ತಿದ್ದವು. ಆ ನಂತರ ದೇಶದ

ಆಡಳಿತ ಗಾಂಧೀಜಿಯವರ ಪರಮ ಭಕ್ತರ ಕೈಗಳಲ್ಲಿದ್ದಾಗಲೂ ಅವರಿಗೆ ಯಾವುದೇ ರೀತಿಯ ಕಷ್ಟ ಬಂದೊದಗಿರಲಿಲ್ಲ. 'ಬಿಸಿಯಾಗದೆ ಬೆಣ್ಣೆ ಕರಗದು' ಎನ್ನುವ ಪೂರ್ವಜರ ಅನುಭವದ ನುಡಿಯ ಮೇಲೆ ಲಾಲಾಜಿಯವರಿಗೆ ದೇವರ ಮೇಲಿರುವುದಕ್ಕಿಂತಲೂ ಹೆಚ್ಚು ವಿಶ್ವಾಸವಿತ್ತು. ಆದರೆ ಈಗ ಹುಚ್ಚನ ಮೇಲೆ ಮಾತ್ರ ಮುಖಸ್ತುತಿಯ ಅಥವಾ ಲಂಚದ ಪ್ರಭಾವ ಸ್ವಲ್ಪವೂ ಆಗಿರಲಿಲ್ಲ. ಆದ್ದರಿಂದ ತುಸು ಯೋಚಿಸಿ, ಮೆಲ್ಲನೆ ಚಲಿಸಲಾರಂಭಿಸಿದ ಗಾಡಿಯೊಳಗಿಂದ ಹೊರಗೆ ಇಣಿಕಿ, ಸುಭಾಷನನ್ನು ಹತ್ತಿರ ಕರೆದು ಆತನ ಕಿವಿಯಲ್ಲಿಸುರಿದರು. "ಡಬ್ಬಿಯ ದೀಪಗಳನ್ನು ಹೇಗೆ ಉರಿಸುವಂತೆ ಮಾಡಿದೆಯೋ ಹಾಗೆಯೇ ಸರಪಣಿ ಎಳೆಯುವಂತೆ ಕೂಡಾ ಮಾಡು."

ಸುಭಾಷ ಹುಚ್ಚನಿರುವ ಡಬ್ಬಿಯೆಡೆಗೆ ಓಡಿದ. ಇನ್ನೂ ಪ್ಲಾಟ್‌ಫಾರಂ ದಾಟಿರದ ಗಾಡಿ ಗಕ್ಕನೆ ನಿಂತಿತು. ಕೂಡಲೇ ಹುಚ್ಚನ ಡಬ್ಬಿಯ ಮುಂದೆ ಗುಂಪು ಸೇರಿತು. ಎಲ್ಲರಿಗಿಂತ ಮೊದಲು ಲಾಲಾಜಿಯವರು ಬಂದರು. ಅವರಲ್ಲಿ ಉಲ್ಲಾಸ ಉಕ್ಕುತ್ತಿತ್ತು. ಅಷ್ಟರಲ್ಲಿ ಗಾರ್ಡ್ ಮತ್ತು ಸ್ಟೇಶನ್ನಿನ ಇನ್ನೊಬ್ಬ ಅಧಿಕಾರಿಯೂ ಓಡೋಡಿ ಬಂದರು. ಲಾಲಾಜಿಯವರು ಗಾರ್ಡ್‌ಗೆ ಕೇಳಿಸುವಂತೆ ಹೇಳಿದರು; "ಇವನು ಸ್ಟೇಶನ್‌ನಲ್ಲಿಯೇ ಸರಪಣಿ ಎಳೆದದ್ದು ಒಳ್ಳೆಯದಾಯ್ತು. ಕಾಡಿನಲ್ಲೆಲ್ಲಾದರೂ ಗಾಡಿ ನಿಲ್ಲಿಸುತ್ತಿದ್ದರೆ....."

ಲಾಲಾಜಿಯವರ ಮಾತು ಈಗ ಪರಿಣಾಮ ಬೀರಿತು. ಗಾರ್ಡ್ ತಾನು ಗಾಡಿಯನ್ನು ಮುಂದೆ ತೆಗೆದುಕೊಂಡು ಹೋಗುವುದಿಲ್ಲವೆಂದು ಹಠಹಿಡಿದುಬಿಟ್ಟ. ಪೋಲೀಸರನ್ನು ಕರೆಸಲಾಯಿತು. ಕಿಟಿಕಿಯ ಸರಳುಗಳನ್ನು ಮುರಿದು ಹುಚ್ಚನನ್ನು ಹೊರಗೆಳೆದು ತಂದರು. ಪೋಲೀಸರು ಅವನಿಗೆ ಹೊಡೆಯುವಷ್ಟರಲ್ಲಿ, ಜನರು ಒಬ್ಬರ ಮೇಲೊಬ್ಬರು ಬಿದ್ದು ಅವನನ್ನು ಚುಡಾಯಿಸುವುದರಲ್ಲಿ, ಹಾಗೂ ಸ್ಟೇಶನ್ ಮಾಸ್ತರರು ಗಾಡಿ ತಡವಾಗಲು ಕಾರಣವನ್ನು ಬರೆಯುವ–ಬರೆಸುವ ತರಾತುರಿಯಲ್ಲಿದ್ದಾಗ ಲಾಲಾಜಿಯವರು ಬೇರೊಬ್ಬ ಕೂಲಿಯವನ ಸಹಾಯದಿಂದ ಹೊಸ ಡಬ್ಬಿಯಲ್ಲಿ ಸಾಮಾನುಗಳೆನ್ನಲ್ಲ ಜೋಡಿಸುತ್ತಿದ್ದರು. ಫಕ್ಕನೆ ಹುಚ್ಚ ಕೂಗಿ ಹೇಳಿದ. "ನಾನು ಏನೂ ತಪ್ಪು ಮಾಡಿಲ್ಲ ಪ್ರಥಮ ದರ್ಜೆಯ ಬೋಗಿಯಲ್ಲಿ ಒಬ್ಬನೇ ಪ್ರಯಾಣಿಸುತ್ತಿದ್ದೆ. ಒಳಗಿಂದ ಚಿಲಕ ಹಾಕದೇ ಇರುತ್ತಿದ್ದರೆ ಯಾರಾದರೂ ಕಳ್ಳರು ನುಗ್ಗಿ ಬಿಡುತ್ತಿದ್ದರು!"

ಗುಂಪು ಜೋರಾಗಿ ನಗಲಾರಂಭಿಸಿತು. ಆದರೆ ಅದನ್ನು ಕೇಳುತ್ತಿದ್ದಂತೆ ಲಾಲಾಜಿಯವರ ಮುಖದ ಬಣ್ಣ ಫಕ್ಕನೆ ಬದಲಾಯಿತು. ಅವರು ಕೂಡಲೇ ಚೇರಿದರು. "ಸುಭಾಷ, ಈ ಡಬ್ಬಿಯಲ್ಲಿ ನಾನು ಪ್ರಯಾಣ ಮಾಡಲಾರೆ. ಲಗ್ಗೇಜನ್ನು ಮೊದಲಿನ ಡಬ್ಬಿಗೆ ಸಾಗಿಸಿಬಿಡು." ಎಂದು ಹೇಳುತ್ತ ಅವರು ಸ್ವತಃ ತಾವೇ ಡಬ್ಬಿಗೆ ಹತ್ತಿ ಸಾಮಾನುಗಳನ್ನು ಹೊರಗೆ ಹಾಕಲು ಸಹಾಯ ಮಾಡತೊಡಗಿದರು. ಅವರ ಕೆಲಸ ಪೂರ್ತಿಯಾಗುವ ಮೊದಲೇ ಪುನಃ ಗಾಡಿ ಹೊರಟಿತು. ಲಾಲಾಜಿಯವರು ಗಾಡಿಯ ಚೊತೆಗೆ ಓಡಹತ್ತಿದರು.

ಪೋಲೀಸರು ಹುಚ್ಚನನ್ನು ದರದರನೆ ಎಳೆಯುತ್ತ ಸ್ಟೇಶನ್ ಮಾಸ್ತರರ ಕೋಣೆಗೆ ಕರೆದುಕೊಂಡು ಹೋಗುತ್ತಿದ್ದರು. ಸ್ಟೇಶನ್ ಮಾಸ್ತರರಂತೂ 'ಆತ ಹುಚ್ಚನಲ್ಲ ಎಂದು ಡಾಕ್ಟರ್ ಸರ್ಟಿಫಿಕೇಟು ಕೊಡುವ ವರೆಗೂ ಆತನನ್ನು ಬಿಡಲಿಕ್ಕಿಲ್ಲ'ವೆಂದು ಆವೇಶದಿಂದ ಕೈಯಲ್ಲಾಡಿಸುತ್ತಿದ್ದರು. ಏಕೆಂದರೆ ಅವರ ಪ್ರಕಾರ ಗಾಡಿ ಇಷ್ಟು ಲೇಟಾಗಲು ಆತನೇ ಜವಾಬ್ದಾರನಾಗಿದ್ದ. ಅಷ್ಟರಲ್ಲಿ ಲಾಲಾಜಿಯವರು ಗಾಡಿಯೊಂದಿಗೆ ಓಡುತ್ತಿರುವುದನ್ನು ಕಂಡ ಹುಚ್ಚ ಹೇಳಿದ; "ಎಂಥಾ ಹುಚ್ಚ! ಇವನಿಗೆ ಫಸ್ಟ್‌ಕ್ಲಾಸ್ ಡಬ್ಬಿಯಲ್ಲಿ ಒಂಟಿಯಾಗಿ ಪ್ರಯಾಣ ಮಾಡುವುದು ಅಪಾಯ ಅನ್ನುವುದು ಕೂಡಾ ಗೊತ್ತಿದ್ದ ಹಾಗೆ ಕಾಣುವುದಿಲ್ಲ. ನಾನು ಹೇಳದೇ ಇದ್ದಿದ್ದರೆ ನನ್ನ ಹಾಗೆ ಇವನೂ ಮೋಸ ಹೋಗಿ ಎಲ್ಲವನ್ನೂ ಕಳಕೊಳ್ಳುತ್ತಿದ್ದ!....ನೋಡಿ" ಆತ ಪೋಲೀಸ್ ಸಿಪಾಯಿಗಳು ಮತ್ತು ಸ್ಟೇಶನ್ ಮಾಸ್ತರರ ಕಡೆಗೆ ಬೊಟ್ಟುಮಾಡಿ ತೋರಿಸುತ್ತ ಗುಂಪಿನವರಲ್ಲಿ ದೂರಿಟ್ಟ : "ಕಳ್ಳರು ನನ್ನ ಮೈಮೇಲೆ ಒಂದು ಚೂರೂ ಬಟ್ಟೆ ಉಳಿಯದ ಹಾಗೆ ಮಾಡಿದರು!"

ಅಷ್ಟರಲ್ಲಿ ಗಾಡಿ ವೇಗವಾಗಿ ಚಲಿಸಲಾರಂಭಿಸಿತು. ಖಾಲಿ ಡಬ್ಬಿಯ ಬಾಗಿಲು ಜೋರಾಗಿ ಶಬ್ದ ಮಾಡುತ್ತ ಮುಚ್ಚಿಕೊಂಡಿತು. ಲಾಲಾಜಿಯವರು ಬಹಳ ಹಾಸ್ಯಾಸ್ಪದ ಭಂಗಿಯಲ್ಲಿ ಒಂದೇಟಿಗೆ ತಮ್ಮ ಡಬ್ಬಿಗೆ ಹಾರಿ ಕುಳಿತರು. ಹುಚ್ಚ ಇನ್ನೊಮ್ಮೆ ಜೋರಾಗಿ ನಕ್ಕ.

ನಮ್ಮ ಪ್ರಕಟಣೆಗಳು

1.	ಕನಸುಗಳಿಗೆ ಕಿನಾರಗಳಿರುವುದಿಲ್ಲ*	ರವಿಕುಮಾರ್	ರೂ.	70.00
2.	ಕಿಲಾರಿ *	ಡಾ. ಎಸ್.ಎಮ್. ಮುತ್ತಯ್ಯ	ರೂ.	50.00
3.	ಸಂವೇದನೆ (ಬರಗೂರು ರಾಮಚಂದ್ರಪ್ಪ ಜೀವನ ಮತ್ತು ಸಾಹಿತ್ಯ)*			
		ಡಾ. ಎಸ್. ಮಾರುತಿ	ರೂ.	160.00
4.	ಬೆಳಕಿನ ಪಾದ *	ಬಾಲಕೃಷ್ಣ ನಾಯಕ್ ಡಿ.	ರೂ.	40.00
5.	ಪಾತ್ರಗಳು ಇರಲಿ ಗೆಳೆಯ *	ಸತ್ಯನಾರಾಯಣರಾವ್ ಅಣತಿ	ರೂ.	50.00
6.	ದೂಸ್ರಾ *	ರವಿಕುಮಾರ್	ರೂ.	60.00
7.	ನೆಲದ ಮರೆಯ ನಿಧಾನ *	ಸಿದ್ದು ಯಾಪಲಾಪರವಿ	ರೂ.	40.00
8.	ಅಪರೂಪದ ಮನುಷ್ಯ *	ಆತ್ಮಕೂರ ವಾಮನಾಚಾರ್ಯ	ರೂ.	80.00
9.	ವಸಂತಸ್ಮೃತಿ *	ಡಿ.ಆರ್. ನಾಗರಾಜ್	ರೂ.	70.00
10.	ಮಹಿಳೆ ಮತ್ತು ದುಡಿಮೆ *	ಡಾ. ಬಿ.ಹೆಚ್. ಅಂಜನಪ್ಪ	ರೂ.	200.00
11.	ಸರ್ವಜ್ಞನ ವಚನಗಳು	ಡಾ. ಕೆ.ಆರ್. ಗಣೇಶ್	ರೂ.	200.00
12.	ಕೃತಿಪ್ರವೇಶ (ಪ್ರೊ. ಮಲ್ಲೇಪುರಂ ಜಿ. ವೆಂಕಟೇಶ್ ಅವರ ಕೃತಿಗಳ ಸಮಗ್ರ ಅವಲೋಕನ)	ಡಾ.ಎಸ್.ಎಸ್.ಅಂಗಡಿ.	ರೂ.	100.00
13.	ಮಣ್ಣಿನ ಕವಿತೆ *	ಡಾ. ನಿಂಗಪ್ಪ ಮುದೇನೂರು	ರೂ.	60.00
14.	ಸೊಂಡೂರು ಕುಮಾರಸ್ವಾಮಿ *	ಡಾ. ನಿಂಗಪ್ಪ ಮುದೇನೂರು	ರೂ.	160.00
15.	ಲಿಖಿತ – ಅಲಿಖಿತ *	ಡಾ. ಎಸ್.ಎಮ್. ಮುತ್ತಯ್ಯ	ರೂ.	160.00
16.	ವರ್ತಮಾನ *	ಬಿ.ಪಿ. ಶಿವಾನಂದ ರಾವ್	ರೂ.	85.00
17.	ಗಾದೇಯ ಮಾತು *	ಪ್ರೊ. ಮಲ್ಲೇಪುರಂ ಜಿ. ವೆಂಕಟೇಶ್ರೂ.		25.00
18.	ಹಡೆ ಎರಿಸಿದ ಸೂರ್ಯನ ಕುದುರೆ *	ಸತ್ಯನಾರಾಯಣ ರಾವ್ ಅಣತಿ	ರೂ.	25.00
19.	ನಿಜದ ಬೆಳಗು *	ಅಕ್ಕಿ ಬಸವೇಶ್	ರೂ.	30.00
20.	ವಚನ ಬೆಳಗು *	ಡಾ. ನಾಗರಾಜ ಎಂ.	ರೂ.	70.00
21.	ವರದಿಗಾರರೇ ಈ ಕಡೆ ಸ್ವಲ್ಪ ನೋಡಿ*	ಪಿ. ರಾಜೇಂದ್ರ	ರೂ.	60.00
22.	ನಮ್ಮ ಕರ್ನಾಟಕ	ಪಿ. ರಾಜೇಂದ್ರ	ರೂ.	70.00
23.	ವೇದ–ತಂತ್ರ–ಸಂಸ್ಕೃತಿ *	ಡಾ. ಜಿ.ಬಿ ಹರೀಶ್	ರೂ.	90.00
24.	ಸಖಿ–ಸಖಿ (ಗಜಲ್‌ಗಳು) *	ರವಿ ಹಂಪಿ	ರೂ.	40.00
25.	ಆಕಾಶದ ಹಾಡು *	ಅನಸೂಯದೇವಿ	ರೂ.	120.00
26.	ಬಿಂಬದೊಳಗಣ ಪ್ರಾಣ *	ಡಾ. ಹೆಬ್ಬಾಲೆ ನಾಗೇಶ್	ರೂ.	50.00
27.	ವಿಜಯನಗರ ಸಾಮ್ರಾಜ್ಯದ ಕನಸುಗಾರ ಕುಮಾರರಾಮ	ಓಂಕಾರಪ್ಪ	ರೂ.	250.00
28.	ಮಳೆಗಾಲದ ಕಾಡು *	ಸ್ವಾಮಿನಾಥ	ರೂ.	30.00
29.	ವಾಲ್ಮೀಕಿ *	ಡಾ. ಸರಜೂ ಕಾಟ್ಕರ್	ರೂ.	100.00
30.	ಕರ್ನಾಟಕ ಬುಡಕಟ್ಟು ಭಾಷೆ *	ಡಾ. ಎಸ್.ಎಸ್. ಅಂಗಡಿ	ರೂ.	225.00
31.	ಕತ್ತಲ ಬೆಳಗು *	ಜ.ನಾ. ತೇಜಶ್ರೀ	ರೂ.	40.00
32.	ನವವಿಸರ್ಗ *	ಡಾ. ಕವಿತಾ ರೈ	ರೂ.	130.00
33.	ಕಡಲ ತಡಿಯ ತಲ್ಲಣ	ಉಷಾ ಕಟ್ಟೆಮನೆ	ರೂ.	150.00
		ಡಾ. ಪುರುಷೋತ್ತಮ ಬಿಳಿಮಲೆ		
34.	ಬಂಟರು ಬದುಕು ಮತ್ತು ಬದಲಾವಣೆ	ಡಾ. ಶೇಖರ	ರೂ.	300.00
35.	ಸೆಕ್ಸ್ ವರ್ಕರ್ ಒಬ್ಬಳ ಆತ್ಮಕಥನ	ಕೆ. ನಾರಾಯಣಸ್ವಾಮಿ	ರೂ.	150.00
36.	ಈ ಕ್ಷಣ *	ಜ್ಯೋತಿ ಗುರುಪ್ರಸಾದ್	ರೂ.	65.00
37.	ಗಣೇಶನ ಬೆಂಗ್ಳೂರು ಯಾತ್ರೆ*	ಪ್ರಕಾಶ್ ಕೆ. ನಾಡಿಗ್	ರೂ.	65.00

& ಶಿಕ್ಷಣದ ಹಕ್ಕುಗಳು *

80.	ವೀರ ವನ್ತೆ ದುರ್ಗವ್ವ	ಡಾ. ಎಲ್ಲಪ್ಪ ಕೆ.ಕೆ.ಪುರ	ರೂ. 100.00
81.	ಮಂಡ್ಯ ಜಿಲ್ಲೆಯ ಹೊಯ್ಸಳ ದೇವಾಲಯಗಳು	ಡಾ. ಶೋಭ	ರೂ. 250.00
82.	ಕಾಗದದ ದೋಣಿ ಯಾನ–1	ಎಸ್.ಎಂ. ಪೆಜತ್ತಾಯ	ರೂ. 180.00
83.	ಕಾಗದದ ದೋಣಿ ಯಾನ–2	ಎಸ್.ಎಂ. ಪೆಜತ್ತಾಯ	ರೂ. 180.00
84.	ಶರ್ವಾಣಿ	ಸುನಿತಾರಾಜು	ರೂ. 70.00
85.	ಕನ್ನಡ ಸಾಹಿತ್ಯದಲ್ಲಿ ಬೆಡಗು	ಡಾ. ರಾಜು ಕೆ.ಎಸ್.	ರೂ. 80.00
86.	ನಮ್ಮ ರಕ್ಷಕ ರಕ್ಷಾ	ಎಸ್.ಎಂ. ಪೆಜತ್ತಾಯ	ರೂ. 40.00
87.	ಅಮ್ಮ ಹೇಳಿದ ಕತೆಗಳು *	ತ್ರಿವೇಣಿ ಶಿವಕುಮಾರ್	ರೂ. 60.00
88.	ನಮ್ಮ ಕರ್ನಾಟಕ–2011	ಸೃಷ್ಟಿನಾಗೇಶ್	ರೂ. 130.00
89.	ಸುದ್ದಿಯ ಹಿಂದೆ	ಡಿ.ವಿ. ರಾಜಶೇಖರ್	ರೂ. 70.00
90.	ಮೈಲಾರ ಬಸವಲಿಂಗ ಶರಣರ ತ್ರಿವಿಧಿಕರಣ * ನಾಗಾರ್ಜುನ		ಡಾ. ಹಾ.ಮಾ. ರೂ. 250.00
91.	ವೀರವನ್ತೆ ದುರ್ಗವ್ವ (ನಾಟಕ)	ಡಾ. ಯಲ್ಲಪ್ಪ ಕೆ.ಕೆ.ಪುರ	ರೂ. 70.00
92.	ಹಕ್ಕಿ ಹರಿವ ನೀರು	ಡಾ. ಕವಿತಾ ರೈ	ರೂ. 40.00
93.	ವೀರವನ್ತೆ ದುರ್ಗವ್ವ (ಕಾದಂಬರಿ)	ಡಾ. ಯಲ್ಲಪ್ಪ ಕೆ.ಕೆ.ಪುರ	ರೂ. 120.00
94.	ಲೋಕಾಮುದ್ರಾ	ಡಾ. ಕವಿತಾ ರೈ	ರೂ. 50.00
95.	ಸಾಹಿತ್ಯ ಸಂಸ್ಕೃತಿ	ಡಾ. ತಳವಾರ ವಾಮದೇವ	ರೂ. 110.00
96.	ಅಲ್ಲುಂಟು ನೆಂಟು	ಬಿ.ಎಸ್. ಲಕ್ಷ್ಮೀನಾರಾಯಣ	ರೂ. 70.00
97.	ವೇಶ್ಯೆಯರು ಮತ್ತು ಲೈಂಗಿಕ ಅಲ್ಪಸಂಖ್ಯಾತರು	ಪ್ರೊ. ಶಿವರಾಮಯ್ಯ	ರೂ. 100.00
98.	ಪುಟಾಣಿಗಳಿಗಾಗಿ ಪುಟ್ಟ ಕಥೆಗಳು *	ಪ್ರಕಾಶ್ ಕೆ. ನಾಡಿಗ್	ರೂ. 70.00
99.	ತುತ್ತಿಗೊಂದು ಕಥೆ (ಮಕ್ಕಳ ಕಥೆಗಳು)	ಸುನೀತಾ ರಾಜು	ರೂ. 80.00
100.	ಬ್ಲಾಗಿಸು ಕನ್ನಡ ಡಿಂಡಿಮವ	ಚೇತನ ತೀರ್ಥಹಳ್ಳಿ	ರೂ. 90.00
101.	ಭಾರತ ಮತ್ತು ಪಾಕಿಸ್ತಾನ ಕಾಶ್ಮೀರ *	ಡಾ. ಸಿ.ಚಂದ್ರಪ್ಪ	ರೂ. 225.00
102.	ತರಂಗಿಣಿ ತೀರದಲ್ಲಿ *	ಆತ್ಮಕೂರ ವಾಮನಾಚಾರ್ಯ	ರೂ. 225.00
103.	ಆಲೋಡನ *	ಆನಂದ ಝುಂಜರವಾಡ	ರೂ. 150.00
104.	ನಾದಲೋಕದ ರಸನಿಮಿಷಗಳು	ಶಿರೀಷ ಜೋಷಿ	ರೂ. 150.00
105.	ಕುವೆಂಪು ಕಾವ್ಯಯಾನ *	ಡಾ. ಬಿ.ಆರ್.ಸತ್ಯನಾರಾಯಣ	ರೂ. 200.00
106.	ಸಂಘರ್ಷ *	ಮಾಲತೇಶ ಸಿದ್ಧಮ್ಮನವರು	ರೂ. 50.00
107.	ಅಜ್ಜಿ ಹೇಳಿದ ಕಥೆಗಳು *	ಡಾ. ಅನಸೂಯದೇವಿ	ರೂ. 100.00
108.	ಭುವನದ ಬೆರಗು *	ತ್ರಿವೇಣಿ ಶಿವಕುಮಾರ್	ರೂ. 150.00
109.	ಅಮ್ಮಿ *	ರಾಹು	ರೂ. 300.00
110.	ಪ್ರಕೃತಿ ಮತ್ತು ಪ್ರೀತಿ *	ಡಾ. ಅನಸೂಯದೇವಿ	ರೂ. 300.00
111.	ರಾಣಿ ಕಥೆಗಳು	ಡಾ. ವೀರಭದ್ರಗೌಡ	ರೂ. 150.00
112.	ಶತಪದಗಳ ಸುಳಿಯಲ್ಲಿ	ಮಹೇಶ ದೇಶಪಾಂಡೆ	ರೂ. 70.00
113.	ಪ್ರಾಚೀನ ಭಾರತದ ವೈದ್ಯ ವಿಜ್ಞಾನ *	ಡಾ. ಕವಿತಾ ಎಸ್.ಎಚ್.	ರೂ. 80.00
114.	ಜೋಲಿ ಲಾಲಿ (ಭಾಗ–2) *	ಜ್ಯೋತಿ ಗುರುಪ್ರಸಾದ್	ರೂ. 250.00
115.	ನಮ್ಮ ಆರೋಗ್ಯ ನಮ್ಮ ಕೈಯಲ್ಲಿ	ಡಾ. ಲೀಲಾವತಿ ದೇವದಾಸ್	ರೂ. 200.00
116.	ಬೇಂದ್ರೆ–ಶರೀಫರ ಕಾವ್ಯಯಾನ	ಸುನಾಥ ದೇಶಪಾಂಡೆ	ರೂ. 350.00
117.	ಪಡು–ಮೂಡು *	ಕೆ. ಕೇಶವಶರ್ಮ	ರೂ. 500.00
118.	ವಸಾಹತುಶಾಹಿ ಪರಕಲ್ಪನೆಗಳು	ಕೆ. ಕೇಶವಶರ್ಮ	ರೂ. 350.00
119.	ಸಾಂಸ್ಕೃತಿಕ ಪರಿಕಲ್ಪನೆಗಳು	ಕೆ. ಕೇಶವಶರ್ಮ	ರೂ. 350.00
120.	ಸೀವಾದಿ ಪರಿಕಲ್ಪನೆಗಳು	ಕೆ. ಕೇಶವಶರ್ಮ	ರೂ. 350.00
121.	ಸುಗಂಧ ಪುಷ್ಪ *	ಹಾ.ಮ. ನಾಗಾರ್ಜುನ	ರೂ. 175.00
122.	ಸೆಕ್ಯುಲರ್‌ವಾದ : ಬುಡ–ಬೇರು	ರಾಹು	ರೂ. 300.00

160	ಭಯೋತ್ಪಾದಕ	ರಾಹು	ರೂ.	225.00
161	ಬೆಸುಗೆಯ ಬಂದನದಲ್ಲಿ	ಡಾ. ವಿಜಯಾ ಸುಬ್ಬರಾಜ್	ರೂ.	350.00
162	ಸಂಗೀತಲೋಕದ ಸವಿನೆನಪುಗಳು	ಶೀರೀಷ ಜೋಷಿ	ರೂ.	100.00
163	ಜೀವನವೆನ್ನುವ ಅದ್ಭುತ!	ಕೆ. ಪ್ರಭಾಕರನ್	ರೂ.	250.00
164.	ಮಾರ್ಕ್ಸ್‌ವಾದ ಮತ್ತು ಅನುವಾದಗಳು	ಕೇಶವಶರ್ಮ ಕೆ	ರೂ.	300.00
165	ಕರುಣಾಳು, ಬಾ ಬೆಳಕೆ (FEVER)	ಅನಸೂಯದೇವಿ	ರೂ.	180.00
166.	ದಾಂಪತ್ಯ ಯೋಗ	ಡಾ. ನಾ ಮೊಗಸಾಲೆ	ರೂ.	180.00
167	ಅಜೇಯ (ದ ಕೌಂಟ್ ಮಾಂಟೋ ಕ್ರಿಸ್ಟೋ)	ಡಾ. ರಾಜಣ್ಣ ತಗ್ಗಿ	ರೂ.	400.00
168	ಸಂಗೀತಲೋಕದ ಸವಿನೆನಪುಗಳು	ಶಿರೀಷ ಜೋತಿ	ರೂ.	100.00
169	ಚಮತ್ಕಾರಿ ದೇಹ ವಿಸ್ಮಯಕಾರಿ ಮನಸು	ಡಾ. ಶ್ರೀಪರಮಟ್ಟಿ	ರೂ.	150.00
170	ಕಸ್ತೂರಬಾ	ಡಾ. ಪ್ರಭಾಕರ್ ಎಂ ನಿಂಬರಗಿ	ರೂ.	300.00
171	ಇದು ವಿದಾಯವಲ್ಲ	ಪಾರ್ವತಿ ಜಿ. ಐತಾಳ್	ರೂ.	160.00
172	ಎಲ್ಲೆ ಮೀರಿ (N GUGI W THIONG 'O)	ಡಾ. ಎಚ್.ಎಸ್. ನಾಗಭೂಷಣ್	ರೂ.	200.00
173	ಪ್ರಸಿದ್ಧ ಚೀನೀ ಕಥೆಗಳು	ಡಾ. ವಿಜಯಾ ಸುಬ್ಬರಾಜ್	ರೂ.	230.00
174	ಹಿಮ (ORAHAN PAMUK)	ಡಾ. ಕೆ.ಎಸ್. ವೈಶಾಲಿ	ರೂ.	550.00
175	ಡೋರಿಯನ್ ಗ್ರೇನ ಬಾವಚಿತ್ರ	ಡಾ. ವಿಜಯಾ ಸುಬ್ಬರಾಜ್	ರೂ.	160.00
	(Picture Of Dorean greay))			
178	ಕಥನವಕಾಶ (ಅನುವಾದಿತ ಕತೆಗಳು)	ಚಿದಾನಂದ ಸಾಲಿ	ರೂ.	150.00
179	ಪ್ರೀತಿಯ ನಲವತ್ತು ನಿಯಮಗಳು			
	(THE FORTY RULES OF LOVE)	ಮಮತಾ ಜಿ ಸಾಗರ	ರೂ.	400.00
	ELIF SHAFAK			
180	ಶ್ರೀ ರಾಮಾಯಣ ದರ್ಶನಂ–ಶ್ರೀ ದರ್ಶನ	ಶ್ರೀನಿವಾಸ ಕೃ. ದೇಸಾಯಿ	ರೂ.	150.00
181	ಭಾಮಾ ದಲಿತ ಪ್ರಜ್ಞೆ	ಡಾ. ಎಚ್.ಎಸ್. ನಾಗಭೂಷಣ್	ರೂ.	180.00
182	ಅಷ್ಟವಕ್ರನೂ ಅಪೂರ್ವ ಸುಂದರಿಯೂ	ಡಾ. ರಾಜಣ್ಣ ತಗ್ಗಿ	ರೂ.	225.00
	(THE HUNCH BACK OF NOTRE DAME)			
183	ರಾತ್ರಿ ಕಪ್ಪು.... ಕೊಡ ಕಪ್ಪು	ಚಂದ್ರಕಾಂತ ಪೋಕಳೆ	ರೂ.	200.00
184	ಲಾಸ್ಟ್ ಲೋಕಲ್ ಲೋಸ್ಟ್ ಲವ್	ರಾಜೀವ್ ನಾಯಕ್	ರೂ.	120.00
185	ವಿವಾಹ ಬೋಜನವಿದು	ಶಾಂತರಾಜ್ ಐತಾಳ್	ರೂ.	120.00
186	ನೆನಪಿನಂಗಳದಲ್ಲಿ ವೈಯನ್ಸ್ಕ, ವರ್ಡ್ಸ್‌ವರ್ಥ್, ಪೂಜಾರಿ	ಚಿದಂಬರ ಬೈಕಂಪಾಡಿ	ರೂ.	140.00
187	ನನ್ನವರು (MAVALLU)	ಸುಲೋಚನ	ರೂ.	190.00
188	ವಯನಾಡಿನ ಕನಸು	ಪಾರ್ವತಿ ಜಿ. ಐತಾಳ್	ರೂ.	100.00
189	ಪ್ರಾತಿನಿಧಿಕತೆ ಮತ್ತು ಸ್ವಯಂಬಲ	ಕೇಶವಶರ್ಮ ಕೆ.	ರೂ.	260.00
190	ಮಾರ್ಕ್ಸ್‌ವಾದ ಮತ್ತು ಅನುವಾದಗಳು	ಕೇಶವಶರ್ಮ ಕೆ.	ರೂ.	350.00
191	ದಡವ ಹಡೆದ ನದಿ (ಕವಿತೆಗಳು)	ಎಚ್.ಎಸ್. ಈಶಕುಮಾರ್	ರೂ.	100.00
192	ಭಾರತದ ಜ್ವಲಂತ ಸಮಸ್ಯೆಗಳು ಮತ್ತು ಮಾದ್ಯಮ	ಅಭಿಲಾಷಾ ಆರ್.	ರೂ.	100.00
193	ಕೃಷ್ಣವೇಣಿ (ಕಾದಂಬರಿ)	ವೆಂಕಟಗಿರಿ ಕಡೇಕಾರ್	ರೂ.	170.00
194	ಆಕಾಶದ ಕರೆ (ಸಣ್ಣ ಕಥೆಗಳು0	ಡಾ. ಅನಸೂಯಾದೇವಿ	ರೂ.	350.00
195	ಬುಡಕಟ್ಟು ಜ್ಞಾನಪರಂಪರೆ	ಡಾ. ಎಸ್.ಎಂ. ಮುತ್ತಯ್ಯ	ರೂ.	170.00
196	ಮರಳ ದಿಬ್ಬಗಳಲ್ಲಿ ಮಹಿಳೆ	ಡಾ. ವಿಜಯಾ ಸುಬ್ಬರಾಜ್	ರೂ.	160.00
	(The women in the dunes)			
197	ಉಪೇಂದ್ರನಾಥ ಅಶ್ಕರ ಐದು ನೀಳ್ಗಥೆಗಳು	ಪಾರ್ವತಿ ಜಿ. ಐತಾಳ್	ರೂ.	100.00

* ಪ್ರತಿಗಳು ಮುಗಿದಿವೆ